'द वेट ऑफ ए मस्टर्ड सीड' हे आतापर्यंत इराकवर आलेल्या पुस्तकांमधले सर्वांत जास्त अस्सल आणि विचारप्रवर्तक पुस्तक आहे. ते सद्दामच्या राजवटीतील एका जनरलच्या नैतिक प्रवासाचे वर्णन आहेच; पण ही मानवी सदसद्विवेकबुद्धीचा मागोवा घेण्यासाठी लेखिकेने युद्धकाळात केलेल्या प्रवासाची कथाही आहे. हे खरोखरीच एक असामान्य पुस्तक आहे. या कथेतून वेंडेल स्टीव्हन्सनकडे लिहिण्याची असाधारण क्षमता आहे, हे अगदी स्पष्ट दिसते.

– जॉन ली अँडरसन,
'The Fall of Baghdad' **चा लेखक**

वेंडेल स्टीव्हन्सनचे हे सुंदरपणे लिहिलेले पुस्तक म्हणजे दुष्टपणा किती सार्वत्रिक आहे; याचा डोळे उघडणारा, हृदय पिळवटून टाकणारा वृत्तान्त आहे.

– नॅन्सी ह्यूस्टन,
'Fault Lines'**ची लेखिका**

'प्रतिभावान कथालेखिका वेंडेल स्टीव्हन्सन यांनी इराकबद्दल अतिशय वेगळे असे पुस्तक लिहिले आहे. त्यांनी कौशल्याने आणि सुंदरपणे रंगविलेल्या जनरल कमेल सचेत यांच्या व्यक्तिरेखेत सद्दाम हुसेनच्या कारकिर्दीत इराकी जनतेला ज्या नैतिक संकटे, दडपशाहीची विकृत पद्धत आणि लहरीपणे केली जाणारी मेहेरनजर आणि भीतीचे वातावरण यांचा सामना करावा लागला, त्याचे सुंदर चित्रण आहे. हे एक उत्कट असे चरित्र आहे – एका व्यक्तीचे, त्याच्या कुटुंबाचे, त्याच्या देशाचे – पण आजही लागू होईल, अशी ही कथा असून ती वाचल्यावर अनेक इराकी लोक शस्त्र का उचलतात, तडजोड का स्वीकारत नाहीत, भूतकाळातील हेवेदावे आणि दुःख विसरायला ते तयार का नसतात आणि त्यांचा देश अशांत का आहे, याचे आकलन व्हायला मदत होते.

– राजीव चंद्रशेखरन,

'Imperial Life in The Emerald City' **चे लेखक**

आपल्या स्नेहीजनांना पुस्तके भेट द्या

'द वेट ऑफ ए मस्टर्ड सीड' या इंग्रजी पुस्तकाचा अनुवाद

हुकूमशाहीच्या साखळीत

सद्दामच्या काळातील इराक

लेखक

वेंडेल स्टीव्हन्सन

अनुवाद

अशोक पाथरकर

मेहता पब्लिशिंग हाऊस

Mehta Publishing House Pvt. Ltd., Pune 411030.

✆ +91 020-24476924 / 24460313 / Mob. No. 9545000513

Email : production@mehtapublishinghouse.com

Website : www.mehtapublishinghouse.com

- *या पुस्तकातील लेखकाची मते, घटना, वर्णने ही त्या लेखकाची असून त्याच्याशी प्रकाशक सहमत असतीलच असे नाही.*

THE WEIGHT OF A MUSTARD SEED by WENDELL STEAVENSON

First Published in the UK by Atlantic Books Ltd.

Translated into Marathi Language by Ashok Patharkar

हुकूमशाहीच्या सावलीत / अनुवादित अनुभवकथन

अनुवाद : अशोक पाथरकर

Email : author@mehtapublishinghouse.com

मराठी अनुवादाचे व प्रकाशनाचे हक्क मेहता पब्लिशिंग हाऊस प्रा. लि., पुणे.

संस्थापक : सुनील अनिल मेहता

प्रकाशक : मेहता पब्लिशिंग हाऊस प्रा. लि.,
१९४१, सदाशिव पेठ, माडीवाले कॉलनी, पुणे ४११०३०.

मुद्रक : ट्रिनिटी ॲकॅडमी फॉर कॉर्पोरेट ट्रेनिंग लिमिटेड

मुखपृष्ठ : फाल्गुन ग्राफिक्स

प्रकाशनकाल : जानेवारी, २०१४ / पुनर्मुद्रण : जुलै, २०२५

किंमत : ₹ ४००

P Book ISBN 9788184985252

न्यायनिवाडा करण्याच्या दिवशी आम्ही अचूक वजन करणारे तराजू ठेवू. त्यामुळे कोणत्याही व्यक्तीवर अन्याय होणार नाही आणि राईच्या दाण्याएवढेसुद्धा कोणी काही केलेले असेल, तरी तेही हिशेबात घेऊ. त्यासाठी आम्ही समर्थ आहोत.

– कुराण, प्रकरण २१, प्रेषित, सुरा ४७

लेखिकेचे निवेदन

मी २००३च्या उन्हाळ्यात बगदादला 'ऑब्झर्व्हर' या वृत्तपत्राची पत्रकार म्हणून गेले. युद्धाच्या काळात मी उत्तरेला कुर्दिस्तानमध्ये होते आणि मला युद्धानंतरच्या स्थितीचे निरीक्षण करावयाचे होते. तसेच सद्दामच्या कारकिर्दीबद्दल आणखी माहितीही मिळवायची होती. त्या वर्षीचा पूर्ण ऑगस्ट महिना मी बगदादमध्ये होते आणि नंतरच्या नोव्हेंबरमध्ये सात महिन्यांसाठी पुन्हा तिथे परत गेले. आधी मी इतर पत्रकारांबरोबर 'हमरा' हॉटेलमध्ये राहिले. नंतर जवळच्याच जरा स्वस्त अशा 'दुलाश्मी' हॉटेलात राहिले आणि मग बागेत दोन सशस्त्र पहारेकरी असलेल्या गार्डियन हाऊसमध्ये राहिले. मी slate.com साठी वृत्त पाठवीत होते. 'फायनान्शियल टाइम्स मॅगेझीन' आणि 'ग्रांटा' यांच्यासाठी लेख लिहायचे, तसेच या पुस्तकासाठी जनरल कमेल सचेत यांचे कुटुंबीय, मित्र व सहकारी यांच्या मुलाखती घेत होते. इराकमध्ये काय घडले हे केवळ ज्यांच्यावर अत्याचार झाला त्यांच्याच नव्हे, तर ज्यांनी अत्याचार करण्यात भाग घेतला, त्यांच्याही नजरेतून सांगता यावे, यासाठी मला एखाद्या इराकी जनरलची कहाणी हवी होती. मी सर्व मुलाखतींमधली हकिकत बहुतेक त्याच दिवशी एका वहीत लिहून काढायचे आणि मग ती हकिकत इतर निरीक्षणे व माहितीसह माझ्या लॅपटॉपवर टाकायचे.

बगदादमधील वाढत्या हिंसाचाराच्या तणावामुळे थकून जाऊन थोडा ब्रेक घेऊन परत यावे, असा विचार करून जून, २००४ मध्ये मी बगदाद सोडले. उन्हाळ्यात माझ्या दोन मित्रांचे अपहरण झाले – दोघांनाही थोड्या दिवसांनी सोडून देण्यात आले; पण माझ्या सहकाऱ्यांशी जे बोलणे व्हायचे, त्यावरून बगदादमध्ये नेहमीच्या कारमधून माझे सोनेरी केस ओढणीखाली लपवून, गन किंवा गार्ड न घेता एकटीने फिरण्याची माझी पद्धत मूर्खपणाची आहे, हे माझ्या लक्षात आले. २००५च्या जानेवारी-फेब्रुवारीमध्ये पहिल्या निवडणुकींचे वृत्त देण्यासाठी, तसेच आणखी काही 'मसाला' मिळतो का ते बघण्यासाठी आणि सचेत कुटुंबाची हालहवाल जाणण्यासाठी मी पुन्हा पाच आठवड्यांसाठी बगदादला गेले; पण तोपर्यंत अपहरणाच्या घटना

खूपच वाढल्या होत्या आणि परदेशी नागरिक हे बंडखोर आणि लुटारू दोघांचेही आवडते लक्ष्य झाले होते. बगदादचा सत्तर टक्के भाग बंडखोरांच्या नियंत्रणाखाली होता आणि तिथे जाणे-येणे शक्य नव्हते; गोळीबार आणि लुटालूट नित्याच्याच घटना झाल्या होत्या. स्वत:ला मोठ्या काळ्या बुरख्यात लपेटणे, साध्या कारमध्ये मागे बसणे, लोकांना पूर्वसूचना न देता जाणे आणि त्यांच्याकडे एक-दोन तासांपेक्षा जास्त न थांबणे, इतकी सावधगिरी बाळगूनसुद्धा धोका जराही कमी नव्हता. त्यानंतर थोड्याच दिवसांनी मार्ला रझिका एका कारबॉम्बच्या स्फोटात मारली गेली. तिने अमेरिकेच्या कारवाईमुळे नुकसान झालेल्या लोकांना भरपाई देण्यासाठी एक सामाजिक संस्था स्थापन केली होती. त्यानंतरच्या वर्षी 'ख्रिश्चन सायन्स मॉनिटर'साठी फुटकळ काम करणाऱ्या जिल कॅरोलचे अपहरण झाले. तिचा दुभाषा ॲलन एन्विया याच्याशी माझी २००३मध्ये प्रथम भेट झाली होती. तो एक अतिशय उमद्या स्वभावाचा आणि हुशार माणूस होता. या प्रकरणात ॲलनही मारला गेला.

२००४च्या उन्हाळ्यानंतर हे लिखाण करेपर्यंत २००७मध्ये परिस्थितीत थोडी सुधारणा होऊनसुद्धा कोणीही पाश्चिमात्य पत्रकार, कुर्दिस्तान वगळता उरलेल्या इराकमध्ये कॉफी घेण्यासाठी किंवा एखाद्या रेस्टॉरंटमध्ये जाण्यासाठी किंवा सहज शॉपिंगसाठी म्हणून रस्त्यातून वावरला असेल, असे मला वाटत नाही. इराकमधील पोस्टिंगवरून तात्पुरत्या विश्रांतीसाठी येणाऱ्या पत्रकारांबरोबर माझे जे बोलणे व्हायचे त्यावरून त्यांना इराकमध्ये सशस्त्र पहाऱ्यातील हॉटेलच्या बाहेर न पडता, प्रत्यक्ष आँखो देखा हाल समजून घेण्यासाठी स्थानिक इराकी सहकाऱ्यांवरच अवलंबून राहावे लागत होते, हे स्पष्ट होते. २००६ उजाडेपर्यंत तर माझ्या ओळखीचे खुद्द इराकी पत्रकारही (तोपर्यंत जे जिवंत राहिले ते) 'आम्हालाही आता क्वचितच बाहेर पडता येते आणि तेसुद्धा कॅमेरा, नोटबुक न घेता!' असे म्हणाले.

त्यामुळे २००५नंतर मी माझे माहिती जमविण्याचे काम इराकमधून देशोधडीला लागून लंडन, बेरुत, दमास्कस, अम्मान आणि दुबई इथे वाढत्या संख्येने आलेल्या इराकी स्थलांतरितांच्या भेटी घेऊन केले. हा अगदी निर्दोष असा मार्ग नव्हता; पण एकदा तुम्हाला एखाद्या गोष्टीची मूलभूत माहिती झालेली असली आणि तिथली नस बरोबर सापडलेली असली की स्थळ व काळ यांच्यातील फरकामुळे अडचण येत नाही.

हे पुस्तक लिहिताना इराकी माणसाविषयी बाहेरच्या माणसांनी लिहिणे किती धाडसाचे आहे, याची तीव्रतेने जाणीव झाली. अर्थात मी सत्य जाणून घेण्याचा पुरेपूर प्रयत्न केलाच; पण संबंधित इराकी व्यक्तींचे खाजगी जीवन आणि विचार उघडे पडतील आणि तेसुद्धा अशा धोकादायक आणि अनिश्चित परिस्थितीत, याची मला काळजी वाटतेय. त्यामुळे मी काही व्यक्तींची नावे बदलली आहेत. या पुस्तकात

उल्लेख असलेले जे इराकी लोक माझ्याशी बोलले, त्यांचा माझ्यासमोर मन मोकळं करण्यामागे वेगळा हेतू होता. कमेल सचेतच्या हकिकतीवरून आणि त्यांच्या अनुभवांवरून इराकी जनता सहन करीत असलेल्या हालअपेष्टांचे चित्र जगाला दिसेल आणि अमेरिकन आणि ब्रिटिश वाचकांना आपण ज्याच्यावर आक्रमण केले तो देश थोडा जास्त चांगल्या प्रकारे समजेल, या भावनेतून ते बोलले.

बाथ पक्षाच्या या देशातून कोणी फारशी पुस्तके लिहिलेली नाहीत आणि जी इंग्रजी पुस्तके लिहिली गेली, ती दुसऱ्यानेच लिहिलेल्या आठवणींच्या स्वरूपात असून त्यात अनेक त्रुटी आहेत. २००३ साली जो 'महान दरोडा' घातला गेला, त्यात शेकडो सरकारी फायली व कागदपत्रं हितसंबंधी लोकांनी – शिया, अमेरिकन, इतिहासलेखक, खंडणीबहाद्दर – यांनी पळविली; पण ते बहुतेक दस्तऐवज अरबी भाषेत हाताने लिहिलेले असून त्यांच्यात कोणतीही सुसंगती नाही. ही कागदपत्रे असंबद्ध ढिगांच्या स्वरूपात आहेत. लेखी कागदपत्रांच्या अभावी मी लोकांच्या आठवणींवर भरवसा ठेवला आहे आणि त्या त्यांच्या सोयीच्या आणि अपुऱ्या असू शकतील. कमेल सचेतच्या जीवनाबद्दलची प्रत्येक गोष्ट (एक-दोन किरकोळ अपवाद सोडून) मला एकापेक्षा जास्त व्यक्तींनी सांगितली आहे आणि त्यांच्या कथेच्या एकंदरीत स्वरूपाला अनेकांनी दुजोरा दिला आहे. मात्र लोकांनी ज्या गोष्टी स्वत:बद्दल सांगितल्या, त्यांचा खरे-खोटेपणा पडताळणे शक्य नव्हते. सांगताना एखादा भाग गाळून टाकणे आणि सोयीस्कर तेवढाच भाग सांगणे हे खोटे बोलण्यासारखेच आहे, याची मला जाणीव आहे. त्यामुळे लोक जास्तीतजास्त प्रामाणिक राहतील असा प्रयत्न मी केला; परंतु या पुस्तकाचा विषयच असा आहे की काही वेळा त्याचाही उपयोग झाला नाही. अखेरीस या गोष्टीची सत्यासत्यता मीच ठरविली आहे. त्याबाबत दुसऱ्या कोणाचे मत घेतलेले नाही.

जुलूम करण्यात सहभागी झालेल्या ज्या अधिकाऱ्यांच्या मुलाखती मी घेतल्या, त्यांच्या भावनांना किती महत्त्व द्यावे याचा विचारही मला करावा लागला. बाथ पक्षाच्या लोकांबद्दल वाटणाऱ्या सहानुभूतीबद्दल मी असं म्हणेन, की अखेरीस तीसुद्धा माणसेच आहेत आणि एखाद्याचे म्हणणेसुद्धा ऐकून घेऊ नये असा कोणी असू शकतो का? माझ्या मते कोणीच नाही. आपण जर दुसऱ्याच्या दृष्टिकोनातून स्वत:ला बघण्याचा, समजण्याचा प्रयत्न केला तर नक्कीच नाही.

■

अनुक्रमणिका

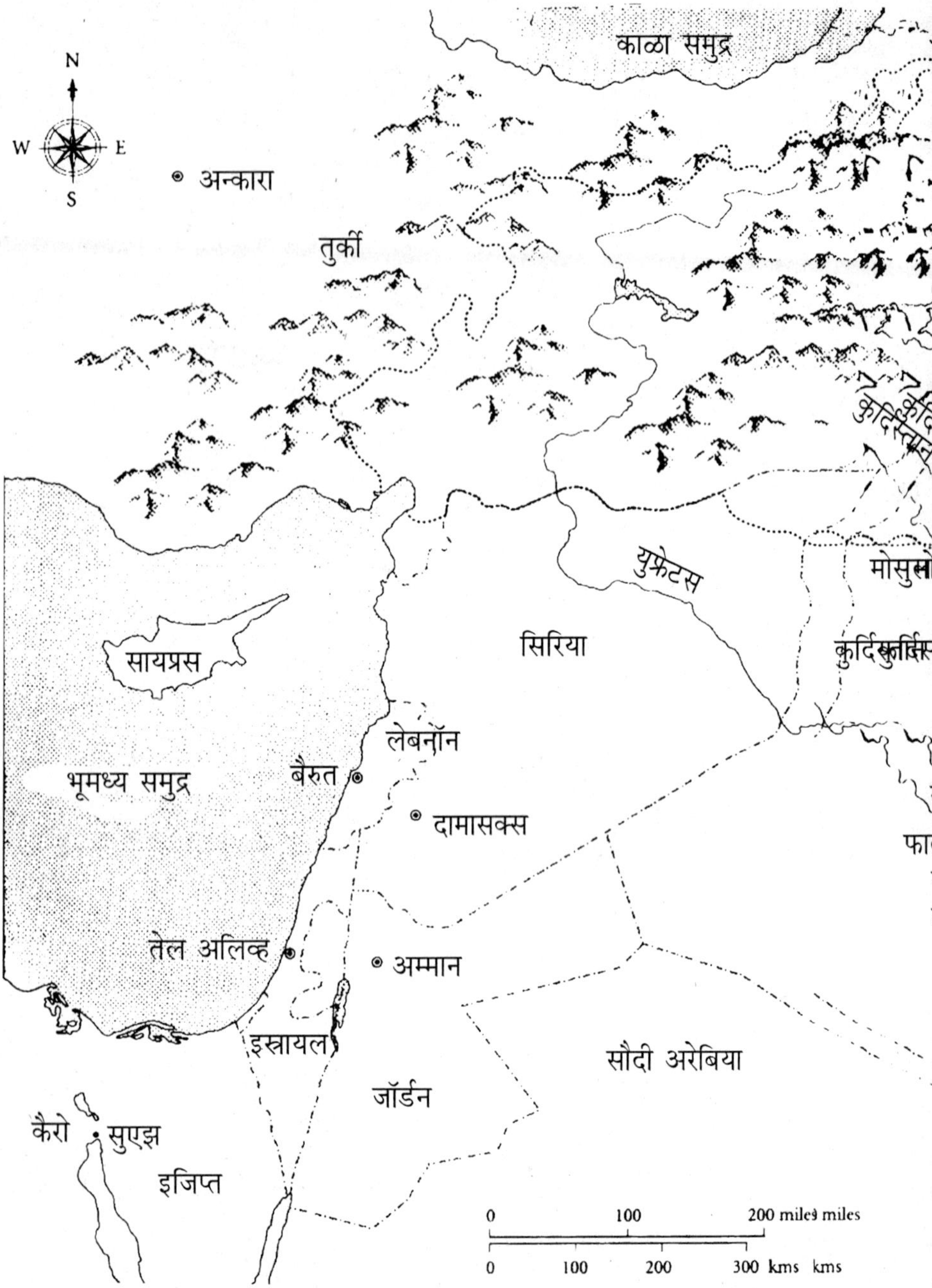
N
W
E
S
काळा समुद्र
अन्कारा
तुर्की
युफ्रेटस
सिरिया
सायप्रस
लेबनॉन
बैरुत
भूमध्य समुद्र
दामासक्स
तेल अलिव्ह
अम्मान
इस्त्रायल
जॉर्डन
सौदी अरेबिया
कैरो
सुएझ
इजिप्त
0 100 200 miles
0 100 200 300 kms

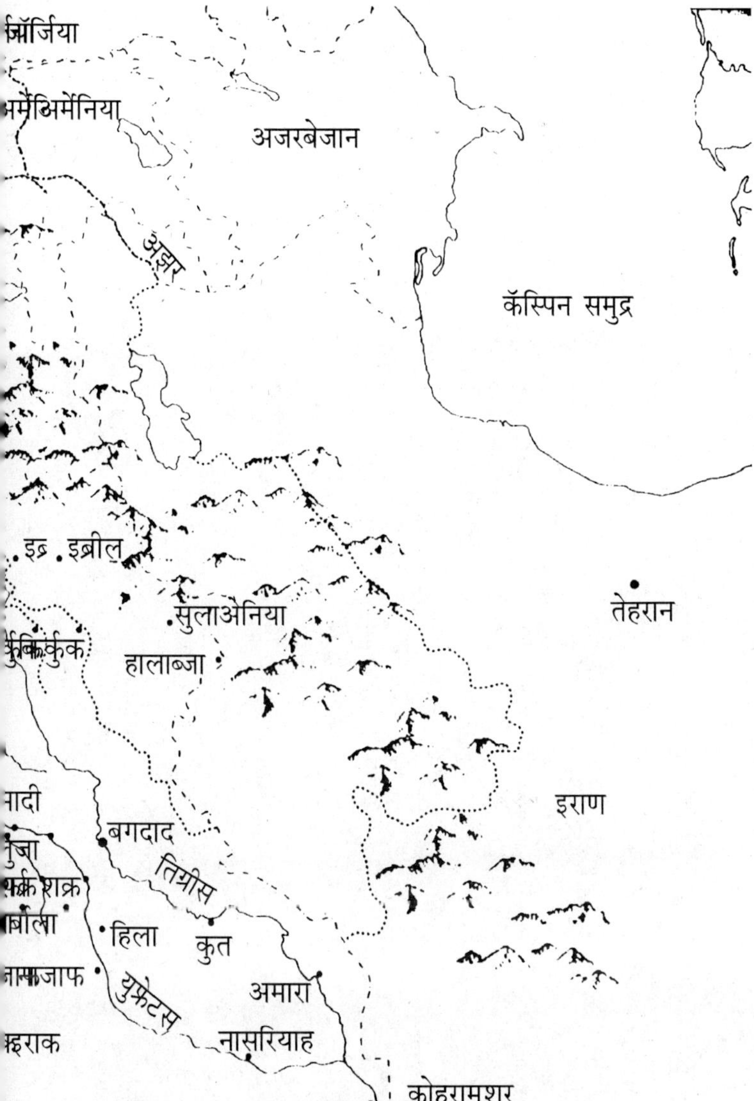
अजरबेजान
कॅस्पिन समुद्र
तेहरान
इब्रील
सुलाअनिया
हालाब्जा
इराण
बगदाद
तिग्रीस
हिला
कुत
युफ्रेटस
अमारा
नासरियाह
कोहरामशर
बसरा
कुवेत
कुवेत शहर
पर्शियन वाळवंट

उपोद्घात

ऑगस्ट २००३. सुरुवातीचे दिवस. मला एक नाव मिळाले होते– डॉ. हसन अल् कधानी आणि एका कागदावर त्यांचा पत्ता आणि फोन नंबर. बगदादमधील इतर फोन्सप्रमाणेच तोही लागत नव्हता.

बागेभोवतालच्या भिंतीवरून गुलाबी रंगाच्या गुलाबाची एक फांदी डोकावत होती. लोखंडी दरवाजाच्या बाजूला असलेले बेलचे बटण मी दाबले; पण वीज नव्हती, त्यामुळे बेल वाजली नसावी. माझ्या दुभाष्याने आवाज दिला; बराच वेळ गेल्यावर आम्ही पुन्हा आवाज दिला. दरवाजातून एक बाई भीत भीत डोकावली आणि डॉक्टर थोड्याच वेळात परत येतील, असे म्हणाली. मला आत घुसून तिला घाबरवायचे नव्हते, म्हणून 'आम्ही इथे गाडीतच थांबतो' असे मी तिला म्हटले.

डॉ. हसन आल्यावर मी स्वत:ची ओळख दिली; ते आम्हाला आत घेऊन गेले आणि त्यांनी आम्हाला घराच्या रिसेप्शन रूममध्ये बसविले. पन्नास-पंचावन्नमधील वय, देखणा चौरस चेहरा, ब्रश केलेले काळे केस, मिशा, सडपातळ बांधा, आदबशीर, उमदे आणि थोडेसे थकलेले वाटत होते. डोळ्याभोवती काळी वर्तुळे होती. डॉ. हसन मानसोपचारतज्ज्ञ (Psychiatrist) होते. त्यांचे शिक्षण म्युनिक आणि लंडनला झाले होते आणि ते लष्कराच्या वैद्यकीय शाखेत (Army Medical Corps) होते. ते उत्कृष्ट इंग्रजीत, जरा गंभीरपणे, सावकाश बोलत होते. एकदोनदा त्यांच्या चेहऱ्यावर मैत्रीपूर्ण स्मितही आले. त्यांना बरेच बोलायचे होते.

"मानसिक आघातामुळे येणारा ताण, आत्महत्या, स्वत:ला इजा करून घेणे." त्यांनी यादीच सांगितली – "या सर्व गोष्टी मी चार युद्धांत बघितल्या." थोडे थांबून त्यांनी युद्धांची मोजदाद केली, "हो, १९७४मधले उत्तरेतील कुर्दांविरुद्धचे युद्ध, इराणचे युद्ध, पहिले आखाती युद्ध आणि हे आत्ताचे म्हणजे– हो, चार युद्धे."

सोनेरी केसांची, नीटनेटका पोषाख केलेली त्यांची बायको कॉफीचे दोन कप घेऊन आली. मला बाहेर रस्त्यावर थांबावे लागले म्हणून डॉ. हसन माफी मागू लागले. मी हातानेच त्यांना 'ते मनावर घेऊ नका' म्हणून सांगितले.

''पण असं बघा की माझी पत्नी घाबरलेली होती. पाच दिवसांपूर्वीच आमच्या घरात चोरी झाली. पहाटे तीन माणसे घरात घुसली.'' त्यांनी डॉ. हसनच्या डोक्याला पिस्तूल टेकवून उठविले. दरोडेखोरांनी डॉ. हसन, त्यांची पत्नी आणि त्यांचा आठ वर्षांचा मुलगा, सर्वांना ढकलत किचनमध्ये बांधून ठेवून घर लुटले होते. १५००० डॉलर रोख, एक सोन्याचे बिस्कीट आणि बाहेर पार्क केलेल्या मर्सिडिसची चावी त्यांच्या हाती लागली. तेवढ्याने त्यांचे समाधान झाले नाही. 'तुमच्याकडे एक लाख डॉलर आहेत, हे आम्हाला माहीत आहे. कुठे आहेत ते?' त्या रकमेसाठी त्यांना डॉक्टरांच्या आठ वर्षांच्या मुलाला पळवून नेऊन ओलीस ठेवायचे होते; पण डॉक्टरांनी 'माझ्याकडे इतके पैसे नाहीत, तुम्हाला कोणीतरी चुकीची माहिती दिली आहे. माझ्या मुलाला सोडा. हवे तर कार घेऊन जा' असे सांगितले. तेवढ्यात उजाडू लागले होते म्हणून ते गेले. लुटारूंनी कालाश्निकॉवचा दस्ता पोटात मारल्यामुळे त्यांच्या पोटावर डाग पडला होता. अजून दिसणारा लाल डाग त्यांनी शर्ट वर करून दाखविला.

''माझ्या मुलाला भयंकर स्वप्नं पडतात आणि तो रडत-ओरडत उठतो.'' ते म्हणाले, ''तो आता आमच्याजवळच झोपतो. त्याला आता बाथरूमला जायचं झालं तरी आमची सोबत लागते. मी त्याला खूप समजविण्याचा प्रयत्न केला की सगळं काही ठीक आहे. कोणालाही दुखापत झालेली नाही. सगळं काही ठीक होईल वगैरे; पण त्याचा विश्वास बसत नाही. तो आता कायम माझी गन शोधत असतो– स्वत:जवळ ठेवायला.''

पण इराकमध्ये अशी एखाद्-दुसरी घटना नव्हती. अशा अनेक घटना घडल्या होत्या आणि प्रत्येक घटना म्हणजे एक जखम होती. आम्ही त्यांच्या ताज्या केसेसबद्दल बोलायला लागलो. तेवढ्यात एका स्फोटाचा आवाज आला आणि आमचे बोलणे थांबले. खिडक्यांच्या काचा हादरल्या, एका कारचा अलार्म वाजायला लागला.

डॉ. हसनने आपल्या हातांकडे बघितले व ते म्हणाले, ''मी रुग्णांच्या व्यथा समजू शकतो. त्यांच्या मनातील भीती, काळजी, नैराश्य, अस्वस्थता, निद्रानाश या सगळ्या गोष्टी मला समजू शकतात. जुन्या सरकारच्या जमान्यात एकदा मला स्वत:लासुद्धा अटक झाली होती.'' दरोडेखोरांनी वाकविलेल्या खिडकीच्या गजांमधून बाहेर बघत ते म्हणाले, ''या गोष्टी फार नाजूक आहेत.'' माझ्याकडे न बघता ते म्हणाले, ''तीन महिन्यांची एकान्तवासातील कैद... छळ झालेले अनेक लोक मी बघितले आहेत. ते उदासीन असतात. सर्वांपासून दूर राहतात, घोर नैराश्यात

असतात. बरेचदा अशक्त झालेले असतात. एका डॉक्टरने दुसऱ्या डॉक्टरला ट्रीटमेंट देणं, एका मानसोपचारतज्ज्ञाने दुसऱ्या मानसोपचारतज्ज्ञावर उपचार करणं फार कठीण असतं...''

पुढच्या वेळी मी डॉ. हसनना भेटायला गेले तेव्हा गेटला लावलेली नवी आणि मोठी कुलपे उघडून आम्हाला आत घ्यायला त्यांना बराच वेळ लागला; पण मागच्या वेळेपेक्षा ते जरा बरे वाटले. ते बरेचदा स्मित करीत होते, डोळ्यांभोवतीची काळी वर्तुळे गेली होती आणि त्यांच्या पोटावरील वळ बरा होण्याच्या मार्गावर होता.

त्या उन्हाळ्यात आम्ही अनेकदा भेटलो. डॉ. हसन यांची विनोदबुद्धी परतलेली दिसत होती; पण बरेचदा त्यांचे डोळे आठवणींमध्ये हरवल्याप्रमाणे वाटायचे आणि त्यांच्या बोलण्यात एक प्रकारचा गूढ मोकळेपणा जाणवायचा. त्यांनी सर्व काही दीर्घकाळ मनात कोंडून ठेवले होते. आम्ही बोलायला लागलो की ते सावधपणे मन मोकळे करायचे. त्यांचा एक भाऊ इंग्लंडमध्ये आहे. ते म्युनिकला असताना एकदा प्रेमात पडले होते; पण नंतर त्यांना त्या मुलीला सोडावे लागले होते. ते दक्षिणेकडील शिया होते आणि त्यांनी आपल्यावर कधीच विश्वास ठेवला नाही, असे त्यांच्या बोलण्यात आले. सैनिक काम करण्यासाठी मानसिकदृष्ट्या सक्षम आहेत की नाहीत, ते प्रमाणित करणे, हा त्यांच्या जबाबदारीचा एक भाग होता. त्यांनी कर्तव्य सोडून पळालेल्या सैनिकांना गोळ्या घातलेले बघितले होते आणि मग ज्यांनी गोळ्या घातल्या, त्यांना ढासळलेली मन:स्थिती बरी करण्यासाठी ट्रीटमेंट दिली होती. त्यांचे मानसिक नैराश्य बरे केले होते आणि हेरगिरी करणाऱ्यांची चौकशीही केली होती. आम्ही अमेरिकनांबद्दल बोललो. त्यांना इराकमध्ये काय हवे होते? बाथ पक्षाच्या माजी सदस्याने अमेरिकेच्या राजवटीत काय धोरण ठेवावे, कसे वागावे? असहकार करावा की साथ द्यावी? त्यांना त्यांच्या कुटुंबाच्या सुरक्षिततेबद्दल फार काळजी वाटायला लागली होती, देश सोडून जाण्याचा विचारही त्यांनी बोलून दाखविला. पूर्वीच्या उच्चपदस्थांमध्ये सूड म्हणून करण्यात येणाऱ्या हत्या, खंडणी उकळणे, तुरुंगात टाकणे वगैरे अफवा पसरल्या होत्या. त्यांचा एक स्नेही माजी उपपंतप्रधान तारीक अझीझ यांचा सल्लागार होता, तो आता घरी बसला होता त्याची झोप आणि भूक उडाली होती, वजन कमी झाले होते. त्याला त्याच्या राजनैतिक पासपोर्टवर प्रवास करण्याचे धाडस होत नव्हते. अमेरिकन सैनिक येऊन केव्हा अटक करतील याची तो वाट बघत होता. भीतीचे फक्त रूप बदलले. पूर्वी आम्ही सद्दामच्या भीतीत असायचो, तर आता तीच भीती ब्रेमर आणि अमेरिकनांबद्दल वाटते!

मग बोलणे हमखास नुकताच होऊन गेलेल्या सद्दामच्या काळाकडे वळायचे. सद्दाम – शिवराळ पिता, सुपरशेख, संशयी – डॉ. हसन त्याचे एकंदरीत व्यक्तिमत्त्व

समजावून द्यायचा प्रयत्न करायचे; आतील माहिती, त्यांचे स्थान, त्यांचे लागेबांधे, लष्करी हुद्दा वगैरे सर्व.

'लोकांना स्वतःच्या तत्त्वांविरुद्ध जाऊन खोटे बोलायला लागायचे. पटत नसेल ते बोलायला लागायचे. तो एक मानसिक संघर्ष असायचा. अशा प्रकारच्या तणावामुळे आणि दडपणामुळे त्यांचे व्यक्तिमत्त्व नष्ट व्हायचे. त्यांना कोणताही निर्णय घेता येत नसे. सरकार सांगणार, लोकांनी कोणते शिक्षण घ्यायचे– लष्करी सेवा, नोकरी. अशी अनेक उदाहरणे दिसायची की लोक समाजापासून दूर राहायचे. त्यांना कामावर जायची भीती वाटायची. ते वरचेवर गैरहजर राहायचे. समाजाचे भय आणि उघड्यावर जायचे भय त्यांच्यामधले काही तरी. आणि सामान्य माणसातसुद्धा भीतीची लक्षणे दिसायची. उदाहरणार्थ, टेलिफोनवर बोलायचे टाळणे, अवेळी दारावरची बेल वाजण्याची भीती. ज्यांच्या बाबतीत ही लक्षणे जास्त व्हायची, त्यांची नोकरी जायची. त्यांना त्यांच्या कुटुंबीयांचा आणि मित्रांचाही संशय यायचा. पोलीस त्यांचा पाठलाग करीत आहेत, त्यांच्या हालचालींवर उपग्रहावरून लक्ष ठेवण्यात येत आहे, असे ते म्हणायचे.

ही भीती हळूहळू निर्माण व्हायची. अंगात भिनायची. 'पस्तीस वर्षे अशी काढणे म्हणजे चेष्टा नाही. तो लोकांच्या व्यक्तिमत्त्वाचा भागच होऊन जायचा.'

असे अनेक वर्षे सहन करावे लागले. डॉ. हुसेन यांनी जुलूम करणारा आणि त्याचा बळी अशा मला परिचित असलेल्या कृष्णधवल जगाचे दार उघडले नाही, तर एका मधल्याच जगाचे दर्शन घडविले. ते बाथ पक्षाचे सभासद होते; लष्कराच्या वैद्यकीय शाखेत ते जनरल या हुद्द्यापर्यंत पोहोचले होते, असे मला आढळले. त्यांचा त्या सत्तेत, त्या सरकारमध्ये सहभाग होता आणि तरीही –

आणि तरीही एक हुशार आणि सूज्ञ व्यक्ती; वेदना आणि नैतिकता, पश्चात्ताप आणि गर्व; पत्नी आणि मुलगा असलेला, अभिमान आणि अपमानाची भीती असणारा एक माणूस!

ही त्या वेळी मिळालेली या कथेची केवळ झलक होती. त्या पहाटेपूर्वीच्या काळोखात माझ्या डोक्यात काही प्रश्न धुमाकूळ घालू लागले. डॉ. हुसेनसारखी माणसे सोडून का गेली नाहीत? अशा सत्तेची सेवा ते का करीत राहिले? त्यांनी स्वतःच्या नीतिमूल्यांना मुरड कशी घातली? ते जीवन कसे जगले? स्वतःच्या सदसद्विवेकबुद्धीचा सामना त्यांनी कसा केला?

एके दिवशी या मुद्द्यांवर बोलत असताना डॉ. हुसेन मला म्हणाले, "तुम्ही सचेतना जाऊन भेटायला पाहिजे. ते तुम्हाला किती सांगतील मला माहीत नाही; पण ते एक इंटरेस्टिंग कुटुंब आहे. कमेल सचेत एक जनरल होते. एक अतिशय प्रसिद्ध जनरल."

१

त्यांची पत्नी

सचेत कुटुंब सैदियामध्ये राहायचे. सैदियामध्ये वास्तव्य करणाऱ्या लोकांमध्ये बहुसंख्येने, सरकारने बक्षीस दिलेल्या भूखंडांवर घरे बांधून राहणारे लष्करी अधिकारी होते. ही वसाहत बगदादमध्ये सर्वत्र दिसणाऱ्या घरांप्रमाणेच ठोकळ्यांसारख्या दिसणाऱ्या कॉंक्रीटच्या बंगल्यांची होती. १९७०च्या दशकातील तेलाच्या पैशावर बांधलेल्या, पण नंतर अमेरिकेने घातलेल्या प्रतिबंधाच्या काळात झाडेझुडपे आणि कचऱ्याच्या ढिगांचे आक्रमण झालेल्या महामार्गांच्या कडेने ही वसाहत वसली होती.

ऑगस्टमध्ये ५६ अंशावर असणारा सूर्य संध्याकाळी भर्रकन खाली जायचा आणि दिवसभर तापलेल्या शहरातील कॉंक्रीटमधून उष्णता बाहेर पडायची. अंधाराबरोबर येणारा गारवा नसायचा. वाऱ्याची झुळूकही नाही; पण उष्णता कमी झाल्यामुळे पाय मोकळे करायला बाहेर पडावे, एखाद्या कॅफेमध्ये कबाबच्या धुरात, सरहद्द खुली केल्यामुळे येणाऱ्या लाखो सेकंडहॅंड गाड्यांच्या रहदारीचा आवाज ऐकत, घामेजलेल्या कपड्यांनी, फसफसणाऱ्या कोमट पेप्सीचे घोट घेत बसावे. सरहद्द अचानक खुली केली – कस्टम्स ड्युटी नाही! एक्झिट व्हिसा नाही! इमिग्रेशन अधिकारी नाहीत! काही नाही! रस्त्यातील क्रॉसिंगला पोलिसाच्या समोरच ट्रॅफिक जॅम झाला होता. हॉर्न्सचा गदारोळ होता. पेट्रोल पंपावर चाळीस गाड्यांची रांग होती. क्यू मोडणाऱ्यावर पिस्तूल रोखणारा कोणीतरी माणूस आरडाओरडा करीत होता. रस्त्यावर काळाबाजार करणाऱ्या पोरांकडून लोक सराईतपणे 'जेलीकॅन' भरून पेट्रोल घेत होते. दुकानांमधील इंपोर्टेड वस्तूंचा फूटपाथवर ढीग ओघळला होता. सेटलाईट डिशेस, इलेक्ट्रिक फॅन्स (जरी वीज हमखास तीन तास यायची आणि मग तीन तास जायची), मोबाईल फोन (नेटवर्क लवकरच कार्यरत होईल अशी अफवा होती), सोनेरी मुलामा

असलेली झुंबरे, रंगीबेरंगी दिव्यांच्या माळा, चमकणारी लाल लिपस्टिक, चित्त्याच्या कातडीसारख्या डिझाईनची लिंगरी (नवऱ्याला बायको आकर्षक वाटायला हवी, नाही का?), लहान मुलींसाठी गुलाबी रंगाच्या बाहुल्या आणि मुलांसाठी प्लॅस्टिकच्या कालाश्निकोव्ह बंदुका, उंच टाचांचे सँडल्स अशा अनेक वस्तू त्यात होत्या. तिथले पुरुष ट्रॅकसूटचे ढगळ लेंगे घालून सतत सिगारेटी फुंकत वीज, पाणी, अमेरिकन लोक, बेकारी अशा विषयांवर व्यर्थ गप्पा मारत बसले होते. स्त्रिया पायघोळ डगला घालून टोमॅटोची ओझी घेऊन जा-ये करीत होत्या. इंटरनेटच्या दुकानात मुलांची गर्दी होती. त्यात धुळीचे थर असलेल्या जुन्या मॉनिटर्सना नाके चिकटवून 'गल्फ वॉर वन' खेळणारी, इराकी सैनिकांचा पाठलाग करणारे अमेरिकन बनून कॉम्प्युटर गेम खेळणारी मुले होती.

आम्ही दुकानांच्या गर्दीतून कारने पुढे सरकत होतो. मधेच बंदुकीतून गोळी झाडल्याचा आवाज आला. तो कदाचित कारचा बॅकफायर असेल असे स्वतःचे समाधान करून आम्ही त्याच्याकडे दुर्लक्ष केले. एका ओसाड मैदानाच्या बाजूने जात, क्रेनखालची अर्धवट बांधलेली मशीद आणि एक सोडून दिलेली पोलीसचौकी मागे टाकत, अडथळा म्हणून रस्त्यात टाकलेल्या नारळाच्या झाडांच्या ओंडक्यांमधून नागमोडी जात, रेझर वायरचा एक रोल चुकवून हिरव्या सांडपाण्याने भरलेले डबके मागे टाकून आम्ही छोटे छोटे बंगले आणि त्यांच्यापुढे कम्पाऊंडवॉलने बंदिस्त केलेली हिरवळ असणाऱ्या एका साध्या रस्त्यावर आलो.

कमेल सचेत अझीझ अल् जनाबी, 'स्पेशल फोर्स'चे प्रमुख, गल्फ युद्धात कुवेत शहरात असलेल्या सैन्याचे जनरल आणि मेसन विभागाचे गव्हर्नर होते; पण त्यांचे घर मध्यमवर्गीयांचे असावे इतके साधे व प्रसन्न होते. बाथ पक्षाच्या बड्या धेंडांचे, उंच संगमरवरी स्तंभ, ब्राँझच्या रंगाच्या काचा असलेले इमले असतात तसे नव्हते. मला ज्या औपचारिक स्वागतकक्षात बसविले गेले तो दिवाणखाना प्रशस्त, भरपूर उजेड असलेला आणि आरामशीर होता. मी काचेचा टॉप असलेल्या एका कॉफी टेबलापुढे असलेल्या सोफ्यावर बसले. टेबलावर विणलेल्या टेबलमॅट आणि प्लॅस्टिकच्या गुलाबांचा गुच्छ असलेली फुलदाणी होती. सचेत कुटुंबीयांना त्यांच्या वडिलांविषयी खूप अभिमान होता आणि ते त्यांच्याविषयी आनंदाने बोलत होते. आम्ही जेव्हा त्या पहिल्या उन्हाळ्यात भेटलो, तेव्हा आम्हा प्रत्येकाच्या मनात उत्सुकता, आशा आणि उत्कंठा होती. त्यांना मला अनेक प्रश्न विचारायचे होते. अमेरिकनांनी आक्रमण का केले? तेलासाठी का? ते आता कोणत्या प्रकारचे सरकार आणतील? पण त्यानंतरच्या हिवाळ्यात अबूघरीबबद्दलच्या अफवा, अटकसत्र, धाडी यांमुळे आम्ही सगळेच जरा नाउमेद झालो होतो. अमेरिकेविषयी त्यांच्या मनात

संताप निर्माण होत होता आणि त्याबद्दल मला सतत दिलगिरी व्यक्त करावी लागत होती.

कुटुंबातील मुली एकदोनदा काहीतरी दाखविण्यासाठी म्हणून मला घराच्या आतल्या भागात घेऊन गेल्या – माझा दुभाष्या पुरुष असल्याने अर्थातच बाहेरच बसला – अलीने (दुसरा मुलगा) त्याची खोली नवी नवरी येणार म्हणून गुलाबी रेशमी कापडाने कशी सजविली आहे किंवा भरल्या वांग्याच्या भाजीसाठी वांगी कशी भरतात ते दाखविण्यासाठी; पण बहुतेकदा मी जेव्हा आठवड्यातून एक-दोनदा तिथे जायचे तेव्हा बाहेरच्या खोलीतच बसायचे आणि घरातील लोक तिथे येऊन 'हॅलो' करायचे, चहा-कॉफी आणायचे आणि मग बोलण्यासाठी बसायचे.

कमेल सचेतच्या बायकोचे नाव होते उम ओमर – म्हणजे ओमरची आई. ओमर हा त्यांचा सर्वांत मोठा मुलगा. त्यांना नऊ मुले होती. त्यांचा क्रम अंदाजे असा : शादवान, ओमर, अली, शीमा, अमानी, अहमद, झैनाब, मुस्तफा आणि झैद आणि अनेक नातवंडे. उम ओमर एक प्रेमळ आई किंवा आजी होती. 'हॅलो' करण्यासाठी त्यांच्या पद्धतीप्रमाणे तिला मिठी मारली की एखाद्या भरपूर कापूस भरलेल्या तक्क्याला कवटाळल्यासारखे वाटायचे. ती वळली किंवा हलली की पडदा हलल्यासारखे वाटायचे. ती करारी होती तशीच आपले म्हणणे सोडून देणारीही होती; मऊ आणि जाडजूड, काळ्या मखमलीत लपेटलेली. ती पूर्ण कुटुंबाची काळजी वाहणारी प्रेमळ पण कधीकधी नर्व्हस होणारी कुटुंबप्रमुख झाली होती. अधूनमधून तिला काहीतरी व्हायचे. कधी झोपच यायची नाही तर कधी पोट ठीक नसायचे. दुखायचे नाही पण आवळल्याप्रमाणे वाटायचे. एकदा एका आठवड्यात ती तीन डॉक्टरांकडे गेली आणि ढीगभर औषधे घेऊन आली – झोपेच्या गोळ्या, अँटिडिप्रेसंट गोळ्या, अँटिबायॉटिक्स आणि टायफॉइडच्या गोळ्यासुद्धा. मी एकदा तिला नीट तपासून व्यवस्थित सल्ला देण्यासाठी म्हणून माझ्या एका डॉक्टर-मित्राला घेऊन गेले. 'मला चक्कर येते, आजारी नाही पण आजारी असल्यासारखं वाटतं. हो, मागे एकदा असं झालं होतं तेव्हा फारच त्रास झाला होता. त्या वेळी मी बेशुद्धच पडले. हो, कदाचित मानसिक ताण असेल...' माझ्या डॉक्टर-मित्राने तिला मानसिक आणि शारीरिक स्वास्थ्याचा परस्परसंबंध कसा असतो, हे समजविण्याचा प्रयत्न केला. तो तिला 'आराम करा, काळजी करू नका' असे सांगत असतानाच कुठेतरी दूरवर बॉम्बचा स्फोट झाल्याचा आवाज आला.

तिचा गोरा, गुबगुबीत, अंडाकृती चेहरा काळ्या ओढणीने लपेटलेला असायचा आणि ती रागावलेली नसेल, तेव्हा तिच्या चेहऱ्यावर एक प्रेमळ स्मित असायचे. त्या वेळी बडबड्या आणि फुगलेला अली विशीत होता आणि दरवेळी भेटला की

आणखी लठ्ठ झाल्यासारखा वाटायचा. तो म्हणाला की ते लहान असताना ती फार कडक होती आणि अभ्यासाकडे दुर्लक्ष केले किंवा घरात पळापळी करताना एखादी वस्तू पाडली किंवा मोडली किंवा फोडली की ती आम्हाला चप्पल नाही तर लाटणे वगैरे फेकून मारायची; पण ती इतकी कडक होती अशी कल्पना करणे अशक्य नसले तरी कठीण वाटायचे. ती सोनेरी चष्मा घालायची आणि एकेकाळी ती शिक्षिका होती, यावर विश्वास बसायचा. कधीकधी तर सगळ्यांमध्ये तीच जास्त खट्याळ आहे असे वाटायचे; तिची मुले सद्दामच्या सरकारच्या कडक नियमांच्या जाचात आणि वडिलांच्या कठोर शिस्तीत वाढली; पण उम ओमर जरा सहिष्णु वातावरणात वाढली होती. बरेचदा ती खट्याळ हसायची, जवळजवळ लहान मुलीसारखी, मुठी वळून डोळे वर फिरवायची – जणू काही हे इतके मनावर घेण्यासारखे नाही, असे तिला सुचवायचे असावे आणि मग ती घाबरल्यासारखे करून आपला पोरकटपणा गंभीर आणि धार्मिक स्वभावाच्या अहमदच्या नजरेला तर पडला नाही ना याची खात्री करण्यासाठी खांद्यावरून मागे बघायची.

२००३ मध्ये एके दिवशी दुपारी मी तिला भेटायला गेले तेव्हा तिचे हात लाल दिसले.

'ओह! समजले मी. मी शादवानच्या केसांना मेंदी लावत होते आणि हे बघा,' असे म्हणत तिने हाताचे तळवे दाखवले.

"आणि तू फाव्याच्या शेंगाही सोलत होतीस." मी म्हणाले. किचनच्या दरवाजाजवळ सालांनी भरलेल्या दोन थैल्याही मला दिसल्या होत्या.

"हो, फार गोड आहेत. आताच त्यांचा मोसम असतो." उम ओमर तिचा डगला नीट करीत म्हणाली, "पण दाणे काढायला फार वेळ लागतो." तिने अंगावर शहारे आल्यासारखे केले आणि एखादी उशी थोपटावी तसे गुडघे थोपटले.

तेवढ्यात शादवान, तिची तीस वर्षांची आणि अजून लग्न न केलेली सर्वांत मोठी मुलगी, हातात एका मोठ्या थाळ्यात भात आणि उसळ घेऊन आली. उम ओमरने खूश होऊन तिच्याकडे एक दृष्टिक्षेप केला. शादवानने प्रसन्न स्मित केले. तिच्या मागोमाग दुसरी मुलगी अमानी – चवळीच्या शेंगेसारखी शेलाटी, किंचित फिकट वर्ण, अंडाकृती चेहरा – दह्याचे वाडगे घेऊन आली. तिने नम्रपणे माझ्याकडे बघून नजरेनेच अभिवादन केले. तिने काचेच्या टेबलावर काळजीपूर्वक, आवाज होऊ न देता वाडगे ठेवले आणि ती आतल्या खोलीत निघून गेली. तिच्या चालण्यात किंचित दोष आहे असे मला जाणवले.

"खा, खा!" संपूर्ण जनाबी जमातीला पुरून उरेल एवढा भाताचा ढीग आणि उसळ यांच्याकडे गार्डाच्या बावट्याप्रमाणे हात हलवत ती मला म्हणाली. आम्ही खायला सुरुवात केली. उम ओमरने हात वर करून कोपरापर्यंत बाह्या वर केल्या.

''आवडली उसळ? मला नेहमी काळजी वाटते नीट होईल की नाही म्हणून. आपण लक्ष दिलं नाही तर पदार्थ छान होतो आणि चांगला व्हावा म्हणून मुद्दाम लक्ष देऊन केला तर हमखास चांगला होत नाही.'' ती म्हणाली.

उम ओमर नुकतीच मक्क्याला जाऊन आली होती. ती प्रथमच इराकच्या बाहेर पडली होती. हज यात्रेसाठी प्रत्येक मुस्लीम देशाला यात्रेकरूंची संख्या ठरवून देतात आणि यात्रेकरूंची लॉटरीने निवड करतात. उम ओमरने अर्ज केला होता आणि तिचा नंबर लागला. तिने माझ्यासाठीसुद्धा प्रार्थना केली आणि माझ्यासाठी भेट म्हणून एक हँडबॅग घेऊन आली. तिने मला एका छोट्या ग्लासात आणलेल्या पवित्र जलाचा – झमझमचा – घोट घ्यायला लावला. त्यांनी थोडेसेच आणलेले झमझम संपेल म्हणून जास्त घ्यायला मी नकार दिला, पण ती म्हणाली, ''तू काळजी करू नकोस. आम्ही खूप आणलं आहे.''

''कशी झाली यात्रा?'' मी विचारले.

''छान झाली. खूप इंटरेस्टिंग. पण फार थकवा आला.''

त्यांना मक्केला पोहोचायला पाच दिवस लागले होते. त्यांना बसने सफवानला नेले. तिथे यात्रेकरूंसाठी कायमचे उभारलेले तंबू होते. त्यात त्यांना थांबावे लागले. 'टॉयलेट्स फारच घाण होत्या.' उम ओमर अंगावर शहारे आणून म्हणाली.

''आम्हाला शेळ्या-मेंढ्यांसारखं वागवलं; पण आमच्या आधीच्या जथ्थ्याचे तर फारच हाल झाले. त्यांना पाच दिवस सफवानमध्ये राहावं लागलं.'' आकाशाकडे हात करीत ती म्हणाली. सफवानहून एका शाळेच्या पिवळ्या बसने ते कुवेतला गेले. आधी उम ओमरच्या ओळखीचे कोणीच नव्हते; पण मग तिच्यासारख्या एकट्या आलेल्या स्त्रियांशी तिची मैत्री झाली. बगदादच्या मन्सूर भागातून आलेल्या एका बाईशी तिची खास मैत्री झाली. ''ती वहाबी होती. पण फार चांगली होती.'' उम ओमर म्हणाली. वहाबी हा मुस्लीम धर्मातील एक कडवा पंथ आहे. त्या वहाबी बाईने उम ओमरला वाचण्यासाठी काही धार्मिक पत्रके आणि पोथ्या दिल्या. ''पण मी काही त्या वाचल्या नाहीत... आणि घरी आल्यावर तर विचारूच नकोस. ती पत्रकं आणि पोथ्या बघून सगळ्यांनी असा आरडाओरडा केला. अहमदने ती सगळी पत्रकं आणि पोथ्या, धर्मविरोधी आहेत असं म्हणत जप्त केल्या.'' उम ओमर म्हणाली.

कुवेतमध्ये यात्रेकरूंना राहण्यासाठी व्यवस्था फार चांगली होती. एखाद्या छोट्या गावासारखीच वसाहत होती. बाथरूम्स स्वच्छ होत्या, जेवण चांगलं होतं. मग विमानात बसायची वेळ आली. उम ओमरने आधी कधीच विमानप्रवास केला नव्हता. त्यामुळे ती जरा नर्व्हस झाली होती; पण तिला तो प्रवास आवडला. हवाई सुंदरी खरोखरीच सुंदर होत्या. ''त्या टर्कीमधल्या होत्या आणि जेवण तर मी कधीच

घेतलं नसेल इतकं छान होतं.''

ते विमानाने जेद्दाला गेले आणि तिथून मक्केला. मक्केला इराकी यात्रेकरूंची सोय एका चांगल्या हॉटेलमध्ये केली होती. त्या हॉटेलात लिफ्ट होती. तिची उम ओमरला खूप भीती वाटली. न्याहारीच्या वेळेस छोट्या छोट्या पाकिटांमध्ये मध, दूध, संत्र्यांचा रस, चीज वगैरे न भरलेल्या परड्या ठेवलेल्या असायच्या. त्या उम ओमरला फार आवडल्या.

''पण मक्केला खूप लोक होते आणि सगळीकडून आलेले!'' खूपच गर्दी होती आणि तुम्ही तिच्यामधे सापडलात तर बाहेर पडणे कठीण. पुढे जाणाऱ्या लोकांचा रेटा एवढा होता की माऊंट अराफतला जाताना गुडघे टेकून प्रार्थना करणाऱ्या लोकांवर मागून येणारे लोक आदळायचे आणि पडायचे. एका म्हाताऱ्या माणसाला अडखळून इतके लोक पडत होते की अखेरीस इतर यात्रेकरूंनी त्याची मान पकडून त्याला बाजूला खेचले आणि अल्लाची शपथ घालून 'नंतर प्रार्थना कर' म्हणून बजावले. उम ओमरला खांबातल्या सैतानाला दगड मारायचे होते; पण तिथे तर चेंगराचेंगरी व्हायची खूप शक्यता होती. त्यामुळे तिने तिच्या वतीने फेकून मारण्यासाठी म्हणून दोन वेगवेगळ्या माणसांना दोन दगड दिले. 'दोघांना द्यायचे कारण त्यातला एखादा विसरला तर दुसरा तरी मारेल.'

सर्व पुरुषांनी एक खांदा उघडा राहील असे पांढरे डगले घातले होते. बायका अर्थात 'हिजाब' (संपूर्ण अंग झाकणारा बुरखा) असल्यामुळे काहीही घालू शकत होत्या.

''इंडोनेशियाहून आलेल्या काही बायकांनी सौंदर्य प्रसाधने आणि निळी आयशॅडोसुद्धा लावली होती.'' उम ओमरला धक्काच बसला आणि शियांनी हुसेनचे चित्र आणले होते तेही योग्य नव्हते. इंग्लंडहून आलेल्या काही यात्रेकरूंनी तिला काही पुस्तके आणि पत्रके दिली. पण छे, तिने ती घेतली नाहीत. तिने हातवारे करून कसा नकार दिला ते दाखविले; पण त्यांच्या गटातील इतर इराकी यात्रेकरूंची वागणूक तिला तेवढी आवडली नाही. प्रत्येक बारीक-सारीक गोष्टींवरून ते भांडायचे, हटून बसायचे. उम ओमर म्हणाली की हाज यात्रेसाठी जेव्हा तिची निवड झाली, तेव्हा त्यांच्या गटाच्या प्रमुखाला तिने विचारले की बरोबर आणायच्या वस्तूंमध्ये सर्वांत महत्त्वाची गोष्ट कोणती? यावर तो म्हणाला की हज यात्रेला जाताना बरोबर बाळगायची सर्वांत महत्त्वाची गोष्ट म्हणजे सोशिकता. जेव्हा जेव्हा एखाद्या रांगेत थांबायला लागायचे किंवा एखाद्या गोष्टीला वेळ लागायचा, तेव्हा तेव्हा ती शांतपणे थांबायची. इतर इराकी जराही सोशिकता दाखवायचे नाहीत, अशी तिची तक्रार होती. उदाहरणार्थ, मदिना या दुसऱ्या महत्त्वपूर्ण शहरात परतीच्या प्रवासात तिला जास्त राहायचे होते; प्रेषिताच्या समाधीच्या ठिकाणी दोन दिवस पुरेसे नव्हते; पण त्यावर इतका वाद

झाला की अखेरीस त्यांना लवकर निघावे लागले.

''आणि तुला माहीत आहे, बहुतेक सर्व सौदी लोक वहाबी आहेत आणि मोहम्मद किंवा अलीपुढे प्रार्थना करणे त्यांना मान्य नाही. कारण ते म्हणतात की तेसुद्धा माणूसच आहेत, अल्ला एकच आहे आणि ते म्हणतात ते बरोबर आहे. मला त्यांचं म्हणणं पटलं; पण त्यांनी आम्हाला आमच्या नातेवाइकांची आणि मित्रांची पत्रे प्रेषित मोहम्मदाच्या थडग्यात टाकू दिली नाहीत. माझ्याकडे शादवानने दिलेलं पत्र होतं आणि मी ते टाकून दिलं. शादवान हिरमुसली झाली आणि तिने खांदे उडविले. आणि मला भेट म्हणून एक मोबाईल फोन घ्यायचा होता, ज्याच्यावर गाणी ऐकता येतील असा; पण त्यांनी मला घेऊ दिला नाही. 'संगीत हराम आहे' असं त्यांचं म्हणणं. असं का? मला तर तो एका लहान मुलाला भेट द्यायचा होता! उम ओमर हाताचे तळवे दाखवत उद्गारली. ''अर्थात हज म्हणजे एक वेगळाच अनुभव. काय वाटतं त्याचं वर्णन करता येत नाही. त्याची दुसऱ्या कशाशीही तुलना करता येणार नाही.'' उम ओमरने दृष्टी वळविली आणि मग पुन्हा माझ्याकडे बघून म्हणाली, ''पण गैरसोय खूपच!'' गेल्याबद्दल तिला आनंद झाला होता; पण पुन्हा जायची तिची इच्छा नव्हती. एकदा गेली ते पुरे होते. 'ती देवाची आज्ञा आहे, आपले कर्तव्य आहे.'

अहमद आत आला. तो सतरा वर्षांचा होता आणि बगदादच्या धार्मिक विद्यापीठात शिकत होता. त्याने एक फिकट पिवळ्या रंगाचा दिसदशा घातला होता, अगदी स्वच्छ आणि इस्त्री केलेला. त्याने वाकून हृदयावर हात ठेवून, त्याच्या लांब पापण्या फडकावीत मला अभिवादन केले. आपणसुद्धा कधीतरी हजला जाऊ अशी आशा त्याने व्यक्त केली.

मक्केत केलेली एक प्रार्थना ही इतर ठिकाणी केलेल्या एक लाख प्रार्थनांच्या तोडीची असते. हो, अगदी निश्चित आणि मदिनात केलेली एक प्रार्थना ही दहा हजार प्रार्थनांच्या बरोबरीची असते. जेरूसलेमच्या खडकातील घुमटातल्याप्रमाणे.

फोटो : १९६०च्या दशकातला. पांढरी किनार असलेले एक कृष्णधवल छायाचित्र; उम ओमर, त्या वेळची कॉलेजकुमारी शम्ह; तरुण, उठावदार, स्कर्ट आणि जॅकेटमध्ये रस्त्यात उभी. काळे केस वर बांधलेले, चित्रपट-तारकेप्रमाणे पेन्सिलने रेखलेले डोळे, मस्कारा लावलेल्या पापण्या. इच्छा नसताना फोटो काढल्यासारखा अभिनय करत केलेले स्मित.

''मी त्या वेळी हिजाब वापरत नसे.'' उम ओमर आणि मी अशा दोघीच गप्पा मारत बसलो होतो. तिचे लहानपण कसे गेले, नवरा कसा भेटला, सर्व काही मला

पहिल्यापासून ऐकायचे आहे आणि असले तर फोटोसुद्धा बघायचे आहेत, असे मी तिला म्हणाले होते.

"फोटो फार नाहीत." उम ओमर म्हणाली. ती आत गेली आणि फोटोंचे एक खोके घेऊन आली. फोटो दाखवत, त्यातील तरुणपणीच्या शम्हची छबी कौतुकाने बघत स्वतःला खोटा खोटा दोष देत उम ओमर म्हणाली, "त्या वेळी माझा नवरा धार्मिक वृत्तीचा माणूस असता तर त्यांनी माझ्याशी कधीच लग्न केले नसते!" उम ओमर माझ्याजवळ सरकली आणि तो काळ आठवून हसली. "अहमद नाहीये ते बरं आहे..." तिने स्मित दाबले. अहमद नक्कीच रागावला असता.

शम्ह शिक्षक होण्यासाठी बगदाद विद्यापीठात गेली – तिची कोणतीच बहीण कॉलेजात गेली नव्हती. खूप शिकावे अशी तिची महत्त्वाकांक्षा होती. कॉलेजच्या दुसऱ्या वर्षाला असताना जवळपास राहणारा एक तरुण आपल्यामागे असतो, असे तिच्या लक्षात आले. तो बसस्टॉपवर पोलिसांच्या गणवेषात असायचा. त्याला आपण आवडलेले दिसतो, या भावनेने ती सुखावून जायची; पण एके दिवशी बसमध्ये तो शेजारी बसेपर्यंत ती त्याच्याशी बोलली नव्हती. आपले नाव कमेल असल्याचे सांगून त्याने तिला आपल्याबद्दल माहिती दिली आणि 'मला तुझ्याशी लग्न करायला आवडेल,' असे सांगितले. शम्ह मोहरली, त्याच्या बोलण्यावरून तिला त्याच्या हेतूबद्दल शंका राहिली नाही. सचेत कुटुंब प्रसिद्ध होते. शम्हने तिच्या वहिनीला त्याच्याबद्दल सांगितले आणि थोड्याच दिवसांत तो तिच्या आई-वडिलांना औपचारिकरीत्या भेटण्यासाठी त्याच्या आईवडिलांना घेऊन आला. शम्हने एका अटीवर त्याच्याशी लग्न करावयाची तयारी दाखविली; घर घेऊन वेगळे राहायचे; पण पोलीस खात्यातील पगारात कमेलला ताबडतोब घर घेणे शक्य नव्हते. त्यामुळे त्यांचे लग्न लांबणीवर पडले.

तोंडावर हाताचा आडपडदा करून लटकी भीती दाखवत उम ओमरने त्यांच्या दोन कुटुंबांमधील तफावत माझ्या कानात कुजबुजत सांगितली : तिचे कुटुंब शहरी आणि सुखवस्तू होते, तर त्याचे कुटुंब नुकतेच खेड्यातून शहरात आले होते आणि अजून जरा बेदू (खेडवळ) वळणाचे होते. "तुला सांगते, त्याचे आई-वडील जरा 'अरबी' होते, त्यामुळे मला त्याच्या कुटुंबाबरोबर राहायचे नव्हते."

कमेल सचेत एका अशिक्षित शेतकऱ्याच्या कुटुंबात होर राजब या खेड्यात १९४७ मध्ये जन्मले. ते पिढ्यान्‌पिढ्या साधे आणि गरिबीचे जीवन जगत आले होते. होर राजब बगदादपासून वीसच किलोमीटर अंतरावर होते; पण तरीही तिथे रस्ते, वीज, रेडिओ, एवढेच काय पण मशीदसुद्धा नव्हती. दर शुक्रवारी गावचा शेख एका छोट्या टेकाडावर चढून मेगॅफोनशिवायच प्रार्थनेसाठी बांग द्यायचा आणि

प्रार्थना शाळेच्या मातीच्या बुटक्या इमारतीच्या एका खोलीत व्हायची.

कमेल लहानपणीसुद्धा वयाच्या मानाने उंच आणि शांत स्वभावाचे होते. अनवाणी पाय आणि दिशदशा, फळा आणि खडू, मोठे भाऊ आणि वडील, हिवाळ्यात कडाक्याची थंडी आणि उन्हाळ्यात भाजणारी उष्णता, हेच त्यांचे आयुष्य होते. शाळेतल्या मुलांना सरकार मोफत जेवण पुरवायचे : अंडी, संत्री, ब्रेड, दूध आणि रोज एक चमचा कॉडलिव्हर ऑईल – त्याला ते कॅव्हियार म्हणायचे. मुलांना त्याचा वास अजिबात आवडत नसे. लिहिणे, वाचणे आणि कुराण शेख शिकवायचा. घरातील कामे करायची आणि खेळायचे. गावातली मुले बुटाचे रबरी सोल आणि फडकी दोरीने घट्ट बांधून त्याचा फुटबॉल करायचे. एकदा एक उंटांचा तांडा त्यांच्या गावी आला, तेव्हा उंटांच्या केसांचा गोळा करून उंटांच्याच दुधात बुडवून आणि वाळवून त्याचा उडणारा बॉल करायचा प्रयत्न मुलांनी केला; पण ते जिथे खेळायचे तिथल्या जमिनीवर क्षाराचा थर होता, त्यातील मीठ बॉलला चिकटायचे आणि बॉलला किक मारली की पायाला इजा व्हायची.

जेव्हा जेव्हा मी कमेल सचेतच्या मित्रांशी किंवा लष्करातील त्यांच्या सहकाऱ्यांशी बोलले तेव्हा त्यांनी त्यांचे वर्णन करण्यासाठी दोन शब्द वापरले : 'ते शूर होते,' आणि 'तो एक साधा माणूस होता.' 'साधा' म्हणजे सरळ स्वभावाचा, सरळ आणि स्पष्ट बोलणारा. पण माझ्या मनात कमेल सचेतच्या साधेपणाचे चित्र नेहमी वेगळ्या प्रकारे उभे राहायचे, कडक किनार असलेल्या सावलीतून एकाच रंगात कोरून काढलेली मनाची शुद्धता. पिवळ्या धरतीवर पिवळ्या आकाशातून पडणारा सूर्याचा पिवळेपणा. कमेल गरीबीत वाढले. गावातील मुले विनाकारण भांडणे उकरून काढत नसत. पण तुम्हाला कोणी इजा करणे हे 'हराम' आणि लाजिरवाणे समजले जायचे.

कमेल वर्गातील हुशार मुलांपैकी एक होते. त्यांचे शिक्षक त्यांच्या आई-वडिलांकडे त्यांची स्तुती करायचे आणि त्यांना वरच्या शाळेत पाठवा म्हणून सल्ला द्यायचे. यामुळे असेल किंवा दुसऱ्या काही कारणाने असेल; पण कमेलच्या वडलांनी (त्यांचे नाव अझीझ) कमेल बारा वर्षांचा असताना कुटुंब बगदादच्या सीमेवरील दोरा या भागात हलविले. दोरा भागात तेव्हा शेते होती, रस्ते कच्चे होते आणि १९६४पर्यंत तिथे वीज आणि अर्थातच टीव्ही, रेडिओ वगैरे काही नव्हते.

किशोरवयीन कमेल आपली छोटी टोळी घेऊन शेजारच्या ख्रिश्चन वस्तीत जायचा आणि दुसऱ्या छोट्या टोळ्यांशी सामना करायचा. घरी फार गरम असेल तेव्हा बाहेर झाडाखाली अभ्यास करायचा आणि मग तैग्रिसच्या पाण्यात उडी मारून थंड व्हायचा. तेव्हाच तो एका चांगल्या जोबुरी कुटुंबातील मुलीच्या प्रेमात पडला. पण तिने त्याच्या प्रस्तावाला नकार दिला. मग १९६३च्या फार काळ न टिकलेल्या

बाथ पक्षाच्या बंडाच्या काळात ऐक्य, स्वातंत्र्य आणि समाजवाद यांनी त्याच्या डोक्याचा ताबा घेतला. अगदी हिरवा गणवेष आणि हातात इजिप्शियन रायफल घेऊन (इतकी बेकार की हातातून नुसती पडली तरी तिच्यातून गोळी सुटून स्फोट होत असे) दोरा रिफायनरीजवळच्या एका चेकपोस्टला पहाराही केला आणि समाजवादी क्रांतिकारकांनी काढलेल्या साक्षरता वर्गात दाखल व्हायला वडिलांना सुचविले.

त्याने, त्याच्या मित्रांनी आणि लहानपणच्या टोळीतील मुलांनी वडिलांना शेती करून सतत दारिद्र्याशी झगडा करताना बघितले होते. त्यामुळे त्यांची महत्त्वाकांक्षा नियमित पगार आणि प्रतिष्ठा देणारी सरकारी नोकरी मिळविणे, ही होती. १९६७ मध्ये अरब राष्ट्रांनी इस्राइलवर केलेल्या हल्ल्यात त्यांचा पराभव होऊन जी नामुष्की झाली होती, त्यामुळे त्यांना लष्करात जायची फार इच्छा होती. शालांत परीक्षा पास झाल्यावर कमेलने सैन्याच्या हवाईदलात भरती होण्यासाठी अर्ज केला; पण तो नामंजूर झाल्यामुळे तो पोलीसदलात दाखल झाला.

कमेलने विवाहासाठी मागणी घातल्यानंतर वर्षभराने शम्ह एकदा बसस्टॉपवर कॉलेजमधल्या एका मुलाशी बोलत उभी होती. तो तिला मिळालेल्या उत्तम गुणांबद्दल तिची स्तुती करीत होता. ''त्याचं नाव मला अजून आठवतंय,'' उम ओमर जरा खिन्नपणे म्हणाली, ''महमूद. कमेलने ते बघितले आणि ते रागाने लाल होऊन त्या मुलावर चालून गेले. उगाच मारामारी नको म्हणून शम्हने त्या मुलाला जायला सांगितले; पण तिने कमेललाही 'तुझा माझ्यावर काहीही अधिकार नाही' असे बजावले.''

नंतर साधारण वर्षभराने कमेलने मी स्वत:चे घर घेईन असे तिला सांगितले आणि तिने त्याचा लग्नाचा प्रस्ताव स्वीकारला. तिच्या बहिणींची लग्ने नातेवाईक आणि मध्यस्थांच्या मदतीने झाली होती; पण 'माझा नवरा मीच मिळविला' उम ओमर हसत म्हणाली. तिच्या भावाने कमेल सचेत नावाच्या तरुण पोलिसाबद्दल आजूबाजूला चौकशी केली. लोकांनी एकंदरीत चांगले मत दिले, 'तो खूप धाडसी आहे; पण जरा शीघ्रकोपी आहे, मारामाऱ्या करतो. उदाहरणार्थ, ट्रॅफिक सिग्नलला कोणी आडवा आला तर तो त्याला पिटून काढतो.'

कमेल सचेत आणि शम्ह १९७२मध्ये विवाहबद्ध झाले.

(दुसरा फोटो : शम्ह-उम ओमरचा आई झाल्यावरचा १९७०च्या दशकातील फोटो; ठळक त्रिकोण-चौकोनांचे डिझाईन असलेल्या कापडाच्या गुडघ्यापर्यंत पोहोचणाऱ्या डगल्यात आणि बोटांवर बो असलेल्या, पांढऱ्या, उंच टाचांच्या सँडल्स घालून

डगमगत, हसत उभी असलेली उम ओमर! एका हातात बाळ – पहिला मुलगा ओमर.)

"कमेल सचेत नेहमी धार्मिक वृत्तीचे होते का? लग्न झाल्यावर त्यांनी तुला 'हिजाब' वापरायची सक्ती केली नाही का?"

"नाही, नाही! ते बरंच नंतर झालं. ते नियमितपणे प्रार्थना करू लागले. कुराणाचा अभ्यास करू लागले आणि मग आपण हे पूर्वीच करायला हवं होतं, असं त्यांना वाटायला लागलं."

उम ओमरला मास्टर्स डिग्रीसाठी शिक्षण चालू ठेवायचे होते; पण त्याचा काही उपयोग नाही, असे तिच्या नवऱ्याचे मत होते आणि त्यात लवकरच तिला दिवस गेले. त्यामुळे ती 'इतेदाल' (म्हणजे सरळ) नावाच्या प्राथमिक शाळेत शिक्षिका झाली. नंतर त्या शाळेचे नाव बदलून 'इम्तेथल' (आदर्श) झाले. ती सामान्य ज्ञान, भूगोल, इतिहास आणि वतनिया (राष्ट्रीय अभ्यास) शिकवायची.

'वतनिया' हा नागरिकशास्त्रासारखा विषय होता. त्यात नागरिकांची कर्तव्ये, सरकारची संघटना, घटना, पोलिसांचे अधिकार आणि देशाचे प्रशासकीय विभाग हे विषय होते. त्यात विद्यार्थ्यांची कर्तव्येसुद्धा सांगितली होती : वेळेवर येणे, शिक्षकांचा आदर करणे; फर्निचरची काळजी घेणे आणि विशेषत: प्रत्येक वर्गात टांगलेला राष्ट्राध्यक्षांचा फोटो पुसणे. १९७९मध्ये अध्यक्ष बक्र यांचा फोटो काढून टाकून स्वत:ला पदोन्नती देऊन सत्ता बळकविणारा त्यांचा चुलतभाऊ सद्दाम हुसेन यांचा फोटो लावण्यात आला होता.

सद्दाम हुसेन हा बाथ पक्षातील बलवान नेता आणि उपराष्ट्राध्यक्ष होता. त्याने सेनादल, पक्ष आणि सुरक्षा दल यांतील महत्त्वाची खाती स्वत:च्या हातात ठेवली होती. राष्ट्राध्यक्ष आणि त्यांच्या आतील वर्तुळातील व्यक्तींशी जमातीच्या माध्यमातून असलेल्या संबंधांच्या जोरावर त्याने इराकी राष्ट्राच्या चारही स्तंभांवर नियंत्रण मिळविले होते. टीव्हीवर सर्व राजकारण्यांच्या तुलनेत आपलीच छबी जास्तीत-जास्त दिसेल याची तो काळजी घ्यायचा. स्मित असलेला, देखणा, छाप पाडणारा चेहरा; अंगावर उत्तम प्रकारे बसणारा सूट, चकाकणारे बूट; आरशासारख्या काचांचे गॉगल. काळ्या मर्सिडीज गाड्यांच्या ताफ्यातून जायचे; कॉलेज विद्यार्थिनी, बाथ पक्षाचे तरुण कार्यकर्ते यांच्यावर छाप पाडायची. सोन्याची घड्याळे वाटायची, अशी त्याची पद्धत होती. त्यानेच जनतेसाठी तेलउद्योगाचे राष्ट्रीयीकरण केले. शेतीत सुधारणा घडविली, शिक्षकांचे पगार वाढविले; शाळांची डागडुजी, रंगरंगोटी केली; महागड्या परदेशी उपकरणांनी सुसज्ज अशा नव्या शाळा बांधल्या. उम ओमरच्या शाळेत ड्रेनेजचा पाइप फुटून घाण पाणी मैदानात साठत होते; तो बदलला. दरवर्षी

नवी बाके येऊ लागली. नव्या प्रकारची वह्या-पुस्तके, भुकटीरहित खडू आले. प्रगतिपथावरच्या राष्ट्राप्रमाणेच तरुण आणि उत्साहपूर्ण असा सद्दाम हुसेन बलशाली, समृद्ध आणि तेजस्वी भवितव्याचा वायदा करायचा.

१९७०च्या दशकात त्याने राज्ययंत्रणेच्या सर्व नसांवर हळूहळू नियंत्रण मिळविले. त्याला विरोध दर्शविणाऱ्या पक्षसभासदांना अटक करणे, त्यांना खालच्या पदावर ढकलणे, रात्री-अपरात्री धमकीचे फोन येणे, असे होऊ लागले. लेनिनच्या आजारपणाचा स्टॅलिनने जसा फायदा घेतला, तसाच बक्रच्या वाढत्या वयाचा आणि ढासळत्या तब्येतीचा फायदा घेत सद्दामने त्याला नाममात्र राष्ट्राध्यक्ष बनविले. १९७९मध्ये 'तब्येतीच्या कारणावरून राष्ट्राध्यक्ष बक्र यांनी राजीनामा दिला आणि सद्दाम जाहीर आणि औपचारिकरीत्या राष्ट्राध्यक्ष झाला. राष्ट्राध्यक्ष झाल्यावर सद्दाम हुसेनने पक्षाच्या सर्व प्रमुख सभासदांची बैठक बोलविली. त्या बैठकीचे व्हीडिओ चित्रीकरण करण्यात आले. व्हीडिओचे स्वरूप असे होते, 'सद्दाम व्यासपीठावर सिगार ओढत बसलेला आहे. त्याचे मदतनीस 'एक कट' उघडकीला आला आहे,' असे जाहीर करतात. सद्दाम भावनावश होऊन, डोळ्यात पाणी आणून जड अंत:करणाने 'मला आता दयाळू राहून चालणार नाही,' असे म्हणतो. एकामागून एक नावे वाचली जातात. ते लोक दिङ्मूढ होऊन लटपटत्या पायांवर उभे राहतात, त्यांना सुरक्षा अधिकारी बाहेर घेऊन जातात. कोणाचीही 'ब्र' काढायची छाती होत नाही. तणाव वाढत जातो. टेप चालू राहते. नावावर नाव. शेवटी उरलेले लोक सुटकेचा नि:श्वास टाकत टाळ्यांचा कडकडाट करतात व एकनिष्ठेची ग्वाही देत आपल्या महान नेत्यावर स्तुतिसुमने उधळतात. त्याची बिदागी म्हणून त्यांपैकी काहीजणांना, धिक्कारलेल्या लोकांची हत्या करण्यासाठी नेमलेल्या तुकडीत सहभागी होण्याचे आमंत्रण दिले जाते.' सद्दामला नाराज करण्याची शिक्षा फक्त मृत्युदंड हे सुरुवातीपासूनच स्पष्ट होते.

मॉनिटर म्हणून नेमलेला मुलगा वर्गातील सद्दामचा फोटो रोज सकाळी पुसायचा. फोटोची फ्रेम मोडलेली नाही ना किंवा दुसरी काही मोडतोड झालेली नाही ना, हे बघण्याची जबाबदारी शिक्षकांची. प्रत्येक सत्राच्या सुरुवातीला विद्यार्थी सद्दामचे निवडक बोल कागदावर लिहून ते भिंतीवर चिकटवीत. शाळांना अचानक भेट देऊन टेलिव्हिजन कॅमेऱ्यापुढे मुलांना प्रश्न विचारून प्रगती कशी आहे, हे बघणे सद्दामला आवडायचे. राष्ट्रपती अचानक येण्याच्या धास्तीने शिक्षक सर्व काही नीटनेटके ठेवीत. शाळा तपासनीस आले की तेसुद्धा राष्ट्रपतींचे फोटो नीटपणे लावले आहेत की नाहीत हे कटाक्षाने बघत आणि वतनियामधील तत्त्वे आणि कल्पना इतर अभ्यासक्रमाच्या प्रत्येक भागांत मिसळल्या पाहिजेत, असा आग्रह धरत. राष्ट्रीय

सुट्टीच्या दिवशी मिरवणुका आणि सभा असायच्या; पण उम ओमर त्या भाषणांकडे कधी लक्ष द्यायची नाही.

"भाषणांमधे कोणालाही रस नसायचा. तुमची हजेरी मात्र हवी. मी माझ्या हातांवर डोकं टेकवायची. भाषण लांबलं तर सगळे झोपलेले असायचे. आमचं लक्ष आज घरी जेवायला काय करायचं, मुलं काय करीत असतील, इकडेच असायचं."

कमेल सचेतने १९७५मधे पोलीसदल सोडले आणि आधी सेनादलात आणि नंतर ते स्पेशल फोर्समधे ऑफिसर म्हणून दाखल झाले. स्वत:त सुधारणा करायचा त्यांचा सतत प्रयत्न असे. प्रत्येक प्रशिक्षण कार्यक्रमात सहभागी व्हायला ते तयार असत. १९७८ मधे त्यांनी जर्मनीत डोंगराळ भागातील युद्धाचा तीन आठवड्यांचा एक शिक्षणक्रम पुरा केला. ते फारसी शिकले आणि इराणच्या शहाच्या स्पेशल फोर्सबरोबरच्या संयुक्त सरावात त्यांनी भाग घेतला. उत्तम नेतृत्वगुण आणि क्षमता यांच्या जोरावर ते 'मेजर'पदावर पोहोचले.

ते एक चांगले पती व पिता होते. ते जर्मनीहून परतले तेव्हा त्यांनी बॅगभरून भेटवस्तू आणल्या होत्या. पत्नीसाठी फरची कॉलर असलेला कोट, दोन ब्लाऊझ, हेअरड्रायर, परफ्यूम, मोजे, पायघोळ गाऊन. स्वत:च्या आईसाठी आणि शम्हच्या आईसाठीसुद्धा सारख्याच किमतीचे कोट, शम्हच्या बहिणींसाठी ब्लाऊझ, मुलांसाठी खेळणी. शुक्रवारी दुपारी ते शम्हला गाडीतून फिरवायचे, तिच्या बहिणींकडे घेऊन जायचे. कुटुंबातील सर्वजण पिकनिकला जायचे, गाडीत लहान मुले ओकायची आणि त्या वासाने त्यांचा चेहरा वाकडा व्हायचा. त्यांना जरा शांत असलेली सुंदर जागा निवडणे आवडायचे. ते एखादे दूरचे झाड, झरा दाखवायचे. रस्त्यात ते मधेच का थांबले आहेत, हे उम ओमर कधीच समजू शकायची नाही. ती दोन्ही हात आकाशाकडे फेकत, या निर्जन ठिकाणी आपण कशाला थांबलोय म्हणून कुरकुर करायची. आपल्या कुटुंबातील इतरांनीसुद्धा आपल्याप्रमाणेच उच्च दर्जा ठेवावा, अशी त्यांची अपेक्षा असे. उदाहरणार्थ, पत्नीने एकटीने बाहेर जाणे त्यांना पसंत नसे.

"माझा नवरा माझा कार्यक्रम ठरवायचा. तो मला फारसा बाहेर जाऊ द्यायचा नाही; पण फार जाचक असं त्यानं माझ्यावर कधीच काही लादलं नाही. बाहेर जाणं ही काही मोठी गोष्ट नाही. मी फर्निचर विकत घेऊ शकत होते, घरांत हवे ते बदल करू शकत होते, मी पैसे खर्च करू शकत होते, वाचवू शकत होते. ते त्यांचा पूर्ण पगार माझ्या हातात ठेवायचे. त्याबद्दल त्यांनी मला कधीही प्रश्न विचारला नाही. मी त्यांची अकाउंटंट होते." ती हसत म्हणाली, "ते मला भत्ताही द्यायचे."

आणि ते बरेचदा बाहेरगावीच असायचे. ट्रेनिंगसाठी आणि नंतर इराणच्या युद्धात आघाडीवर. ते घरी नसले की घरी सगळे आरामात असायचे, मुलं आरडाओरडा करायची. उम ओमर मैत्रिणींना फोन करायची आणि तासन्‌तास बोलत बसायची

आणि मग कमेलने खंदकातून फोन केला आणि तो लागला नाही की 'मुलांनी फोन हुकवर बरोबर ठेवला नसेल,' अशी थाप मारायची. त्यांनी तिच्यासाठी कार घेतली आणि ड्रायव्हिंग शिकविले. मग ती मुलांना घेऊन मोटारने फिरायला जायची. ती तिच्या बहिणींना भेटायला जायची; भाच्यांना आणि मुलांना आईस्क्रीम पार्लरमध्ये घेऊन जायची आणि 'हे आपले गुपित आहे, ते बाबांना सांगू नका' असे बजावून सांगायची. मुलं कधीच सांगायची नाहीत. सचेत कुटुंबातील सर्व मुले घरी वडिलांच्या आज्ञेत आणि बाहेर राष्ट्राध्यक्षांच्या आज्ञेत होती. आईस्क्रीमबद्दल वडिलांना सांगायचे नाही आणि वडील सरकारबद्दल घरी काय बोलतात हे शाळेत सांगायचे नाही, हे त्यांना माहीत होते.

उम ओमरचा दोष बंडखोरपणा हा नव्हता, तो होता तारुण्यसुलभ खेळकरपणा. तिला पत्नी म्हणून आपल्या जबाबदारीची, विश्वासू जोडीदार, सर्व गोष्टींमधे पाठिंबा देणारी आणि गृहिणी या भूमिकांचीसुद्धा जाणीव होती. या गोष्टी अगदी स्पष्ट होत्या आणि सामाजिक वातावरणातून अंगात भिनलेल्याच होत्या आणि त्याविरुद्ध तिने कधीही बंड केले नाही. 'आपण काय करायचं ते नवरा सांगणार. इस्लामची माहिती असलेली स्त्री नवऱ्याची आज्ञा पाळते; कारण नवऱ्याची आज्ञा पाळणे आणि इस्लामची आज्ञा पाळणे सारखेच आहे.'

फोटो : १९८०च्या दशकातला कुटुंबाचा फोटो. शम्ह आता आईपदाला शोभेल इतकी फुगलेली आहे. आपल्या पिलावळीच्या मधे कोचावर बसलेली आहे. कौटुंबिक समारंभ होता. त्यामुळे प्रत्येकजण आपल्या ठेवणीतील पोषाखात आहे. शम्हने केस सोनेरी केले आहेत, मागे जरा उंच करून पुढे लाटा आणल्या आहेत. खांद्यांवर रुंद पॅडिंग असलेला बहुरंगी ड्रेस, लोंबणाऱ्या इअररिंग्ज् आणि गुलाबी लिपस्टिक.

साधारण १९८५ नंतरच कमेल सचेत, पत्नी आणि मुलींनी इस्लामी पद्धतीचे आवरण वापरायला लागावे, असा आग्रह धरू लागले. उम ओमरने त्याला विरोध केला, तीन वर्षे नकार दिला. त्याची सवय व्हायला तिला खूप काळ लागला. तिला ते गैरसोयीचे वाटायचे. ती तिचा डोक्याचा रूमाल काढायची, पुन्हा बांधायची आणि त्याबद्दल कुरकुर करायची; पण शेवटी घालायची. तिच्या मुलीसुद्धा रूमाल काढून टाकण्याचा प्रयत्न करायच्या; पण त्यांच्या वडिलांची इच्छा अगदी स्पष्ट होती. उम ओमर म्हणाली की मुलांना कशाचीही सवय लवकर होते; पण तिला ते जड जात होते. 'मी तिशीत होते.' हळूहळू तिनेही नव्या बदलाशी जमवून घेतले. धर्मातील नियमामागची भूमिका तिला पटू लागली आणि मग आपण आधी हिजाब वापरत

नव्हतो, याचा तिला खेद व्हायला लागला.

इराणविरुद्धचे युद्ध दशकभर रेंगाळले. शीण आणू लागले, नुकसान करू लागले. जसे युद्ध लांबत गेले तसे कमेल सचेत जास्त धार्मिक बनू लागले. त्या वेळी ते तिशीत होते. ते दिवसातून पाचदा, योग्य वेळी प्रार्थना करू लागले. ते कुराण वाचू लागले. आपण तरुणपणीच ते पाठ केले असते तर खूप काही साध्य झाले असते, असे त्यांना वाटायचे. त्यांची शुचिता, श्रद्धा आणि स्वत:वरील ताबा हे गुण त्यांच्या कुटुंबीयांच्यातही उतरले होते.

एके दिवशी कमेलना कुटुंबाचे फोटो असलेले एक जुने खोके मिळाले. त्यातले बरेच फोटो शम्हचे तरुणपणीचे होते, उंच टाचांचे सँडल्स आणि लिपस्टिक लावलेली असे. त्यांना त्या आठवणी नको होत्या. ते खोक्यातून फोटो काढायचे, बघायचे आणि 'हा फोटो चांगला नाही' असे म्हणून कात्रीने त्याचे तुकडे करायचे. त्यांच्या आवडत्या शादवानला – कुटुंब, कुटुंबाची गुपिते आणि प्रतिष्ठा यांच्या रक्षणाची जबाबदारी आपल्यावरच आहे असे समजणाऱ्या शादवानलाच – उरलेले फोटो गोळा करून ठेवून द्यायचा धीर झाला. जे थोडे फोटो ती मला दाखवत होती तेवढेच कत्तलीतून वाचले होते.

◆

२

त्यांचा पहिला विजय

सचेतांचा सर्वांत धाकटा मुलगा झैद. माझी-त्याची भेट झाली तेव्हा तो तेरा-चौदा वर्षांचा असेल. एकदम बिनधास्त. फुटबॉल खेळायचा. व्हीडिओ गेम्सचा शौकीन, मँचेस्टर युनायटेडचे सर्व खेळाडू माहीत असणारा. त्याने शाळेत मन लावून इंग्लिश शिकावे अशी त्याच्या आईची इच्छा होती. तिने त्याला होमवर्कमधे मदत करायचा प्रयत्न केला; पण झैदने फारसा उत्साह दाखविला नाही. ''त्याच्यापेक्षा माझ्याच ज्ञानात जास्त भर पडली,'' उम ओमरने तक्रार केली.

त्यांच्याकडे कमेल सचेतच्या कारकिर्दीच्या काळातील चाळीसच्या वर व्हीडिओ कॅसेट्स होत्या. एके दिवशी दुपारी व्हीडिओ रेकॉर्डर, व्हीडिओ प्लेअर टीव्हीला जोडणे अशा गोष्टींमध्ये तरबेज असलेल्या झैदने व्हीडिओपुढे बैठक मारली.

''तुम्हाला काय बघायचंय? यातल्या बऱ्याच कॅसेट्समध्ये काय आहे माहीत नाही...'' कॅसेट्सवरची हाताने लिहिलेली लेबले तो वाचू लागला, ''१९८६, १९८८ ही... माझे वडील एक नेमबाजीची स्पर्धा जिंकले होते, त्याची आहेत.''

त्या कॅसेट्सच्या ढिगात त्यांचे पूर्ण जीवन होते आणि झैद वाचत असलेल्या लेबलांवरून रणांगणावरचे जीवन, कुर्दिस्तान, मोहमारा, फाब, कुवेत, सद्दामची भेट...

''आपण मोहमारापासून सुरुवात करू या; कारण ती पहिली लढाई होती.'' मी म्हणाले.

व्हीडिओचे चित्र फिके होते आणि हलत होते. तो व्हीडिओ इराण-इराक युद्धातील पहिल्या चढाईत सप्टेंबर १९८० मध्ये इराकी सैन्याबरोबरच्या एखाद्या फोटोग्राफरने घेतला असावा. इराणच्या नव्या इस्लामिक रिपब्लिकचा नेता आयातुल्ला

खोमेनी अनेक महिने धार्मिक क्रांतीच्या घोषणांनी सद्दामला खिजवत होता; सद्दामनेही सरहद्दीबाबतचे जुने तंटे उकरून काढले. दोन्ही पक्ष एकमेकांवर शिव्यांचा आणि क्षेपणास्त्रांचा मारा करायला लागले. लहानसहान घटनांना भडक रूप देण्यात येऊ लागले, प्रचारयंत्रणा परस्परांचे धिक्कार प्रसिद्ध करू लागल्या. अखेरीस इराणमधे क्रांतीमुळे निर्माण झालेल्या गोंधळाचा फायदा उठविण्याच्या अपेक्षेने सद्दामने बहुसंख्य अरब लोकवस्ती असलेल्या सीमेवरील खुझेस्तान या प्रांतावर चढाई करण्याचा हुकूम दिला; त्याला इराणी 'खोमई शहर' म्हणायचे आणि इराकी लोक 'मोहमारा' म्हणायचे. त्या या प्रांताच्या मुख्य शहरावर चढाई करण्यासाठी सद्दामने सेनेची एक डिव्हिजन पाठविली. त्या डिव्हिजनने अर्ध्या शहरावर ताबा मिळविला; पण ती नदीपाशी थांबली. नदीवरील पुलांवर इराण्यांनी घट्ट पकड ठेवली. मग सद्दामने स्पेशल फोर्स पाठविला.

त्यांनी मोहमारावर वाळवंटाच्या बाजूने हल्ला केला. व्हीडिओतील बहुतेक भागात निवेदन नव्हते आणि आवाज अस्पष्ट होता. इराकी सैन्याचा गडद हिरवा गणवेष आणि मागील झाडेझुडपेही त्याच रंगाची होती. जणू काही युद्धामुळे सगळी सृष्टी हिरवी झाली होती. तांबूस रंगाची वाळू, भुऱ्या रंगाचे वाळवंट, रणगाड्यांच्या ट्रॅक्सने वाळूत पडलेले फरे आणि सैनिकांच्या बुटांनी वाळूत पडलेले खळगे यांच्या सावल्या पिवळसर दिसत होत्या. तेलाची पाइपलाइन फुटून आग लागली होती. आगीतून निर्माण झालेल्या लाल ज्वाळांमधून निघणाऱ्या काळ्या धुराने आकाश भरले होते. पहिल्या दृश्यात नुकत्याच बांधलेल्या काळ्या डांबरी रस्त्यावरून जाणाऱ्या रणगाड्याच्या झाकणातून एक सैनिक बाहेर डोकावत होता. त्यानंतर कॅमेरा एका जळणाऱ्या इराणी रणगाड्यावर केंद्रित झाला. रणगाड्याच्या मागील सपाट वाळवंट विजेच्या तारांच्या मनोऱ्यांनी दुभागलेले दिसत होते.

शहरातर बॉंबहल्ला सुरू झाला आणि तो खूप जोरदार असावा; टेपवर फक्त तोफखान्याचे बूम थड् असे आवाजच ऐकू येत होते. एक इराणी लढाऊ विमान आकाशात येऊन गेले. त्याने पंख तिरपे करून पांढऱ्या जाळाची शेपटे असलेले सहा अग्निबाण सोडले; त्यांचा स्फोट झाला. त्यानंतर विमान आकाशात उभे वर जाऊन सुरक्षित उंचीवर जाण्याच्या प्रयत्नात असताना त्याच्यावर एक इराकी अस्त्र धडकले आणि काही क्षण त्याचे आगीच्या गोळ्यात रूपांतर होऊन ते दिसेनासे झाले.

तेवढ्यात शहराचा परिसर दिसू लागला. एकमेकांपासून थोड्या अंतरावर असलेली कॉंक्रीटची ठोकळ्यासारखी दिसणारी घरे दिसू लागली. रणगाडे हळूहळू पुढे जात होते, रणगाड्यांच्या मधून शस्त्रे घेतलेले सैनिक चालत होते. टेपवर रणगाड्याच्या इंजिनाचा हृदयाच्या ठोक्याप्रमाणे वाटणारा धकधक आवाज ऐकू येत होता. दूरवरून

मशीनगनच्या गोळीबाराचासुद्धा आवाज येत होता. शहराच्या काही भागांमधून पांढऱ्या धुराचे वर जाणारे लोट दिसत होते, ते इराकी तोफांच्या माऱ्यामुळे असावेत.

"ते पाहा बाबा" झैद उत्तेजित होऊन बोट दाखवीत ओरडला. त्याचे वडील स्पेशल फोर्सचे मेजर कमेल सचेत रणांगणातून त्यांच्या तुकडीच्या पुढे मोहमारामधे शिरत होते. त्यांच्या अंगावर स्वच्छ गणवेष होता आणि उजव्या हातात पिस्तूल! डोक्यावर हेल्मेट नव्हते आणि दाट काळ्या दाढीने चेहरा जवळजवळ झाकला गेला होता. फास्ट फॉर्वर्ड बटणापाशी लोळत असलेला झैद एकदम उठून बसला, त्याने त्याचा टीशर्ट ताणून ताठ केला आणि हिरो असणाऱ्या त्याच्या वडिलांकडे पाहू लागला.

लढाई शहरात गेली. जवळजवळ सर्व लोक गाव सोडून गेले होते. अरब वस्तीतील थोडीशीच कुटुंबे राहिली होती. घरे, रस्ते, बंदुकीतून निघणारा जाळ, अडथळे, भिंती... कॅमेरामन एका इराकी सैनिकाच्या मागे होता, त्याच्या हातातील लांब, सुबक रशियन ड्रॅगुनोव्ह स्नायपर रायफल त्याने रिकाम्या खिडकीवर टेकविली होती. त्यातून तो रस्त्याचा वेध घेत होता. पुढच्या दृश्यात गडद धुळकट झाडांच्या रांगेत विखुरलेली इराकी सैनिकांची तुकडी रायफल गोळीबाराच्या आवाजात पुढे सरकत होती. एवढ्यात एक स्फोट होतो, ते काही मीटर मागे येतात आणि मग पट्ट्याला अडकविलेल्या वस्तूंचे वजन सांभाळत, डोकी खाली घालून धावत रस्ता ओलांडतात. एक सैनिक थांबतो. गुडघा टेकून खांद्यावर बझुका टेकवून रॉकेट सोडतो.

उम ओमर, तिचा काळा मखमली डगला सावरत, जॅमच्या बिस्किटांनी भरलेली प्लेट सावरत खोलीत आली. "ते तरुण खूप शूर आहेत," एका खुर्चीत विसावत ती म्हणाली. तिने नुकतेच सोफ्यावर निळ्या आणि पिवळ्या रंगातील डिझाईनचे कापड बसवून घेतले होते. ते आवडले का म्हणून तिने मला विचारले.

"हो! खूपच!" मी म्हणाले. झैदने डोळे फिरविले आणि ते लक्षात येऊन त्याच्या आईने त्याच्याकडे एक प्रेमळ रागाचा कटाक्ष टाकला. अनेकदा तिने खोट्या रागाने 'जा, तुझं इंग्लिशचं होमवर्क कर,' असे त्याला दटावताना मी बघितले होते तसे!

बाहेरून गोळीबाराचा आवाज ऐकू आला; पण लांबून. ती २००४ च्या वसंत ऋतूतील दुपार होती आणि गोळीबाराचा आवाज आला तरी विशेष वाटत नसे; पण त्या वेळी त्या युद्धाच्या व्हीडिओत चालू असलेल्या गोळीबाराला 'स्टिरियो इफेक्ट' आला. नंतर एका पुलाजवळ आल्यावर टेपवरील ॲक्शन थांबली. इराकी सैनिकाने नदीपलीकडे गोळीबार केला. व्हीडिओवरील दृश्यात जवळच झाडाच्या तुटलेल्या फांदीजवळ निर्जीव डोळे आणि तोंड उघडे असलेले एका इराणी सैनिकाचे प्रेत

पडले होते. त्या प्रेतापासून थोड्याच अंतरावर इराकी सैनिक धडधडत्या बंदुकीतून, धडधड गोळीबार करीत होते. काडतुसांच्या रिकाम्या पुंगळ्यांचा वर्षाव होत होता. एक इराणी गोळी एका सैनिकाच्या गालाला चाटून गेली आणि तो बिचकून मागे सरकला. खजुराच्या झाडांच्या बेटातून जाणाऱ्या गोळ्यांचा झिंग झिंग आवाज येत होता. दोन इराकी सैनिक समोरच्या घरातून पांढऱ्या कापडात लपेटलेला एका हुतात्म्याचा देह बाहेर आणत होते. त्यांच्या एका हातात रायफल आणि दुसऱ्या हातात प्रेताची बकोट धरली होती.

एडिट. लढाई संपते. शांतता. टेपवर फक्त मोहमाराचे रस्ते दिसतात. कोणताही आवाज नाही. खऱ्या इतिहासाचे मूक चित्र. इराकी सैनिकांचे चिअरिंग वगळले होते. कॅमेरा फक्त इराकी ध्वजाखाली उभ्या धुळीने माखलेल्या पण हर्ष झालेल्या हात वर करून 'व्ही'ची खूण दाखविणाऱ्या इराकी सैनिकांची रांग दाखवत होता. त्याच रस्त्यावर पुढे काडतुसांचे पट्टे खांद्यावर टांगलेले, थकलेले पण विजयाचा आनंद चेहऱ्यावर दिसणारे सैनिक चालत होते. एक सैनिक खोमेनीचे भिंतीवर चिकटविलेले पोस्टर संगिनीने उखडत असल्याचे दाखविले होते. 'सद्रचे सुपुत्र' अशा भिंतीवरील अक्षरांपुढून रणगाडे, जीप, चिलखती गाड्यांच्या रांगा जात होत्या. त्यानंतर 'मी थांबणार नाहीये, मी थांबणार नाहीये,' अशा अर्थाचे गीत आणि त्याला जोरदार समरसंगीताची साथ असलेला प्रचाराचा भाग होता.

आणि मग एक युद्धकालीन देशभक्तीपूर्ण दुमदुमणारा आवाज : 'हे आहे मोहमारा. हे आहेत सद्दाम हुसेनचे शूर शिपाई. आणखी काही पुराव्याची गरज आहे? ते इतके बलवान आहेत; प्रत्येक इराकी सैनिक शत्रूच्या १००० सैनिकांच्या तोलाचा आहे. आपण जिंकलो आहोत आणि आता इराकसाठी, सर्व अरबांसाठी आणखी लढाया लढायला जात आहोत.'

जिंकलेल्या भागातील रिकामे रस्ते दाखवीत : 'कुठे आहेत ते सद्रचे पुत्र? खोमेनीचे रक्षक?'

इराणी युद्धबंद्यांचे एक दृश्य होते. ते पातळ कपड्यात, अर्ध्याच गणवेषात होते आणि कृश वाटत होते. त्यांचे ताब्यात आलेले काडतुसांचे पट्टे, त्यांच्या रायफली आणि त्यांचे रॉकेट प्रॉपेल्ड ग्रेनेड्स पुढे मांडण्यात आले होते. थकलेल्या आणि पुढच्या अनिश्चिततेने धास्तावलेल्या त्या सैनिकांना दोन्ही हात डोक्यावर ठेवून थोडे धक्के मारत कुठेतरी नेण्यात आले.

तो दुमदुमणारा आवाज बोलू लागला : 'हे आहेत आपल्या स्पेशल फोर्सचे हिरो. इराक हाच त्यांचा बाप, इराक हीच त्यांची माता, का नाही ते विजयी होणार?'

मेजर कमेल सचेत पुन्हा दिसतात. या दृश्यात ते काचा फुटलेल्या एका खोलीत त्यांच्या सहायकांबरोबर विचारविनिमय करताना दिसतात. ते एका नकाशाकडे

बोट दाखवत असतात. 'तो आवाज' पुन्हा बोलतो : 'हे सैनिक आपला सन्मान आणि आपल्या तत्त्वांसाठी लढत आहेत.'

कमेल सचेतच्या दुसऱ्या मुलाचा जन्म १० ऑक्टोबर १९८०ला मोहमाराचे युद्ध चालू असतानाच झाला. उम ओमरने बगदादमधील त्याच्या बटॅलियनच्या कार्यालयाला निरोप पाठविला. त्यांनी ती बातमी त्याला रेडिओवर पाठविली. कमेल सचेतना त्याचे नाव नासर (म्हणजे विजय) ठेवायचे होते; पण त्यांच्या ड्रायव्हरने 'अली' हे नाव सुचविले. कमेलने संमती दिली.

◆

३

त्यांची सर्वांत मोठी आणि आवडती मुलगी

शादवानला लहानपण आठवत होते. 'एकदा इराणी विमाने रात्री मोठा आवाज करत आली. बाबा फ्रंटवर होते. आम्ही सगळे जागे झालो, घाबरलो. सुरुवातीला युद्धात इराकची सरशी होत होती. त्यांच्या विमानविरोधी तोफा इराणी विमाने पाडायच्या आणि पडलेल्या विमानांची स्मारके बनविली जायची.' शादवान टीव्हीवरच्या बातम्या बघत असे. सद्दाम सर्वत्र दिसे. 'मला त्याचा चेहरा आवडायचा. तो देखणा आणि तरुण होता. छान छान कपडे घालायचा. तो राष्ट्रपती होता. शाळेत शिक्षक त्याचे 'कणखर उत्साही नेता' असे गुणगान करीत.'

मोहमाराच्या महान विजयानंतर तिचे वडील रजेवर घरी आले. एके दिवशी तिने शेल्फवरचे एक पुस्तक काढले आणि 'त्यात काय लिहिले आहे ते वाचायला मला मदत करा,' असे त्यांना सांगितले. त्यांनी ते धुडकावून लावले. 'मला तू माझ्यावर प्रेम करायला नकोय. तुझं सगळं प्रेम आईवर कर.' माझ्या संरक्षणासाठीच हे बोलले, हे मला खूप नंतर समजले.

शादवान तिच्या वडिलांसारखी दिसायची. दिमाखदार उंची, शांत आणि धीरगंभीर स्वभाव. तिच्या आईवडिलांचे लग्न झाल्यावर नऊ महिन्यांतच तिचा जन्म झाला. कमेल सचेतने त्यांच्या सर्व नऊ मुलांची नावे स्वत: ठेवली आणि त्यांच्या पहिल्या अपत्याला लाल समुद्रातील इजिप्त आणि इस्राइलमध्ये ज्या बेटावरून लढाई झाली त्याचे नाव ठेवले. 'ते अगदी वेगळेच नाव आहे' मला शादवान अभिमानाने म्हणाली, 'तेच नाव त्यांनी त्यांच्या कलाश्निकोवलाही दिले.' तिचा चेहरा सुंदर आणि मुलायम होता. जबडा वडिलांसारखा चौरस असल्यामुळे तिच्यात एक जबाबदारीची जाणीव, करारीपणा आला होता. ती तिचा चेहरा धीरगंभीर ठेवी. मुले किंवा पुरुष असतील अशा ठिकाणी ती पायघोळ डगला घालायची. बहुतेक लष्करी

हिरव्या रंगाचा, उदासवाणा नाही, पण भारदस्त असा आणि तशाच रंगाची डोके लपेटण्याची ओढणी. फक्त मुली किंवा बायका असल्यास ती हिजाब वापरत नसे, अशा वेळी तिचे खांद्यावर रूळणारे काळेभोर, लाटांसारखे केस नजरेत भरत. तिचे स्मित हास्य जास्त वेळा बघायला मिळायचे आणि मनावर दडपण नसायचे. ती मितभाषी होती, पण लाजाळूपणामुळे नव्हे, या बाबतीत ती वडिलांवर गेली होती. वडिलांप्रमाणेच आपण प्रत्येक गोष्टीचे तिच्या बाह्यरूपावरून नाही, तर अंगभूत गुणांवरून पारख करतो, हे तिच्या लक्षात आले होते. लहानपणी तिचे वागणे अतिशय गुणी असायचे आणि वडील इतर मुलांसमोर नेहमी तिचा आदर्श पुढे ठेवायचे. ते ओमर आणि अलीच्या माकडचेष्टांना हसायचे आणि जमिनीवर रांगत त्यांच्याबरोबर सिंह आणि पिलांचा खेळ खेळायचे. नंतर जसे युद्ध रेंगाळू लागले तसे त्यांचे मुलांबरोबरचे हसणे-खेळणे बंद झाले, वागणे गंभीर झाले आणि लहान मुलांशी खेळणे बंद झाले.

शादवान शाळेत अभ्यासू, घरी नम्र आणि साधी होती. ती वडिलांची नेहमीच लाडकी होती, यावर सचेत कुटुंबातील सर्व मुलांचे एकमत होते. शादवान लाजेने नजर खाली करायची, पण म्हणायची : 'हो, ते खरंय. मी त्यांची लाडकी होते हे सगळ्यांना माहीत होतं,' आणि हळूच हसायची. तो कुटुंबाच्या करमणुकीचा मुद्दा झाला होता.

संपूर्ण बालपणात ती वडिलांच्या मोठेपणापुढे नम्र व आज्ञाधारक राहिली. तिने मन लावून अभ्यास केला, वर्गात नेहमी पहिला क्रमांक ठेवला. ती एका उच्चभ्रू शाळेत होती – सद्दामच्या मुली तिच्या एक वर्ष पुढे आणि एक वर्ष मागे होत्या – पण ती शाळेतील मैत्रिणींबरोबर कधी पिकनिकला किंवा आईस्क्रीम पार्लरला गेली नाही. काही खरेदी करायची असेल तर ती आईबरोबर जायची. ती सतरा वर्षांची असताना तिची मैत्रीण सोहोर तिच्या घरी पार्टी देणार होती. मीही जाऊ का असे तिने वडिलांना विचारले. वडिलांनी संमती दिली, स्वत: तिला पार्टीच्या जागी सोडले आणि पार्टी झाल्यावर तिला घेऊनही आले. अठरा वर्षांची असताना तिने पुन्हा तिची मैत्रीण अमिने हिच्या वाढदिवसाच्या पार्टीला जायची परवानगी मागितली. याही वेळी त्यांनी तिला स्वत: सोडले व आणले. शाळेचे वर्ष संपल्यावर अमिनेने त्यांचे 'ग्रॅज्युएशन' साजरे करण्यासाठी पार्टी ठेवली. तिलाही जाण्याची शादवानला परवानगी मिळाली होती. कुटुंबाचे समारंभ सोडता, उभ्या आयुष्यात बाहेरच्या या तीनच पार्ट्यांना ती गेली होती. 'टीन एजर'ला वाटणारी सळसळ आणि बंडखोरी तिला कधी वाटलीच नाही.

शादवानचा स्वभाव तिच्या आईप्रमाणे बडबड्या नव्हता. वडिलांकडून गंभीरपणा आणि एकान्ताची आवड तिच्यात उतरली होती. तिच्या आईच्या सतत फिसफिसण्याच्या

उलट तिच्या चेहऱ्यावर लाजरे स्मित उमटे आणि ते क्वचितच आणि हळूहळू पसरे. साधारणपणे तिला घरातच राहायला आवडायचे. त्यात इतके वाईट काही नव्हते. 'कंटाळा आला तर मी बिछान्यावर पडून झोपी जायचे आणि झोपेत छान विश्रांती मिळायची.' ती मला म्हणाली.

एके दिवशी शादवानने मला तिची खोली दाखविली. ती लहान आणि साधी होती आणि तिला लाकडाचे अस्तर होते. एका भिंतीला लागून एक अरुंद पलंग होता. त्यावर हिरवे ब्लँकेट होते. पलंगाजवळ एक लाकडी टेबल, त्याच्यावर एक छोटा दिवा आणि एक शेल्फ. त्यातील पुस्तके तिच्या दोन आवडत्या विषयांवर होती; धर्म आणि मानसशास्त्र. खोली अंधारीच होती आणि तीत फक्त उपयुक्त अशाच वस्तू होत्या. शोभेच्या कोणत्याही वस्तू नव्हत्या. मी खोली बघत असताना बघून शादवानने स्मित केले. काय बोलावे याचा ती विचार करीत असावी. तिचे स्मित खोलीच्या साधेपणाविषयीच्या अभिमानामुळे होते की कोणतीही तीस वर्षीय अविवाहित स्त्री दुसरी तशीच स्त्री भेटली की करेल तसे होते, त्याबद्दल मला निश्चित अंदाज करता येत नव्हता.

शादवान कधीकधी मला तिचे नवे शूज दाखवायची, कधी हेडस्कार्फ किंवा हँडबॅग वगैरे. एखाद्या वेळी तिच्या मनगटावर किंवा पायाच्या बोटांत हिऱ्याची चमक दिसायची. तिची स्वत:ची काही स्वप्ने, काही आशा होत्या; पण वडिलांचे स्थान, युद्ध, सुरक्षिततेचा अभाव अशा गोष्टींमुळे तिचे जीवन सीमित झाले होते. ते आपण स्वीकारले असून त्याबद्दल आपल्याला विषाद वाटत नाही, असे ती दाखवायची; पण अशा बंदिस्त आयुष्याबद्दल ती कधीकधी दु:ख व्यक्त करायची; 'हायस्कूलनंतर माझ्या जीवनात आनंदाचे प्रसंग कधी आलेच नाहीत.' धर्म आणि वडिलांच्या अपेक्षा यांच्यापुढे ती सतत नमली. ती वयात आल्यावर विवाहासाठी अनेक प्रस्ताव आले; पण ते सर्व तिच्या वडिलांनी फेटाळून लावले.

कमेल सचेत आणि स्पेशल फोर्सने मोहमारावर कब्जा मिळविल्यानंतर दोन वर्षांनी इराण्यांनी प्रतिहल्ला करून ते शहर पुन्हा मिळविले. इराकी सैन्याची वाळवंटात पिछेहाट सुरू झाली. काही ठिकाणी ते पाय रोवून लढले; पण बहुतेक वेळा त्यांना मार खावा लागला. हजारो सैनिक पकडले गेले. माघार घेणाऱ्या सैन्याच्या सेनापतीला सद्दामने गोळ्या घातल्या आणि लष्कर इराकी सरहद्दीवर पुन्हा तैनात केले जाईल, असे जाहीर केले. टीव्ही आणि रेडिओवरील बातम्यांवरून युद्ध संपणार असे वाटू लागले आणि लोक गुपचूप सुटकेचा नि:श्वास सोडू लागले. असे केल्याने खोमेनीचे समाधान होईल असे कदाचित सद्दामला वाटले असावे; परंतु खोमेनी संतापलेला आणि दुखावलेला होता. इराकी सैन्याने वाळवंटात तळ

ठोकला. उरलेले युद्ध सहा वर्षे इराकी भूमीवर खेळले जाणार होते.

युद्ध जसे चालू राहिले तसे कमेल सचेत जास्त कठोर, जास्त औपचारिक आणि संतापी बनले. त्यांना घाबरून मुले त्यांच्यापासून दूर राहू लागली. ते घरी असले की घरात नीरव शांतता असायची. वातावरण त्यांच्या मूडवर अवलंबून असायचे. त्यांची मुले त्यांच्याकडे दुरूनच बघायची, एखाद्या गोष्टीबद्दल त्यांची संमती हवी असेल तर त्यांच्याकडे जायला घाबरायची, शाळेत मार्क कमी मिळाले तर प्रगतिपुस्तक घरी आणायला घाबरायची. फक्त शादवानशी ते मनातले बोलायचे. तिला कधीकधी आपले अनुभव सांगायचे. एकदा ते खंदकात असताना तोफांच्या भडिमारात खंदकाची भिंत कोसळून ते वाळूत गाडले गेले. त्यांना सोडविणाऱ्या लोकांचे आवाज त्यांना कसे ऐकू येत होते, ते कसे जवळजवळ येत गेले आणि त्यांनी अखेरीस त्यांना कसे बाहेर काढले, ते त्यांनी शादवानला सांगितले. 'आणि मग तुम्हाला तुमचे कपडे पुन्हा साफ करायला लागले!' शादवान त्यांना चिडवत म्हणाली. ते म्हणाले, 'हो, मी कपड्यांवरची वाळू झटकत खंदकातून बाहेर पडलो.' त्यांचा गणवेष नेहमी स्वच्छ आणि कडक इस्त्री केलेला असावा, याबद्दल ते अतिशय जागरूक असत.

शादवान अकरा वर्षांची असताना एके दिवशी दुपारी तिच्या वडिलांच्या हाताखालील तुकडीतला त्यांचा एक नातेवाईक आला आणि बराच वेळ आईशी हळू आवाजात बोलला. उम ओमरला पाचवा महिना होता. ती किचनमध्ये परतली तेव्हा तिच्या डोळ्यांत पाणी होते आणि चेहरा गंभीर आणि चिंताग्रस्त दिसत होता. तिने मुलांना सांगितले की त्यांचे वडील जखमी झाले असून हॉस्पिटलमधे आहेत आणि ईश्वराची कृपा झाली तर ते बरे होतील. शादवानने वडिलांचा एक फोटो तिच्या उशीखाली ठेवला. रात्री ती त्याच्याकडे बघत प्रार्थना करताना रडायची. रात्री लहान मुले झोपल्यावर आईसुद्धा रडत असल्याचे तिला ऐकू आले.

कमेल सचेतचा मोठा भाऊ अब्दुल्ला, सद्दाम हुसेनचे चित्र कमेलच्या घरी भिंतीवर लावण्यासाठी घेऊन आला. त्याने उम ओमरला 'घरातून सगळी धार्मिक पुस्तके काढून टाक आणि त्यांच्या जागी बाथ पक्षाची पुस्तके आणून ठेव,' असे सांगितले. उम ओमरने त्याला सद्दामचे चित्र लावू दिले नाही; पण तिने बाहेरच्या खोलीतील काही धार्मिक पुस्तके काढून टाकली आणि त्यांच्या जागी, येणाऱ्या-जाणाऱ्यांना दिसतील अशा प्रकारे बाथ पक्षाची काही पुस्तके ठेवली. वेगवेगळे नातेवाईक येऊन वेगवेगळे सल्ले द्यायचे. कमेल सचेतचा पगार थांबला होता. उम ओमरने पैशाची मदत स्वीकारायला नकार दिला आणि ती काम करीत राहिली. तिला कोणाच्याही ओझ्याखाली रहायचे नव्हते. तिला आपल्या कुटुंबाला लाचार करायचे नव्हते. मार्ग शोधण्याचा ती प्रयत्न करीत राहिली. तिने अनेकांना फोन

केले; पण ज्यांच्या ज्यांच्याकडे मदत मागण्यासाठी ती गेली ते तिला काहीही सांगायला घाबरायचे. ती ज्या शाळेत नोकरी करायची त्या शाळेच्या डायरेक्टरने तिला बोलावून सांगितले की ती बाथ पक्षात सहभागी झाली नाही तर कदाचित तिच्या नोकरीवर गदा येईल. शेवटी पैसे भरून ती पक्षाची सभासद झाली आणि त्यांच्या नियमाप्रमाणे त्यांच्या साप्ताहिक बैठकींना जाऊ लागली; पण हे तिला अजिबात आवडत नव्हते, असे शादवानच्या लक्षात आले. तिच्यातील शरमेची भावना आणि स्वाभिमान जिवंत ठेवण्याचा चाललेला प्रयत्न शादवानला जाणवला. ती आता हसत नसे आणि मुले मस्ती करू लागली की त्यांच्यावर ओरडू लागली.

जसा अनिश्चिततेचा काळ वाढू लागला तसे घरातील मोठ्या माणसांचे बोलणेही कमी होऊ लागले आणि जे शब्द कानी पडत त्यावरून शादवानला फारसा बोधही होत नसे. तिला फक्त एवढेच समजले की तिचे वडील हॉस्पिटलमधे नव्हतेच.

तीन महिन्यांनंतर एक अधिकारी घरी आला आणि त्याने तिच्या आईला कमेल सचेतला अल् रशीद क्र. १ या तुरुंगात भेटण्यासाठी लागणारा लेखी परवाना दिला. त्यानंतरच्या शुक्रवारी अब्दुल्ला आणि आईबरोबर शादवानही वडिलांना भेटायला गेली. तुरुंगाचे गार्ड सौजन्याने वागले; पण त्यांनी सर्व वस्तूंची तपासणी केली – अगदी खाद्यपदार्थांचीसुद्धा – असे शादवानला आठवते. उम ओमरने मुकाट्याने तपासणी करू दिली आणि तिने आणलेल्या केशरी भातातून गार्डने सुरी फिरविली आणि तिने वडिलांसाठी आणलेले कपडे चाचपून पाहिले. ती काही बोलली नाही. त्यांना सोफा आणि टेबल असलेल्या एका वेटिंग रूममध्ये बसविण्यात आले. ते लष्करी ठिकाण होते आणि कसे कोणास ठाऊक पण गार होते.

तिचे वडील आले तेव्हा ते थकलेले आणि बारीक वाटले. त्यांचा चेहरा फिकट आणि पिवळसर वाटला. त्यांचा गणवेष नेहमीप्रमाणेच स्वच्छ आणि इस्त्री केलेला होता, पण त्यावरचे मेजर हुद्द्याचे चिन्ह काढलेले होते. त्यांनी प्रत्येकाला आलिंगन दिले आणि शादवानला मांडीत घेऊन बसले. ते मधूनमधून हसून 'आपण आरामात आहोत, आपल्याला काही त्रास नाही,' असे सुचवत होते. 'तुझे कपडे असे काय? नेहमीप्रमाणे छान नाहीत,' ते उम ओमरला म्हणाले. उम ओमरने खाली बघितले. 'तू नवे कपडे घे, पुढच्या वेळी येशील तेव्हा मी ते बघीन आणि रडायचं नाही. माझी केस कोर्टात गेली तर वकील लावू नकोस आणि लाच वगैरे देऊन निर्णय लावून घेऊ नकोस,' असे त्यांनी अब्दुल्लाला सांगितले. 'मी इथे आहे तोपर्यंत आहे' ते म्हणाले. उम ओमरकडे वळून ते म्हणाले, 'आणि हे बघ, आपल्याला मुलगा झाला तर त्याचे नाव अहमद ठेव आणि मुलगी झाली तर एस्मा! सर्व काही ठीक होईल,' असे म्हणून त्यांनी सर्वांना धीर दिला.

◆

४

अंतर्गत घडामोडी

मागे वळून बघता डॉ. हसनच्या मते, देशाची दीर्घ आणि दुर्दैवी घसरण १९८३मध्ये सुरू झाली. युद्ध सुरू केल्याला तीन वर्षे झाली होती. तेलाचा पैसा संपत आला होता. रक्त वाळून गेल्यासारखा. दिनारची किंमत तो शक्तिशाली असताना एक दिनारला तीन डॉलर होती तेव्हापासून खूपच घसरली होती आणि पुढील वीस वर्षे घसरत राहणार होती. इराकी नागरिकांना परदेशी जायचे असेल तर प्रथमच परवानगी लागत होती आणि लष्करी अधिकारी, डॉक्टर, इंजिनिअर अशी महत्त्वाची कौशल्ये असणाऱ्यांना ती नाकारली जाऊ लागली. काहीतरी बदलले होते : शिणवटा, सावधगिरी, बंधनांची भीती. जखमी आणि मृतांची संख्या वाढली. युद्धासाठी कराव्या लागणाऱ्या वाढत्या त्यागामुळे आशा कमी होऊ लागली होती. जीवनाचे 'पूर्वी' आणि 'आता' असे भाग पडले, चांगला काळ आणि आता कंठावा लागणारा काळ.

अनेक दशकांच्या नंतर २००६च्या वसंत ऋतूत डॉ. हसन आणि मी त्यांच्या अबुधाबी येथील सुरक्षित आश्रयस्थानी पूर्वीच्या स्मृतींना उजाळा देत बसलो होतो. डॉ. हसन सद्दामवरील खटल्याची सुनावणी बघत होते. कोर्टात सद्दाम टोमणे मारत होता. सुसंबद्ध युक्तिवाद करीत होता. डॉ. हसन यांच्या व्यावसायिक मतानुसार सद्दाम अजून आपण राष्ट्रपती आहोत अशा समजुतीत आणि गुर्मीत होता. हे स्वत:च्या सोयीप्रमाणे कायदा ठरविणारे कांगारू न्यायालय आहे अशा भावनेतून त्याने जाहीर केले, 'सर्व गोष्टींना मी जबाबदार आहे.'

सद्दामवरील औपचारिक आरोप होता : दुजेल गावातील शंभरापेक्षा जास्त पुरुष नागरिकांना, त्यांनी १९८२मध्ये केलेल्या खुनाच्या प्रयत्नाचा सूड म्हणून मारून टाकणे.

'तुम्ही बघितलं, दुजेलला केलेल्या देहदंडाच्या शिक्षेची अंमलबजावणी झाली तेव्हा हजर असलेल्या डॉक्टरचे नाव त्यांनी सांगितले.' डॉ. हसन खुर्चीत मागे टेंकून बसले आणि चेहऱ्याची एक बाजू तळहाताने चोळू लागले – तणावाचे लक्षण, स्वत:ला दिलासा देण्याचा प्रयत्न. 'मृत्यूच्या दाखल्यांवर डॉक्टरची सही होती.' ती सही आपलीच होती काय, अशी शंका डॉ. हसन यांच्या मनाला चाटून गेली. 'डॉ. हुडा,' आठवण्याचा प्रयत्न करीत ते म्हणाले, 'हो, तसंच काहीतरी होतं. ख्रिश्चन नाव होतं... एखाद्या दिवशी सद्दाम हुसेनच्या खटल्यात... माझे नाव आले तर...'

'परिस्थिती खराब झाली आहे असं तुमच्या लक्षात केव्हा आलं? १९८३मधे? की त्याच्याही आधी?'

आम्ही अगदी सुरुवातीच्या काळात गेलो.

१९६८च्या उन्हाळ्यात करबला प्रांतात हायस्कूलच्या शालान्त परीक्षेत सर्वांत जास्त गुण मिळवून हसन पहिले आले. त्यांचे वडील अफरातफर केल्याच्या खोट्या आरोपावरून तुरुंगात होते. ते, त्यांची आई आणि भावंडे करबला येथे वीज आणि नळाचे पाणी नसलेल्या एका लहानशा भाड्याच्या जागेत राहात होते. अशा गरीब पार्श्वभूमीवर त्यांचे यश ही फारच मोठी गोष्ट होती. हसनना त्यांच्या यशाबद्दल वीस दिनारचे बक्षीस देण्यात आले आणि स्थानिक वर्तमानपत्रात त्यांचा फोटो आला. कॉलेजमध्ये नाव घालण्यासाठी ते बगदादला गेले.

१७ जुलैला सकाळी सहा वाजता गोळीबाराच्या आवाजामुळे हसन जागे झाले. ते रशीद स्ट्रीटजवळच्या हॉस्टेलमधे राहात होते. त्यांनी बाहेर जाऊन फूटपाथवर दुकानात माल लावत असलेल्या दुकानदारांकडे काय झाले याची चौकशी केली. दोन रस्त्यांपलीकडे असणाऱ्या संरक्षणखात्याच्या इमारतीच्या दिशेने त्यांनी बोट दाखविले.

"आणखी एक बंडाळी," एकजण खांदे उडवत म्हणाला.

"बंड? ते रस्ते बंद करतीलसं वाटतं?" हसनला खिशात फक्त तीनच नोटा असल्याची जाणीव होती. त्यांनी त्या दिवशी करबलाला जायचे ठरविले होते, जास्त दिवस राहण्याइतके पैसे त्यांच्याकडे नव्हते.

ते हॉस्टेलला परतले, ग्लासभर चहा प्यायले आणि रेडिओ ऐकू लागले. जनरल अरेफ संपला होता, ते उघड होते; पण आता सत्तेवर कोण आहे ते कळत नव्हते. साडेसात वाजता रेडिओवरून पहिली घोषणा झाली. कुर्दिस्तानची समस्या, पॅलेस्टिनी गनीम या समस्या सोडविल्या जातील, गेल्या वर्षी ज्यूंकडून लष्कराने मार खाल्ला होता, त्याचा बदला घेतला जाईल, कायद्याचे राज्य, 'लोकशाही जीवन' वगैरे अनेक आश्वासने दिली गेली. नुकत्याच पदच्युत केलेल्या लोकांची 'अडाणी, निरक्षर,

नफेखोर, चोर, हेर, ज्यूधार्जिणे, संशयित, दलाल' अशी संभावना करण्यात आली. डॉ. हसन म्हणाले की १९५८मधे राजाचा खून झाल्यापासून इतके उठाव झाले, इतके जनरल आणि अध्यक्ष झाले की रस्त्यातील लोकांनी इकडे लक्षच दिले नाही. अरब अस्मिता, पॅलेस्टाइनवर झालेला अन्याय आणि ब्रिटिश साम्राज्यवाद्यांनी केलेला उपमर्द अशा गोष्टींनी राजकारण नेहमी खदखदत असायचे. वेगवेगळी विचारप्रणाली, साम्यवादी विचारधारा, राष्ट्रवादी विचारधारा, बाथ पक्षाची विचारधारा असे अनेक विचारप्रवाह शर्यत लागल्याप्रमाणे वाहत होते. त्यामुळे १९६८मधे झालेल्या बाथी क्रांतीमुळे सर्व गदारोळ थांबला आणि लोकांना हायसे वाटले. त्या जुन्या आणि पडायला आलेल्या ऑटोमन इमारतीच्या बाल्कनीच्या खाली रस्त्यात फेरीवाले, दुकानदार यांची नेहमीप्रमाणे वर्दळ चालू होती. हसनला डोके न झाकलेली, पाय दिसतील असा स्कर्ट घातलेली एक मुलगी जाताना दिसली. हातगाडीवाले, हमाल, चहा विकणारे, तोंडात शिटी असलेला ट्रॅफिक पोलीस, गाढवावर बसलेला एक म्हातारा – सगळेजण तिच्याकडे बघत होते; पण कॉलेजची पुस्तकांची बॅग घेऊन चाललेली ती मुलगी त्यांच्याकडे तुच्छतेने दुर्लक्ष करीत चालली होती. हा आधुनिक जमाना होता आणि या घाणेरड्या भिक्कारड्यांची तिने फिकीर का करावी? आणखी एक क्रांती! प्रगती! या सगळ्याशी सामान्य माणसाला काय देणे-घेणे? काही नाही. त्या दिवशी हसनना धोक्याची चिन्हे दिसली नाहीत; कारण नाकाबंदी, संचारबंदी वगैरे काही नव्हते. ते दुपारी कोणतीही अडचण न येता करबलाला गेले.

हसनने बगदाद विद्यापीठाच्या मेडिकल कॉलेजात प्रवेश घेतला; पण दोन सत्रांनंतर लष्करात दाखल होऊन त्यांची शिफारस मिळविल्याशिवाय पुढे जाता येणार नाही, हे त्याच्या लक्षात आले; पण लष्करात भरती होण्यासाठी आधी बाथ पक्षाचा सभासद होणे आवश्यक आहे, अशी माहिती त्यांना मिळाली.

राजकीय क्षेत्रात अजून बरीच उलथापालथ चालू होती. कॉलेज क्षेत्रात अनेक पक्ष होते : नासरवादी, डावे, मुस्लीम ब्रदरहूड, प्रोग्रेसिव्ह, सोशलिस्ट वर्कर, इस्लामी पंथ. जनतेच्या चळवळी आणि शक्ती, संप, जाळपोळ, सभा, कारस्थाने आणि प्रचार, एखाद्याचा धिक्कार, अटक, गोळीबार, हत्या वगैरे सर्वांचे एक स्फोटक मिश्रण होते. विद्यार्थ्यांना परीक्षेच्या हॉलमधून बाहेर नेण्यात येई आणि मग ते दिसतच नसत. डॉ. हसनना आयाद अल्लावी नावाचा एक बाथी विद्यार्थी नेता अजून आठवत होता – विद्यार्थ्यांच्या क्लबात मारामारी सुरू झाली की तो कम्युनिस्टांवर पिस्तूल रोखायचा! अखेर तीच क्रांती होती! वेळोवेळी सरकारी गाड्या बॉंबचे लक्ष्य व्हायच्या.

त्यांच्या वडिलांनी त्यांना राजकारणात न पडण्याचा इशारा दिला होता; पण हसनने विशेष फिकीर न करता अर्ज भरून टाकला; बाथ पक्षाच्या समाजवादी आणि

राष्ट्रवादी अरबतत्त्वे असलेल्या कलमांखाली सही केली आणि नियमानुसार त्यांच्या साप्ताहिक बैठकींना ते जाऊ लागले.

अबुधाबीत असताना त्यांच्याकडून हा इतिहास ऐकून माझ्या मनात एक प्रश्न उभा राहिला; तुम्हाला माहीत नव्हतं का? तुम्हाला कल्पना नव्हती का? कुठेतरी मनाला टोचणी लागणे, मनात ढवळाढवळ होणे, त्यांनी बघितलेल्या गोष्टींबद्दल खंत वाटणे असे काही त्यांच्या बोलण्यात दिसेल, अशी मला आशा होती. एवढ्यात फोन वाजला. डॉ. हसन यांनी तोंड फिरविले आणि फोन घेतला.

डॉ. हसनने फोन ठेवला आणि स्मित केले. त्यांनी त्यांच्या आठवणी पुढे सांगायला सुरुवात केली. जानेवारी १९६९मधे त्यांना आणि इतर बाथी विद्यार्थ्यांना तहरीर चौकात जमायचा आदेश दिला गेला ('या आणि मजेचा आनंद घ्या!' – रेडिओवर घोषणा होत होती.). तिचे १४ कैद्यांना (त्यात नऊजण ज्यू होते.) ज्यू देशद्रोही असल्याबद्दल जाहीररीत्या फाशी देणार होते. नुकताच जन्माला आलेला, अनेक उठावांना तोंड देणारा आणखी एक पक्ष एवढीच ओळख असलेला पक्ष आपले खरे रूप दाखवू पाहात होता. चौकात फासावर लोंबणाऱ्या त्या देहाखाली लाखो लोकांचा जमाव 'देशद्रोह्यांना फाशी द्या', 'इस्राइलला नष्ट करा' अशा घोषणा देत होते.

"तिथे उभे असताना तुमच्या मनात कोणते विचार आले?" डॉ. हसन यांनी स्वत:चे समर्थन केले नाही, पण पश्चात्तापही व्यक्त केला नाही. ज्यांची हत्या केली गेली ते हेर होते, क्रांतीच्या विरुद्ध कारवाया करण्याचा आरोप त्यांच्यावर सिद्ध झाला होता, त्याचे ते फळ होते.

"त्या वेळी लोकशाही, मतस्वातंत्र्य, भाषणस्वातंत्र्य, वैयक्तिक हक्क या संकल्पना नव्हत्या. आम्हाला त्या गोष्टींची जाणीवच नव्हती, त्या आमच्या विचारात नव्हत्या, प्रचलित नव्हत्या. मी एका धार्मिक गावात वाढलो होतो. तिथे तुम्हाला तुमचे प्रामाणिक मत व्यक्त करता येत नसे. प्रचलित व्यवस्थेबद्दल विशेषत: धार्मिक संस्थेबद्दल कोणीही मोकळेपणे बोलू शकत नसे, विरुद्ध बोलणे किंवा तिच्याबद्दल प्रश्न विचारणे तर शक्यच नव्हते. अशा गोष्टींवर चर्चा होत नसे, जीवन नुसतं असायचं, आधीच आखलेलं असायचं. ज्या ज्यूंच्या हेरांना फाशी दिलं त्यांच्याबद्दल आमच्या मनात अजिबात दया, करुणा नव्हती. ते निरपराध होते, त्यांचा छळ करण्यात आला होता, या वास्तवाची आम्हाला कल्पना नव्हती. 'हेरांना मारून टाका' असं लोक ओरडत होते, तसे आम्हीही 'हेरांना मारून टाका' असं ओरडू लागलो."

१९७४मध्ये बगदादमधे बंडाचा आणखी एक प्रयत्न झाला. हसन आणि कॉलेजातील बाथ पक्षाच्या इतर विद्यार्थ्यांना रायफल देऊन संरक्षण मंत्रालयाच्या

रक्षणासाठी पाठविण्यात आले होते. घामेजलेल्या हाताने रायफल धरून, ते हल्ल्याची वाट बघत होते. त्याच्या मनात विचार आला, 'हे अल्ला, मी इथे काय करीत आहे? (हे सांगत असताना त्यांचे गुडघे जरा कापू लागले होते.) त्यांना मिळालेल्या नव्याकोऱ्या लष्करी बुटांत, वाळूच्या पोत्याला चिकटून, दगडधोंड्यांवर बसलेले असताना त्यांच्या मनात विचार आल्याचे त्यांनी कबूल केले – 'हे भलतेच संकट आहे. एखाद्या वेळी दुखापत व्हायची किंवा आपण अगदी मरूसुद्धा! आणि त्या संकटातून आता बाहेरही पडता येणार नाहीये.'

१९८३ मध्ये डॉ. हसन हे लष्कराच्या मेडिकल कोअरमधे मेजरच्या हुद्द्यावर पोहोचले होते आणि त्यांची खाजगी प्रॅक्टिससुद्धा जोरात होती. त्यांना चांगले कपडे, इटालियन शूज या गोष्टींची आवड होती. ते दरवर्षी नवी गाडी घ्यायचे. त्यांनी एक घरही भाड्याने घेतले होते, तिथे त्यांचे मित्र त्यांच्या मैत्रिणींसह पार्ट्यांना येत, मदिरापान करून आराम करीत. ते सुखात होते, त्यांच्या अंगात धमक होती. त्यांना स्वत:बद्दल अभिमान होता. त्यांच्याकडे हुद्दा, प्रतिष्ठा, पैसा हे तिन्ही होते.

आठवड्यातून तीन दिवस ते रशीद मिलिटरी हॉस्पिटलमधे पेशंट तपासायचे. मोहमारातून माघार घेतल्यानंतर मानसिक आजार झालेल्या रुग्णांच्या संख्येत एकदम वाढ झाल्याचे त्यांच्या लक्षात आले. धक्का बसलेले, कापणारे, शरीराच्या बंदुकीच्या म्हणजे उजव्या बाजूला 'हिस्टिरिकल पॅरॅलिसिस' झालेले, असे त्यात प्रकार होते. प्रत्येक मोठ्या हल्ल्याच्या वेळी खोटी आजारपणे घेऊन येणाऱ्या सैनिकांच्या संख्येत खूप वाढ होते, असे त्यांच्या लक्षात आले – हाताला किंवा पायाला बंदुकीच्या गोळीची जखम, स्वत:च मोडलेला हात, काही सैनिक तळहाताच्या मागच्या बाजूला स्वत:च स्वत:ला पेट्रोलचे इंजेक्शन द्यायचे, त्यामुळे तो भाग सुजायचा, ज्वालामुखीप्रमाणे फुटायचा, जखम चिघळायची, ताप यायचा. अशा पळपुट्या सैनिकांवर वैद्यकीय उपचार केल्यानंतर त्यांना तुरुंगात पाठवावे, असा डॉक्टरांना आदेश होता. अशा गुन्ह्याला पाच ते सात वर्षांची शिक्षा होती; पण बरेचदा डॉ. हसनसारखे मानसोपचारतज्ज्ञ त्यांच्या फाईलवर 'तणावाखाली' असा शेरा मारून त्यांना त्यांच्या तुकडीत परत पाठवीत. अनेकदा ते त्यांच्या मित्रांना मदत करीत – मोठा हल्ला अपेक्षित असला की ऑफिसर-मित्रांना आजारपणाचे खोटे प्रमाणपत्र देत किंवा 'मानसिक नैराश्य, कर्तव्याला अयोग्य,' असा फाइलवर शेरा मारून अठरा वर्षांच्या तरुणांची सक्तीची लष्करभरती टाळत असत. ते शिया असोत की सुन्नी, त्यांची त्यांना दया यायची आणि त्यांना आघाडीवर जायला लागू नये म्हणून डॉ. हसन त्यांना शक्य असेल ते सर्व करायचे.

एके दिवशी त्यांचा एक मित्र बेपत्ता झाला. डॉ. हसनने आजूबाजूला काळजीपूर्वक

चौकशी केली; पण कोणालाही त्याच्याबद्दल माहीत नव्हते. काही दिवसांनी आणखी एक मित्र अदृश्य झाला. दोघेही त्यांच्याचप्रमाणे करबलाचे शिया होते, अभ्यासात हुशार होते. नंतर बाथ पक्षात दाखल झाले होते आणि बगदादमधे चांगल्या नोकऱ्या करीत होते. डॉ. हसनच्या अंगावर भीतीने काटा आला आणि त्यांनी 'चिंताग्रस्त' असे स्वत:चे निदान केले. त्यांचे एक सहकारी डॉ. लैथ यांनी 'त्या दोघांना अटक झाली आहे,' असे त्यांना गुपचूप सांगितले. डॉ. हसनने झोपेच्या गोळ्या खाल्ल्या. देश सोडून जावे असे त्यांना फार वाटले, पण एक्झिट व्हिसासाठी अर्ज करायचा धीर त्यांना झाला नाही. त्यांना म्युनिकमधील प्रशिक्षणानंतर इराकला परतल्याचा पश्चात्ताप झाला; पण त्यांच्याकडे दुसरा पर्यायच नव्हता आणि आता खूप उशीर झाला होता. भूमिगत व्हावे असे एकदा त्यांच्या मनात आले; पण ते कुठूनही आपल्याला शोधून काढतील अशी त्यांना खात्री होती.

एका जानेवारी महिन्यात त्यांना प्रशासनापुढे मुलाखतीला यायचे आमंत्रण देणारे पत्र आले. त्यांनी त्यांचा लढाईचा हिरवा पोषाख केला आणि थंडी होती, त्यामुळे त्यावर फरचे अस्तर असलेले जाकीट घातले. त्यांनी शर्टाच्या कॉलरमध्ये आणि पँटच्या पट्ट्यात टेमॅझेपॅन आणि व्हॅलियमच्या २०० गोळ्या लपविल्या. थोडे पैसे आणि लष्कराचे आय-डी कार्ड खिशात घातले. स्वत:च्या गाडीने जाण्याऐवजी टॅक्सीने लष्कराच्या ऑफिसमधे गेले. कारण आपण परत येणार नाही याची त्यांना खात्री होती.

डॉ. हसन अटक करवून घेण्यासाठी हजर झाले. अधिकाऱ्यांनी त्यांच्या पोषाखावरील हुद्द्याचा बॅज काढून घेतला. त्यांचे घड्याळ काढून घेतले. त्यांच्या डोळ्यांवर पट्टी बांधली, हातात बेड्या घातल्या आणि काळ्या काचा असलेल्या लहान व्हॅनमधे घालून त्यांना मुख्य ऑफिसात नेले. त्यांची मान मागून दाबून, ओणवे करून सात पायऱ्या उतरून जमिनीखाली असणाऱ्या एका भुयारातून नेऊन शेवटी त्यांना एका कोठडीत ढकलण्यात आले. कोठडीची जमीन काँक्रीटची होती, भक्कम लोखंडी दरवाजा, त्यात छोटी फट, आत एक घाणेरडी गादी होती; पण कोठडीला नुकताच रंग दिला असावा. एक भगभगीत उजेड देणारा दिवा सतत चालू असायचा. व्हेंटिलेटरमधील पंख्याच्या आवाजाने टिनिटस (Tinnitus) होऊन वेड लागेल की काय, असे वाटत होते. दिवसातून दोनदा, सकाळी सहा वाजता आणि सायंकाळी सहा वाजता देहधर्म उरकण्यासाठी गार्ड त्यांना भुयारातून केबलचे फटके मारत पळवत नेत. त्यांनी तीन दिवस निपचित पडून एकान्तात काढले. त्यांना वीस वर्षांपूर्वी त्यांचे वडील असेच तुरुंगात होते, त्या वेळी झालेल्या अन्यायाची आठवण आली. त्याची आता पुनरावृत्ती होत होती. त्यांनी शालान्त परीक्षेत संपूर्ण करबला प्रांतात सर्वांत जास्त मार्क मिळविले होते, तेव्हा त्यांच्या वडिलांना किती अभिमान

वाटला होता ते आठवले. त्यांनी आलेली तार तुरुंगात प्रत्येकाला दाखवली होती आणि अशा दुर्दैवी माणसाला असा हुशार मुलगा दिल्याबद्दल सर्वांनी अल्लाचे आभार मानले होते. असा मुलगा! डॉ. हसनने डोळे उघडले; पण पांढऱ्या भिंतीवरून परावर्तित होणाऱ्या दिव्याच्या उजेडामुळे ते मिटले. तुरुंगात, तुरुंगांच्या या देशात! पश्चात्तापयुक्त आठवणींच्या लाटा त्यांच्यावर आदळू लागल्या. म्युनिकला असताना त्यांचे प्रेम बसलेल्या स्त्रीची प्रतिमा त्यांनी डोळ्यांपुढे आणली आणि तिथल्या रस्त्यावरची हिरवीगार झाडेही आठवली. आपण इराकला परत आलोच का? त्यांनी घेतलेल्या निर्णयांचा ते पश्चात्ताप करू लागले. १९७४मधील कुर्दविरुद्धच्या युद्धात कैद्यांना ट्रीटमेंट देणारा ज्युनियर डॉक्टर म्हणून त्यांचे काम त्यांना आठवू लागले : जखमा, सूज, ओरखडे, डोळ्यांभोवतीची काळी वर्तुळे, सेप्टिक झालेल्या जखमा, जंतुसंसर्ग, मूत्रपिंडांच्या समस्या, कधी एका बोटाचे तर कधी दहाही बोटांची उपटलेली नखे, विजेचे डाग दिल्यामुळे भाजलेली बोटांची टोके. रात्री त्यांना किंकाळ्या आणि हुंदके ऐकू येत. मग ते व्हेलियमच्या गोळ्या खात. मित्रांनी जबानीत काय सांगितले असेल, आपण काय बोलावे, आपल्याकडून काय वदवून घेतले जाईल?

तीन दिवसांनंतर त्यांनी त्यांना पहाटे तीन वाजता उठविले, बेड्या घातल्या, वाकविले आणि भुयारवजा कॉरिडॉरमधून ओढत नेले. सात पायऱ्या चढल्यावर ते बाहेर आले, पाच मिनिटे दमट आणि थंड हवेतून चालल्यावर पुन्हा कुठेतरी आत त्यांना स्टुलावर बसविण्यात आले. त्यांच्या डोळ्यांवरची पट्टी काढली नव्हती; पण ती दगडी जमीन आणि भिंती असलेली आणि खिडक्या नसलेली खोली असावी, असे त्यांना वाटले. दरवाजापाशी दोन गार्ड्सचा आवाज येत होता आणि दोघे अधिकारी येरझारा घालत त्यांना प्रश्न विचारू लागले.

'हे बघ, आम्हाला तुझ्याविषयी सर्व काही माहिती आहे. तू दवा (Dawa) पक्षाचा सभासद आहेस. तू आणि तुझे शिया मित्र राजकीय कारणांसाठी भेटत असता. तुझ्या मित्रांनी सर्व काही सांगितलं आहे, कबूल केलं आहे आणि म्हणून आम्ही तुला अटक केली आहे. तू आम्हाला खरं काय ते सांगितलं पाहिजे. खोटं बोललास तर आम्हाला तुझ्याशी कठोरपणे वागावं लागेल. 'दवा पक्ष' या शब्दांनीच हसनना भयंकर धडकी भरली, कारण त्याची सावलीसुद्धा त्या वेळी शियांमधे भीती निर्माण करायची. डॉ. हसन यांनी आपला दवाशी काहीही संबंध नाही, इतकेच काय आपण धार्मिक वृत्तीचे नाही, मी दारू पितो, मशिदीत जात नाही, असे सांगितले.

जवळून वेदनेने अतिशय किंचाळणारा आवाज ऐकू आला, 'नको! नको! थांबा, नका...'

त्या आवाजावरून ते रेकॉर्डिंग असावे आणि आपल्याला घाबरविण्यासाठी

ऐकविले असावे, असे डॉ. हसनना वाटले. त्यांनी पुन्हा आपण निरपराध असल्याचे सांगितले; पण त्याचा काहीही उपयोग झाला नाही आणि मारहाण सुरू झाली. एका जाड विजेच्या केबलने त्यांच्या पायावर आणि पाठीवर फटके मारण्यात आले. सुरुवातीला त्यांना भयंकर वेदना झाल्या; पण काही फटक्यांच्या नंतर तीव्रता कमी झाली. काय करतील ही कल्पना करण्यातील भीती आता संपली होती आणि प्रत्यक्ष 'कृती' आता सुरू झाली होती. त्यांचे शरीर रक्त आणि ॲड्रनलिन पंप करू लागले आणि त्यांचा त्यांनी घेतलेल्या तणाव कमी करण्याच्या औषधाशी संयोग झाला. त्यांना गरगरू लागले, भान हरपू लागले. आपण स्टुलावरून पडत आहोत याची त्यांना जाणीव झाली; पण त्यांनी स्वत:ला सावरायचा प्रयत्न केला नाही. ते जमिनीवर कोसळले. त्यांचे हात-पाय बांधलेले होते, अंग दुखत होते. मन सुन्न झाले होते. त्यांनी बेशुद्ध झाल्याचे नाटक केले. गार्ड धावत आले – आपल्या हातून हा मेला की काय अशा धास्तीने! जर ते मेले असते तर गार्ड अडचणीत आले असते. अनेक फॉर्म भरा, खुलासा द्या, मग चौकशी होणार – 'धावा, धावा! त्याच्याकडे बघा!' त्यांच्या आवाजातली चिंता त्याला जाणवली. एका डॉक्टरचा साहाय्यक आला. त्याने त्यांचा रक्तदाब बघितला आणि मग गार्ड डॉ. हसनना परत त्यांच्या कोठडीत घेऊन गेले. त्यानंतर त्यांना दोनदा चौकशीसाठी नेले, मध्यरात्रीच. अखेरीस त्यांनी त्यांच्या अटक झालेल्या मित्रांशी त्यांचे संबंध असल्याचे कबूल करणाऱ्या निवेदनावर सही केली आणि त्यांना पुन्हा मारहाण झाली नाही.

आता आम्ही अबुधाबीमधे होतो तरी ते बोलायचे थांबले, खुर्चीत मागे रेलून बसले. त्यांनी दोन्ही हात एकत्र करून कपाळावर दाबले आणि म्हणाले, 'मी माझ्या पेशंट्ससारखे केले. पुन्हा फ्रंटवर जायला लागू नये म्हणून ते दुखणे वाढवून सांगायचे, तसे केले.

त्यांची केस सत्तेच्या सुरक्षिततेशी संबंधित गुन्ह्यांचा निवाडा करणाऱ्या नॅशनल सिक्युरिटी काउन्सिलकडे पाठविण्यात आली. दरम्यान त्यांचा भाऊ लष्करी हेरखात्याचा प्रमुख असल्यामुळे त्याने वीस हजार डॉलर फी देऊन बचाव करण्यासाठी वकील लावला. त्यांचे मित्र डॉ. लाइथ यांनी 'डॉ. हसन एक सज्जन माणूस असून दवा पक्षाशी त्यांचा कधीही संबंध नव्हता,' असे निवेदन दिले. अखेरीस त्यांच्यावर गणवेषात असताना दारू प्यायले, रशीद हॉस्पिटलमधील नर्सेसशी 'अयोग्य' संबंध ठेवले आणि शिया सैनिकांना आजारी असल्याची सर्टिफिकिटे देऊन फ्रंटवर जाणे टाळण्यात मदत केली, हे आरोप निश्चित करण्यात आले. तीन महिन्यांनी त्याची अल् रशीद क्र. १ या तुरुंगात अधिकाऱ्यांच्या विभागात रवानगी करण्यात आली. तिथे त्याच्या कोठडीतला दुसरा कैदी होता लेफ्टनंट कर्नल कमेल सचेत.

फोटो : कमेल सचेतचा तुरुंगात घेतलेला फोटो. पूर्ण वाढवलेली दाढी, डोळ्यांवर सावली, पण तिच्यातूनही जाणवणारा क्रोध, बंडखोरी आणि थकवा.

कमेल सचेतना केव्हाही पडल्यावर ताबडतोब झोप येत असे, स्विच ऑफ केल्याप्रमाणे 'त्याला झोप लागेपर्यंत पाचसुद्धा मोजून व्हायचे नाहीत.' डॉ. हसनना निद्रानाशाने पछाडले होते. ते त्यांना आश्चर्याने विचारायचे, 'तुम्हाला इतक्या सहजपणे कशी झोप लागते? आपण हिल्टनमधे आहोत की काय?' कमेल सचेत म्हणाले, की त्यांना फ्रंटवर बॉंबहल्ला चालू असतानासुद्धा दगडासारखी झोप लागायची.

डॉ. हसनने सचेतची कीर्ती ऐकली होती. सद्दाम हुसेन त्याच्या स्पेशल फोर्सच्या कमांडरला पदके देताना त्यांनी टीव्हीवर बघितले होते. कमेल सचेतबद्दल एक कथा त्यांनी वाचली होती : इराकी स्पेशल फोर्सच्या लेफ्टनंट कर्नलच्या पूर्ण गणवेषात ते इराणी लष्कराच्या मुख्य दरवाजातून धाडसाने दिमाखात आत शिरले. शिरताना थक्क झालेल्या गार्ड्सच्या सलामीला उत्तर देत आहोत, अशा प्रकारे हात वर करून त्यांनी गोळ्या घातल्या. मग त्यांच्यामागे त्यांचे सैनिक धावत आत शिरले.

अल् रशीद तुरुंगातील अधिकाऱ्यांच्या भागातील स्थिती बरी होती. डॉ. हसन आणि कमेल सचेत यांच्या खोलीला खिडकी होती. रात्री कोठडीच्या दरवाजाला कुलूप लावत नसत आणि त्यांना केव्हाही बाथरूमला जाण्याची परवानगी होती. खोलीच्या बाहेर थोडी उघडी जागा होती. त्यात एक व्हॉलीबॉल कोर्ट, थोडीशी हिरवळ आणि एक झुडूप होते. काही अधिकारी वेळ जाण्यासाठी अशा जागेत बाग करायचे, भाज्या लावायचे. त्यांना कुराण वाचायची परवानगी होती. कधीकधी इतर पुस्तकेही वाचायला देत. वरिष्ठ अधिकाऱ्यांच्या भागात पन्नास अधिकारी होते (मोहमारानंतर सद्दाम जराही मतभेद खपवून घेत नसे.). त्यांच्यात तीन डिव्हिजनल कमांडर, लष्करासाठी शिधासामग्री खरेदी विभागाचा प्रमुख (त्याच्यावर अफरातफरीचा आरोप होता) आणि इराकच्या भारतातील वकिलातीतील मिलिटरी ॲटेशे होते (पवित्र पक्ष्यांची शिकार करून त्याने देशाला अडचणीत आणले होते.).

सकाळी कमेल सचेत व्यायामासाठी त्याच्या नव्या मित्राला व्हॉलीबॉल खेळायला उद्युक्त करीत असत. दुपारी ते दोघे दोन काटेरी कुंपणांच्या मधल्या जागेत फिरायला जात आणि त्या वेळी डॉ. हसनने शिकविलेल्या नव्या इंग्रजी शब्दांच्या उच्चाराचा सराव कमेल सचेत करीत. ते दोघे बऱ्याच गप्पा मारत, आपल्यावर झालेल्या मानसिक आघातांबद्दल बोलत. कमेल सचेतने डॉ. हसनना सांगितले की त्यांना तीन महिने, जेमतेम उभे राहता येईल अशा कोठडीत ठेवले होते. त्याची 'चौकशी' करणाऱ्यांनी त्यांना मारहाण केली नव्हती. कदाचित त्यांच्यातील उपजत अधिकाराने

त्यांच्यातील क्रूरपणा दबला असावा – पण त्यांना स्नान करायला, कपडे धुवायला बंदी केली होती. ते म्हणाले, त्यांचा गणवेष घाणेरडा आणि कडक झाला होता. दाढी वाढून तिच्यात जटा झाल्या होत्या. मी ती गोष्ट फोनवर बोलायला नको होती, असे त्यांनी एकदा कबूल केले.

चौकशीमधे सचेतना 'तू बाथ पक्षाचा सभासद का नाही' असे विचारले. 'मी लष्करात अधिकारी आहे, लष्कराचा आणि बाथ पक्षाचा काहीही संबंध नाही. त्या पक्षाचा सभासद असायला पाहिजे, असा नियम नाही.' असे त्यांनी सांगितले. 'मोहमारातून माघार घेण्याच्या आज्ञेवर टीका का केली' असे त्यांना विचारण्यात आले. कमेल सचेतने त्याबद्दल खेद किंवा दिलगिरी दाखविली नाही. 'ते शहर जिंकण्यासाठी इतके रक्त सांडले होते की ते इतक्या सहजपणे सोडणे योग्य नव्हते.'

आपला खटला न्यायालयाकडे पाठवावा अशी विनंती करणारा अर्ज सद्दाम हुसेनला करण्यासाठी त्यांनी डॉ. हसन यांची मदत मागितली. तो त्याच्याविषयी सहानुभूती असणाऱ्या व्यक्तींच्या मार्फत सद्दाम हुसेनकडे पोहोचविला गेला. कमेल सचेतवर अजून कोणतेही आरोप ठेवण्यात आले नव्हते आणि चौकशीच्या संथ गतीमुळे ते निराश झाले होते; पण अजून त्यांची देवावर आणि त्यांच्या राष्ट्राध्यक्षांवर श्रद्धा होती. ते नेहमीप्रमाणेच अजून कर्तव्यनिष्ठ होते.

अल्-रशीद क्र. १ तुरुंगातील सर्व वरिष्ठ अधिकाऱ्यांची अनेक आठवडे चौकशी करण्यात आली होती. त्यांना मारहाण करण्यात आली होती. साखळदंडाने बांधले होते. कुलपात, एकान्तवासात, घाण कोठडीत बंद केले होते; पण या मानहानीच्या गोष्टींबद्दल ते कधी शब्दही काढत नसत. डॉ. हसनने एकाला त्याबद्दल विचारले असता तो खांदे उडवून 'मी काहीही केलेले नाही' असे म्हणून निघून गेला. त्यांचा स्वाभिमान त्यांना बोलू देत नव्हता. त्यांना मिळालेल्या लज्जास्पद वागणुकीमुळे ते हतबुद्ध झाले होते. 'सर्वांना संशयाच्या पिशाच्चाने पछाडले होते. खबऱ्यांना बहिष्कृत केले जाई. तपासाबद्दलच्या अनिश्चिततेमुळे त्यांच्या मनात नैराश्य आणि भीतीने घर केले असल्याचे डॉ. हसनना आढळले. त्या भरात काहीजण गालावरील केस उपटत.

बहुतेक अधिकारी प्रार्थना करायचे. प्रार्थनेच्या चालीमुळे मन शांत व्हायला मदत व्हायची आणि दिवसातून पाच वेळा प्रार्थना केल्यामुळे दिवसाचे लहान भाग पडून वेळ जाणे सुसह्य व्हायचे. ते प्रार्थना करायचे, जप करायचे. दिलासा, खोटी श्रद्धा, आशा. "ते एक संरक्षक कवच असते," डॉ. हसन मला म्हणाले. "मानसिक तणाव जास्त झाला की शांती आणि आधारासाठी मन नकळत धर्माकडे वळते."

कमेल सचेत प्रार्थनेसंबंधीचे नियम अतिशय कटाक्षाने पाळायचे. ते पाच वेळा

प्रार्थना करायचे आणि संध्याकाळी कुराणाचे पठण करायचे. कुराणातील शब्द अन् शब्द पाठ करणे ही त्यांची महत्त्वाकांक्षा होती. तरुणपणीच जेव्हा मन संस्कारक्षम असते तेव्हाच कुराण पाठ केले असते तर बरे झाले असते, असे कमेल नेहमी म्हणायचे. ते डॉ. हसनलाही त्यांच्याबरोबर प्रार्थना करायला बोलवायचे, डॉ. हसन टाळाटाळी करायचे. व्हेलियमचा पर्याय त्यांना अधिक जवळचा वाटायचा. 'याचे कारण तुम्ही शिया आहात,' असे कमेल खेदाने म्हणायचे. डॉ. हसन शिया असायला नको होते असे त्यांना फार वाटायचे. ते खेदपूर्वक त्यांना म्हणायचे, 'तुम्ही माझे सर्वांत चांगले मित्र आहात; पण अशा दर्ग्यांमधे जाणे आणि इमामांची प्रार्थना करणे हे चुकीचे आहे.'

कमेल सचेतवर इस्लामी दैववादाचा खूप पगडा होता. 'माझ्या कपाळावर जे काही लिहिलेले आहे ते देवाने लिहिले आहे.' लढाईच्या वेळीसुद्धा ते हेल्मेट न घालता नुसती बेरेट घालून चेहरा वर करून आपल्या तुकडीच्या पुढे असत. ते सांगायचे की अनेकदा बंदुकीच्या गोळ्या त्यांच्या इतक्या जवळून जायच्या की पोषाखाचे कापड जळायचे, पण ते कधीही डगमगले नाहीत. 'मी या क्षणी मेलो तर त्याचा अर्थ त्या क्षणी मी मरणार होतोच.' असे ते म्हणत.

त्यांच्या अशा ठाम समजुतीमुळे डॉ. हसन कधीकधी बेचैन होत. कमेल सचेतचा स्वत:वरील विश्वास खडकाप्रमाणे अचल होता. संपूर्ण सैन्यामधे त्यांच्याइतका नेमबाज कोणी नव्हता.

'माझी गोळी कधीही वाया जात नाही.', 'तुम्ही भ्यायलात की तुम्ही लढाई हरलातच.' ते म्हणायचे, 'तुमचा शत्रू काय विचार करीत असेल याचा विचार तुम्ही केला पाहिजे. तुमच्या शत्रूची काय अपेक्षा असेल त्याची कल्पना तुम्ही केली पाहिजे. आपल्या दारातून एक इराकी ऑफिसर ताठ मानेने चालत येईल अशी अपेक्षा त्यांनी कधीच केली नसेल.'

युद्ध म्हणजे मानसशास्त्र हे डॉ. हसनना मान्य होते. एकेकाळी एका पकडलेल्या इराणी फायटर पायलटला इराकी टीव्हीवर एक छोटे निवेदन करण्यापासून आपण कसे परावृत्त केले, ते त्यांनी कमेल सचेतना सांगितले. 'मी त्यांच्याशी मैत्री केली' इराणी सेनेच्या खंदकांवर टाकण्यासाठी आपण प्रचाराची पत्रके कशी केली आहेत हे हसनने त्यांना सांगितले. डॉ. हसन यांच्या मानसशास्त्राच्या ज्ञानाने कमेल सचेत प्रभावित आणि आश्चर्यचकित झाले. ते म्हणाले, 'इतर लष्करी अधिकाऱ्यांना तुमच्या कामाचे महत्त्व समजणार नाही, हे मला माहीत आहे; पण आम्हाला तुमच्यासारख्या आणखी लोकांची गरज आहे.' कोणालाही शिक्षेपेक्षा शाबासकी देणे जास्त चांगले याबद्दल दोघांचे एकमत झाले. त्यांनी स्वत: हाताखालच्या लोकांना चांगले वागवून त्यांची निष्ठा मिळविली होती. आपल्या सैनिकांना खायला-प्यायला पुरेसे आहे की

नाही, उपलब्ध असलेल्या बुटांमधले उत्तम बूट त्यांना मिळाले आहेत ना, याची ते खात्री करायचे. काही अधिकारी त्यांच्या तुकडीचे मटण वगैरे चोरायचे आणि मग आघाडीवरच्या सैनिकांना सूप आणि भात यांवरच भागवायला लागायचे. डॉ. हसन मान डोलवून या गोष्टी माहीत असल्याचे सांगायचे; कारण सैन्याचे मनोधैर्य कसे आहे याचा अहवाल देण्यासाठी त्यांना आघाडीवर जावे लागायचे. ते म्हणाले की त्यांना एक तुकडी अशी दिसली होती की मागवलेले पदार्थ कमिसरीमधील अधिकारी विकून टाकत, त्यामुळे पूर्ण तुकडीसाठी केवळ एक कोंबडी उरली होती.

'मोहमारा'मधे कमेल सचेत अभिमानाने सांगत होते, 'मी जखमी इराणी सैनिकांची पोटच्या मुलांसारखी काळजी घेतली आणि माझ्या ज्या सैनिकांनी लुटालूट, बलात्कार असे काही केले, त्यांना शिक्षा केली.'

त्यांचे अनेक आठवडे गप्पा मारण्यात गेले. त्यांनी 'अधिकार आणि मानसिक युद्धतंत्र', 'अधिकार आणि त्याचा वापर' अशा विषयांवर चर्चा केली. आपली कुटुंबे, आपले पूर्वीचे आयुष्य याबद्दल बोलले. डॉ. हसन यांनी कमेल सचेतला त्यांच्या म्युनिकच्या वास्तव्याबद्दल सांगितले. युरोपीय स्त्री-पुरुष कसलीही लाज न बाळगता एकमेकांशी कसा व्यवहार करतात ते सांगितले. 'निर्लज्जपणा!' कमेल सचेतने डॉ. हसनना सांगितले की पोलीस दलात असताना ते व्हाइसस्क्वॉडमध्ये होते आणि त्यामुळे दारूमुळे होणारे अध:पात, स्त्रियांनी स्वत:चे केलेले अध:पतन, लैंगिक हल्ल्यांचे परिणाम हे सर्व बघितले होते. असे डाग कधीच धुतले जात नाहीत. त्यांनी मान हलविली. डॉ. हसनने त्यांना सांगितले की त्यांनी बलात्कार झालेल्या स्त्रियांचे समुपदेशन करण्याचा प्रयत्न केला होता. कमेल सचेतने डोळे बारीक केले आणि पुन्हा मान हलविली. त्यांच्या मते, अशा गुन्ह्याला मृत्युदंड ही एकच शिक्षा होती.

ते सरकारबद्दल बोलत नसत, सद्दामबद्दल बोलत नसत. कमेल सचेतची राष्ट्राध्यक्ष, पिता, शेख किंवा देव यांच्याबद्दलची निष्ठा अढळ होती आणि त्यांच्या कर्तव्याच्या दृष्टीनेसुद्धा तेच योग्य होते. कुराण आणि इस्लामी विजयाच्या लोककथांनुसार सेनापतीचा मोठेपणा 'स्वामी'च्या आज्ञापालनातच असतो. 'जो ईश्वर आणि त्याचा प्रेषित आणि तुमच्या जीवनावर नियंत्रण असणाऱ्याची आज्ञा पाळतो,' कमेलने कुराणातील वचन उद्धृत केले. त्यांच्या देशाने युद्ध पुकारले होते, इराणी लोक हे पूर्वी महान 'काका' (KaaKaa) ने नि:पात केलेला पर्शियन शत्रूच होते, ज्यांचे आता आक्रमण आणि अधर्म करणाऱ्या इराण्यांमधे रूपांतर झाले होते. त्यांच्या जगाचे काळे आणि पांढरे असे स्पष्ट दोन भाग होते; ते राजकारणी माणूस नव्हते; ते कधीच दिशा दाखविणारे नव्हते; ते ताठ मानेने उभे होते. त्यांना कोणतीही सूट, सवलत नको होती. त्यांची चौकशी करणाऱ्या अधिकाऱ्यांपुढे ते आपले म्हणणे अपराधीपणाची भावना न ठेवता मुद्देसूदपणे मांडायचे, कैदेच्या काळाचा उपयोग ते

कुराणाचा अभ्यास, इंग्रजी शिकणे आणि डॉ. हसन सांगत असलेले मानसशास्त्राचे नवे जग समजून घेण्यासाठी करीत होते.

त्याउलट, तीन महिन्यांच्या कारावासात डॉ. हसन यांचे वजन तीस किलोने कमी झाले होते. ते आतल्या आत उन्मळून पडले होते. त्यांचा आत्मा स्वत:लाच दोष देत होता, स्वाभिमान गळून गेला होता. त्यांना एका विरोधाभासाचे कोडे पडले होते; त्यांचा हुद्दा आणि बाथ पक्षाचे सभासदत्व त्यांच्या अटकेच्या आड आले नव्हते; पण त्यांच्या स्थानामुळे त्यांच्यावरील आरोप सौम्य करण्यात आले होते आणि त्यांना एका 'चांगल्या' तुरुंगात ठेवण्यात आले होते. कधीकधी त्यांना हे सर्व एखाद्या उधळलेल्या खेळाप्रमाणे वाटायचे; तुमचे स्थान, तुमची पात्रता त्यांच्या खिजगणतीतही नसायची. तुम्हाला कोणतेही हक्क नाहीत, तो तुमच्यावर नियंत्रण ठेवण्याचा डाव होता, त्याला कोणतेही नियम नव्हते. त्यांनी नियम पाळण्याचा प्रयत्न केला होता; पण तरीही त्यांना शिक्षा केलीच होती. तुरुंगात कमेल सचेतच्या मैत्रीमुळे त्यांचे मनोधैर्य बरे राहिले होते आणि त्यांना थोडा आत्मविश्वास परत आला होता; पण त्यांची काही महिन्यांनंतर सुटका झाली तेव्हा ते पुन्हा खचले. ते पुन्हा रशीद मिलिटरी हॉस्पिटलमधे रुजू झाले; पण त्यांना एकटे एकटे वाटू लागले. त्यांचे सहकारी त्यांच्यापासून दूर राहू लागले आणि लोहचुंबक जसा दूर जातो तसे ते दूर राहू लागले. कित्येक महिने त्यांना त्यांच्यावरील खटल्याच्या सुनावणीसाठी जावे लागत होते. त्यांना त्यांच्या सहकाऱ्यांना, त्यांच्यावर अखेरीस फक्त गणवेषात असताना दारू प्यायल्याचा आरोपच ठेवण्यात आला, हे स्पष्ट करून सांगायचे होते. पण त्यांचा विश्वास बसणार नाही अशी भीती त्यांना वाटायची. ते शिया असल्याचे उघड झाले होते. इतर लोक सुन्नी होते. त्यांच्यावरील संशयात आपणही सापडू नये अशी प्रत्येकाला भीती वाटायची. अटक होण्यापूर्वी डॉ. हसन हे पूर्ण आत्मविश्वास असलेले आणि बडबड्या स्वभावाचे होते. आता ते एकदम अबोल, एकलकोंडे आणि उदासवाणे झाले. ज्यांना अटक झाली होती ते त्यांचे शिया मित्र एक-दोनदा त्यांना भेटण्यासाठी त्यांच्या क्लिनिकमधे आले होते; पण त्यांना त्यांची मैत्री पुन्हा सुरू करण्यात यश आले नाही. त्यांच्या मनाचा ताबा भीतीने घेतला होता. डॉ. हसन म्हणाले की ते पुन्हा पूर्वीप्रमाणे कधीच होऊ शकले नाहीत. 'मला बघून स्मित केल्याचे काही क्षण आणि एकदा हळूच हसले ते खऱ्या आनंदाचे चिन्ह नव्हते. जगता न आलेल्या आयुष्याचे ओझे त्यांच्या मनावर होते. अबुधाबीला आल्यामुळे या मानसिकतेतून त्यांची सुटका झाली नव्हती, प्रमाण कमी झाले होते पण पूर्णपणे मुक्तता झाली नव्हती.'

डॉ. हसनना सोडल्यावर काही आठवड्यांनी कमेल सचेतचीसुद्धा कोणताही आरोप न ठेवता सुटका करण्यात आली. त्यांनी आपल्या कुटुंबाबरोबर जेमतेम दोन

दिवस काढले नसतील, तेवढ्यात त्यांना प्रत्यक्ष सद्दाम हुसेनच्या पुढे हजर होण्याचा हुकूम आला. सद्दामने त्यांना काही पैसे दिले, आणखी एक पदक दिले आणि त्यांना पूर्ण कर्नलपदाची पदोन्नती देऊन त्यांच्या स्वत:च्या तुकडीचे प्रमुख म्हणून नेमले. त्यांच्या एकनिष्ठेचे हे पुन:प्रमाणीकरण होते. चांगली देशभक्ती विश्वासार्ह नसते अशी सद्दामची भावना होती – आधी शिक्षा करायची आणि मग कृपेचा वर्षाव करायचा, असे त्याचे धोरण होते. एकाच व्यक्तीत गुलाम आणि विश्वासू साहाय्यक निर्माण करण्याची ही त्याची पद्धत होती.

सुटका केल्यावर साधारण एका महिन्यानंतर डॉ. हसन यांना बगदादच्या दक्षिणेला असलेल्या एका लष्करी प्रशिक्षण केंद्रात एका प्रकरणातल्या तथाकथित गुन्हेगारांना देहान्त शिक्षेची अंमलबजावणी होणार होती, तिथे उपस्थित राहायला सांगण्यात आले. एका मानसोपचारतज्ज्ञाला असे काम देणे जरा विचित्र होते; पण हुकमाला नकार देणे शक्यच नव्हते. सहा तगड्या तरुण माणसांना लाकडाच्या चौकटीला बांधले होते. आघाडीवरून पळून आल्याबद्दल त्यांना देहान्ताची शिक्षा देण्यात आली होती. ती वाचून दाखविण्यात आली. त्यांच्यासमोर सहा सैनिक उभे करण्यात आले. प्रत्येकाला बंदुकीच्या तीस गोळ्या देण्यात आल्या. त्यांच्या तुकडीचा प्रमुख एका बाजूला उभा राहिला. त्याच्या एका बाजूला डॉ. हसन आणि दुसऱ्या बाजूला एक धार्मिक शेख, ज्याला या प्रसंगासाठी बोलविण्यात आले होते, ते उभे होते.

शिक्षा झालेले तरुण 'मी निरापराध आहे.. आम्ही मुस्लीम आहोत... आमच्यावर विश्वास ठेवा. आमची बायका-मुले आहेत, आम्ही देशासाठी लढलो, आम्ही इराकचे रक्षण केले. देवा, आम्हाला सोडव,' असे सतत ओरडत होते.

वरील प्रसंग सांगताना डॉ. हसनने मान खाली घातली होती. तीस गोळ्या घातल्यावर डॉक्टरच्या सर्टिफिकेटची गरजच नव्हती. त्यांच्या कवट्या छिन्नविछिन्न झाल्या होत्या. मेंदूचे तुकडे सगळीकडे विखुरले होते. त्यानंतर कित्येक वर्षे त्यांच्या रक्ताने माखलेल्या चेहऱ्यांनी डॉ. हसनची झोप उडविली होती.

◆

५

हतबलतेचे दर्शन

ज्या मनाच्या साहाय्याने त्यांच्या पिढीतील अनेक लोक स्वतःचे समाधान करायचे, तो 'मी काय करू शकणार होतो?' हा मंत्र डॉ. हसन यांनी अनेकदा उच्चारला. काही प्रश्न किंवा आठवणी अपराधीपणाची भावना निर्माण करीत असतील; पण त्या कृत्यात आपण सहभागी होतो ही बोच 'मी काय करू शकत होतो?', 'पण मी लोकांना मदत केली. अनेक लोकांना केली. मलासुद्धा त्रास व्हायचा,' किंवा हुकमी एक्क्यासारखे तसे सरकार असताना जगणे किती कठीण होते, हे तुम्ही समजू शकणार नाही,' अशा प्रकारच्या विधानांनी बोथट करता येते.

अशा समर्थनापुढे कोणतीही चर्चा अशक्यच. सद्दामच्या इराकमधे लोकांच्या मनात भीती आणि मारहाण, हिंसाचाराची शक्यता हे वास्तव होते. एखादेसुद्धा चुकीचे पाऊल तुमच्या मृत्यूला, तुमच्या बायकोला तुरुंगात टाकायला, मुलाची कॉलेजमधील जागा जायला, मुलीच्या लग्नाची शक्यता दुरावायला पुरेसे होत असे.

मी अनेक इराकी लोकांना भेटले – डॉक्टर, प्रोफेसर, दुभाष्ये, व्यापारी. प्रत्येक चेहऱ्याचा मी अभ्यास केला, प्रत्येक गोष्ट ऐकली, ती सांगताना ते कुठे थांबतात, कुठे निःश्वास टाकतात, याचे निरीक्षण केले. माझ्या सर्वांत महत्त्वाच्या प्रश्नांना कधीच उत्तर मिळाले नाही. 'तुम्हाला हे माहीत नव्हते का?', 'का?' – हे प्रश्न मला अबुधाबीत डॉ. हसनना विचारायचे होते. प्रत्येकाकडे आपापले कृतक्कोप, स्पष्टीकरण आणि समर्थन यांचे मिश्रण असायचे. सद्दामच्या इच्छांची अंमलबजावणी हजारो व्यक्तीच करायच्या हे मान्य करण्याऐवजी सद्दामला दोष देणे सोपे होते; पण त्यांचे असे समर्थन साहजिकच होते हे मला माहीत होते. त्यांचे म्हणणे खरे होते; अशा सत्ताधाऱ्याच्या कारकिर्दीत राहणे म्हणजे काय असते ते मी समजू शकले नसते. मी त्यांचा निवाडा करणे योग्य झाले नसते.

मी जनरल राद हमदानी यांना अम्मानमध्ये २००७च्या उन्हाळ्यात भेटले. २००३मध्ये बगदादचा पाडाव होईपर्यंत ते सेकंड रिपब्लिकन गार्ड कोअरचे प्रमुख होते. हमदानींचे वाचन चांगले होते. ते बुद्धिमान होते आणि दहा दिवस चाललेल्या आमच्या संभाषणात, आपल्यावरील दोष दुसऱ्याला चिकटवण्यासाठी इतर लोक जी पद्धत वापरतात त्यापेक्षा त्यांची वेगळी अशी गुळमुळीत विधाने करण्याची पद्धत लक्षात आली.

हमदानी बुटके होते. उतरते खांदे, मधे गोलाकार झालेल्या देहाच्या बाजूने जाणारे कंसाच्या आकाराचे हात, बंदुकीच्या गोळीचा आकार असलेले, घुमटाच्या आकाराचे तासलेले डोके, बारीक काळी दाढी, भुवया नसलेल्या काळ्या डोळ्यांतील भेदक नजर. त्यांचा चष्मा नाजूक होता. त्याला कडा नव्हत्या. हातवारे करत, हसत हसत, डोळे चमकवत बोलण्याची त्यांना सवय होती. बोलता बोलता चर्चिल, सन त्झू आणि माँटगोमेरी यांची वचने उद्धृत करेपर्यंत ते बॉलबेअरिंगसारखे दिसायचे. त्यांचे मन तीक्ष्ण आणि विचारशील, विश्लेषण करणारे होते. एखाद्या घटनेमागील नैतिकता किंवा मानसिकता शोधण्याच्या दृष्टीने मी प्रश्न विचारला की ते माझा हेतू ओळखायचे आणि 'हो, पण –' या थाटाचे उत्तर द्यायचे. ते इतके वेळा 'हो, पण...' ने उत्तर द्यायचे की नंतर त्यांनी तसे म्हणताच मी भुवया उंचावून स्मित करायचे आणि तेही उलट स्मित करायचे. 'हो पण...' हा त्यांचा ट्रेडमार्कच झाला होता.

हमदानींचे पुस्तकाचे कपाट आणि विचारस्वातंत्र्य हा त्यांच्या वडिलांचा वारसा होता ('पौर्वात्य मानसिकतेमुळे ज्ञान मर्यादित होते.' त्यांच्या पिढीतील अनेक अधिकाऱ्यांची उदाहरणे देत ते म्हणाले, 'शिक्षणाची पातळी कमी होती, विचारांची पातळी उच्च नव्हती, आमची सुशिक्षित पिढी होती; पण आमच्यापैकी निम्म्या लोकांचे वडील अशिक्षित होते.). हमदानींचे वडील बगदादमधे हेडमास्तर होते; पण १९६०च्या दशकातील उलथापालथींमधे त्यांना कम्युनिस्टांनी, नंतर राष्ट्रवाद्यांनी आणि नंतर बाथ पक्षीयांनी खालच्या पदावर ढकलले. शेवटी ते पुन्हा साधे शिक्षक झाले. १९६९मधे निवृत्ती पत्करल्यामुळे शिक्षणात जे राजकारण आणले जात होते त्यापासून ते दूर राहिले. त्याच वर्षी शिक्षण चालू ठेवायचे असेल आणि मिलिटरी ॲकॅडमीत प्रवेश मिळवायचा असेल, तर बाथ पक्षाचे सभासद होण्याशिवाय गत्यंतर नाही, हे हमदानींच्या लक्षात आले. निवड करण्यासाठी त्यांच्या वडिलांनी त्यांना सल्ला दिला. खरी निवड करायला त्यांना वावच नव्हता. ते त्यांना म्हणाले की पुढील करिअरच्या दृष्टीने बाथ पक्षाचा सभासद बनणे आवश्यक आहे हे खरे आहे. जरी मोठ्या भावाप्रमाणे इंजिनिअर व्हावे अशी वडिलांची इच्छा असली तरी त्यांनी स्वत: पक्षाची पत्रके आणि बैठका यात काय होते ते स्वत: बघून मग निर्णय घ्यावा, असा वडिलांनी सल्ला दिला.

हमदानींनी त्याप्रमाणे तुलना केली, फरकांचा अभ्यास केला आणि असा निष्कर्ष काढला की बाथिझम म्हणजे कम्युनिझमचा अरबी अवतार आहे. सर्व अरबांच्या ऐक्यावर भर देणारा समाजवाद, एक प्रकारचे आंतरराष्ट्रीयतेचे स्वप्नच! 'हे अशक्य आहे, कविकल्पना आहे, हे माझ्या वडिलांसारख्या लोकांना माहीत होते.' हमदानी आदराने म्हणाले.

होय, बाथ पक्षाचे काही चांगले मुद्दे आहेत. त्यांनी निरक्षरता घालविण्यावर लक्ष केंद्रित केले, शाळा सुरू केल्या, विद्यार्थ्यांना उच्च शिक्षणासाठी अमेरिका व युरोपात पाठविण्यावर पैसा खर्च केला. देशाची अर्थव्यवस्था, तेल आणि शेती यांवरच अवलंबून राहू नये यासाठी सरकारी मालकीचे इतर उद्योगधंदे सुरू केले आणि स्त्रियांच्या प्रगतीसाठी धर्मनिरपेक्ष पद्धतीने प्रयत्न केले.

पण त्यांनी स्वत:व्यतिरिक्त इतर विचार वर येऊ दिले नाहीत. एकच ध्येयवाद आणि एकच पक्ष यांवर भार दिला. सद्दामने १९७९मध्ये सत्ता हस्तगत केल्यावर हे 'एकच व्यक्ती'वर आले. अनेक सुशिक्षित अरबांप्रमाणेच हमदानींनासुद्धा अरबी मानसिकता अजिबात पसंत नव्हती. 'अरब काही बुद्दू नाहीत, पण आमच्या पूर्वेकडच्या समाजात विचार लादले जातात – जमातीच्या किंवा धर्माच्या पातळीवर. शेख तरी लादतो नाहीतर इमाम तरी लादतो. मेंढपाळ जसा मेंढ्यांच्या कळपाला हाकतो, तसे या समाजाचे आहे. कोणत्याही बाबतीत आमच्या मनात येणारा पहिला विचार, पाश्चिमात्य लोकांप्रमाणे ही गोष्ट मला कशी वाटते हा नसतो, तर 'इमाम काय म्हणेल, शेख काय म्हणेल?' हा असतो. माझ्या वडिलांनी मला वेगळ्या प्रकारे विचार करायला शिकविले, मी स्वत:चा विचार करतो, स्वत:ला काय वाटतं ते बघतो. बाथ पक्षानेही तेच केले. जमातीच्या पुढाऱ्याऐवजी त्यांनी बाथी वरिष्ठ नेमला. राजकारणी आले आणि त्यांनी जमातीचा पुढारी आणि धर्माचा नेता या दोघांच्याही जागा बळकावल्या. सद्दाम हुसेन फार हुशार होता; पण त्याच्या भोवतीच्या कोणालाही तो विचार करायची संधी देत नसे. सगळ्यांच्या वतीने आपणच विचार केला पाहिजे, असा त्याचा समज होता.

कदाचित सद्दामला १९८२मधेच युद्ध थांबवायचे होते; पण खोमेनी सोडेना. त्यानंतरच्या मोहिमेच्या काळात त्याने इराक्यांचा छळ सुरू केला. बगदाद-बसरा रस्ता बंद करण्याचा प्रयत्न केला, फाव प्रदेशावर हल्ला केला आणि उत्तरेत डोंगराळ भागात कुर्दिश पेशमर्गा लोकांना पाठिंबा दिला. इराककडे जास्त सामर्थ्यवान हवाईदल आणि आधुनिक शस्त्रास्त्रे होती, इराणकडे संख्याबळ आणि धर्मवेड होते. इराण्यांनी हल्ला केला, इराकींनी प्रतिहल्ला केला – विषारी वायूचा वाढता वापर करून वाळवंटापासून डोंगरापर्यंत १६०० किलोमीटर लांबीच्या आघाडीवर युद्ध

चालले. वर्षानुवर्षे कधी यांची सरशी, तर कधी त्यांची. किती मेले, किती जखमी झाले त्यांची मोजदाद करा, मागे या, पुन्हा मुसंडी मारा किंवा बहुतेक वेळा जसं व्हायचं तसं, खंदकात उभे राहा आणि तोफांचा भडिमार झेला.

असे आठ वर्षे चालू राहिले. लाखो मेले, लाखोजण युद्धकैदी झाले, लाखो जखमी झाले (खरे आकडे कोणालाच माहीत नाहीत.). हमदानी रात्री त्यांच्या रणगाड्यात बसून नकाशासाठी असलेल्या दिव्याच्या उजेडात वाचायचे. दुसऱ्या महायुद्धातील जर्मनीचे रणगाडायोद्धे हे त्यांचे 'हिरो' होते – गुदेरियन, फोन मान्स्टाइन, रोमेल. 'दीर्घकाळ चाललेल्या युद्धाने कोणत्याही देशाचा फायदा झाल्याचा इतिहास नाही.' हमदानींनी सन त्झूच्या 'द आर्ट ऑफ वॉर'मधून उद्धृत केले. 'इराण-इराक युद्ध हे युरोपातील पहिल्या महायुद्धासारखे होते. खंदक, सतत चालू असलेल्या चकमकी, डावपेचांपेक्षा चकमकीच जास्त. आम्ही सोमची पुनरावृत्ती केली आणि अनेक लढायांमुळे अनेक विजय आणि पराजयसुद्धा झेलले. हमदानींनी चर्चिलला उद्धृत केले (अतिशय सूज्ञ माणूस!) 'युद्धात अनेक लढाया आणि अनेक डावपेच असतात; पण जो लढायांपेक्षा डावपेच जास्त खेळतो, तोच सेनापती विजयी होतो.

हमदानींचा कमेल सचेतशी प्रथम संबंध आला १९८१मध्ये. सैफ सईदच्या लढाईच्या वेळी!

सैफ सईद हा डोंगर इराकची भूमी जिथे इराणकडे अरुंद होत जाते, तिथल्या सीमेवर आहे. हा डोंगर, त्याच्या उंचीमुळे मोक्याचा होता, कारण त्याच्या २००० मीटर उंचीवरील पठारावरून दुर्बिणीच्या साहाय्याने शंभर किलोमीटर दूर असलेल्या बगदादचा परिसर दिसत असे. जानेवारीमधे इराणने डोंगरावर खंदकात असलेल्या इराकी सैन्यावर हल्ला केला. पाऊस पडत होता, हवा थंड होती आणि डोंगर एखाद्या फुटक्या दगडांचा ढीग वाटत होता. ते वाळवंट होते, जनावरे तर नाहीत पण पक्षीसुद्धा नव्हते. डोंगरउताराच्या खालच्या बाजूला खुरटे गवत होते आणि तिथे धनगर मेंढ्यांचे कळप चरायला आणत. ते तिथे असलेल्या एका गुहेत मुक्काम ठोकीत. त्या गुहेला 'मृत्यूची गुहा' म्हणत. 'ती गुहा भयानक होती, कोणालाही आवडणार नाही अशी.' हमदानी म्हणाले, 'आम्ही तिथे अनेक सैनिक गमावले.'

लढाईच्या सुरुवातीला हमदानी चिलखती टेहळणी तुकडी घेऊन शत्रूचे ठिकाण आणि दळणवळणाची व्यवस्था यांचे निरीक्षण करण्यासाठी तिथे गेले होते. तेव्हा ते मेजर होते. त्यांना एका सोडून दिलेल्या जुन्या ओटोमन किल्ल्याला जाणारी वाट दिसली आणि एका अरुंद खिडकीच्या पलीकडे इराणी सैनिक त्यांची आघाडी मजबूत करताना दिसले. मग ते आपला वरील रिपोर्ट देण्यासाठी वीस किलोमीटर

अंतरावर अल-माला या खेड्याकडे गेले. तिथे इराकी सैन्याचा तळ होता.

तो जानेवारीतला ढगाळ पावसाळी दिवस होता. जोरात पावसाची सर यायची, थांबायची, पुन्हा यायची असे चालले होते. हमदानीनीं त्यांच्या जॅकेटची कॉलर वर ओढून डोके झाकायचा प्रयत्न केला. त्यांचे जॅकेट पूर्णपणे भिजले होते. इराणी तोफांचा मारा डोंगरउतारावर दाट होता आणि अल-मालाच्या परिसरात विरळ होता. खेड्यात सर्वत्र गोंधळ होता. एका सर्जिकल तंबूमधे एक वैद्यकीय केंद्र प्रस्थापित केले होते. त्यावर लाल चंद्रकोर असलेला ध्वज लावला होता. पहिल्या तीन दिवसांत हजार सैनिक मारले गेले होते, जखमींची संख्या तीन हजाराच्या आसपास असावी. युद्धातील इराणने केलेली ती पहिली चढाई होती. तोफांचा मारा जोरदार होता, खोल चिखल होता, इराकी सैन्याला मागे हटविण्यात आले होते, ही धक्कादायक बाब होती. जखमींची संख्या मोठी होती, त्यांना त्या खडीच्या रस्त्यावरून वाहणाऱ्या पाण्यातून रक्त आणि चिखलाने माखलेल्या ॲम्ब्युलन्सेसमधून आणि खचाखच लादलेल्या जीपांमधून नेत होते.

प्रतिहल्ला करणाऱ्या दुसऱ्या कोअरचा प्रमुख होता जनरल लतीफ. हमदानी आणि इतर लोकांच्यानुसार लतीफ अतिशय शूर पण निर्दय होता. प्रत्येक लढाईत समोरासमोर टक्कर दिली पाहिजे, असे त्याचे ठाम मत होते. हमदानी त्याला १९७४च्या कुर्द युद्धापासून ओळखत होते. तो अतिशय दारू पिणारा होता आणि तो त्याच्या तुकडीतील सैनिकांनासुद्धा बिअर वाटायचा (त्या वेळी मदिरापान करायला परवानगी होती, पण कामावर असताना नाही.). त्याचे मुख्य ठाणे एका पोलीस चौकीत असल्याचे हमदानीला दिसले आणि तिथून त्याने पायदळाच्या दोन ब्रिगेड्सना डोंगरावर चढत जाऊन इराण्यांवर थेट हल्ला करण्याचा हुकूम दिला होता. हमदानींनी इराण्यांची कुमक जबुरा येथे ऑटोमन किल्ल्याच्या खाली असलेल्या खिंडीतून वर जाताना बघितली होती आणि आपल्या कारवाईचे उद्दिष्ट त्या खिंडीची नाकेबंदी करणे हे असावे, असे त्यांना त्यांच्या तोंडी अहवालात सुचवायचे होते; पण ठाण्यातील वातावरण अतिशय अनिष्ट होते. 'अतिशय खराब' असे म्हणत हमदानींनी मान हलविली. एक कर्नल, एक कॅप्टन आणि सहा सैनिकांवर परवानगी दिली नसताना माघार घेतल्याचा आरोप ठेवण्यात आला होता आणि लतीफने त्यांची हत्या करण्याची शिक्षा फर्मावली होती. आरोपींच्या डोळ्यांवर पट्ट्या बांधून त्यांना बाहेरच्या पटांगणात नेण्यात आले आणि त्यांच्यासमोर सैनिकांची रांग उभी केली गेली. त्या सैनिकांच्या हातात बंदुका होत्या; पण त्यांच्या मनाची चलबिचल होत असून ते अस्वस्थ दिसत होते. लतीफच्या हातात रायफल होती आणि गोळ्या झाडण्यासाठी उभ्या असणाऱ्या सैनिकांकडे बघत तो ओरडला, 'तुम्ही गोळ्या झाडल्या नाहीत तर मी आधी तुमच्यावर गोळ्या झाडीन आणि नंतर त्यांच्यावर.'

हमदानींना ते बघणे अशक्य झाले. ते बरहावी या लतीफच्या साहाय्यकाकडे गेले. तो सूज्ञ आणि सहृदय होता. त्याला त्यांनी खिंड बंद करण्याची योजना सांगितली. बरहावी निराश मन:स्थितीत होता. तो म्हणाला, 'मला तुमचं म्हणणं पटतं. पण या माणसापुढे काय करणार? तो त्यांच्यावर समोरून थेट हल्ला करेल.' हमदानी तिथून निघाले आणि आणखी मागे मेंदली या गावी इराकी स्टाफचे मुख्य कार्यालय होते तिथे गेले आणि त्यांनी कमांडिंग ऑफिसरला जबुरा खिंडीविषयीचा तोंडी अहवाल दिला. त्यांना त्यांचा अहवाल आणखी वरिष्ठ कमांडरना प्रत्यक्षच द्या, असे सांगून त्यांना भूमिगत बंकरमध्ये नेण्यात आले. काँक्रीटच्या चार-पाच पायऱ्या उतरून गेल्यावर त्यांना सिगारच्या धुराचा वास आला. एका टेबलाभोवती सिगार ओढत स्वत: सद्दाम हुसेन, त्याचा कझिन आणि लोकप्रिय संरक्षणमंत्री अदनान खैरल्ला, इस्तिखबरात (लष्करी हेरखाते)चा प्रमुख आणि एक अंगरक्षक इतके जण होते. हमदानी आत गेले तेव्हा सद्दाम इस्तिखबरातच्या मुख्याची कानउघडणी करीत होता. 'हे सगळं तुमच्या अपयशामुळे होतंय.' 'आपल्याकडे खरी माहिती नव्हती.' प्रमुखाचा चेहरा निर्विकार होता – तो संतापला होता की खजिल झाला होता, हे सांगता येत नव्हते. अदनान खैरल्ला वातावरण थंड करण्याच्या दृष्टीने म्हणाला, 'कधी विजय होतो, कधी हार होते. नेहमीच विजय मिळतोच असे नाही.' सद्दामने एक वक्रोक्तीपूर्ण शेरा मारला आणि तो इस्तिखबरातच्या प्रमुखाकडे बघत राहिला.

हमदानी अभिमानाने ताठ उभे राहिले आणि त्यांनी आपला पहिला अहवाल राष्ट्राध्यक्षांना दिला. बंकरच्या भिंतीवर लावलेल्या नकाशावर त्यांनी त्यांच्या तुकडीचे ठिकाण, शत्रूच्या रसदीचा मार्ग आणि जबूराच्या खिंडीतील रस्ता कसा तोडता येईल ते सांगितले. सद्दामने मान डोलविली. अदनान खैरल्लानेसुद्धा मान डोलविली. हमदानींचा अहवाल संपत होता, तेवढ्यात जनरल लतीफ आत आले. त्यांच्या डोक्यावर मोटारसायकलचे हेल्मेट होते आणि अंगात एक जरा जुना वाटणारा, शिवणींवर काही ठिकाणी विरलेला गणवेष होता. ती संधी साधून हमदानींनी सलाम ठोकला आणि ते बाहेर पडले. ते दुसऱ्या खंदकात गेले. तिथे भिंतींना वाळूच्या पोत्यांचा आधार देऊन नियंत्रणकक्ष उभारला होता. भिंतीच्या कडेने स्टाफ ऑफिसर फोन, रेडिओ, नकाशे, रडार उपकरणे वगैरे घेऊन बसले होते. ऑफिसरनी त्यांना चहा पाजला. त्यांचे बोलणे चालले होते, इतक्यात त्यांना पहिल्या बंकरमधून अधिकृत फोटो काढून घेण्यासाठी बोलावणे आले. सद्दाम, अदनान खैरल्ला, कानउघडणी झालेला इस्तिखबरातचा प्रमुख आणि सद्दामचा अंगरक्षक एकत्र उभे राहिले. सद्दामला आपण इस्तिखबरात प्रमुखाला जास्तच कठोरपणे बोललो असे वाटले असावे, त्यामुळे तो त्याच्याशी जुना साथीदार वगैरे जरा चांगले बोलत होता;

पण तो प्रमुख मात्र धक्का बसलेल्या स्थितीत, काहीही न बोलता उभा होता. सद्दाम बोलत राहिला. सद्दामने आणखी कुमक येईपर्यंत तीन-चार दिवस हल्ला थांबविण्याचा आदेश दिला.

'आपण जरा थांबूया. नीट तयारी करू या आणि मग झालेले नुकसान भरून काढूया.' हमदानींच्या लक्षात आले की जनरल लतीफ त्यांची कलाश्निकोव बंदूक वेगवेगळ्या कोनात धरत होते. एकदा तर तिची नळी सरळ सद्दामच्याच दिशेने होती. अंगरक्षकाने एकदम नळी पकडली आणि जमिनीकडे वळवली. फोटो काढून झाल्यावर सद्दाम आणि त्याच्याबरोबरचे लोक हेलिकॉप्टरने निघून गेले.

लढाई काही दिवस थांबविण्यात आली आणि कुमक मागविण्यात आली. युद्धाच्या त्या सुरुवातीच्या काळात इराकी सैन्य फार नव्हते आणि होते ते विखुरले गेले होते. इराणकडे अमेरिकेने शहाच्या काळात दिलेली कोब्रा ॲटॅक हेलिकॉप्टर्स होती. त्यांच्यातून रॉकेटचा मारा करून इराणने इराकचा तोफखाना खिळखिळा करून टाकला होता. त्यामुळे आणखी जोम येऊन इराणने इराकी हल्ले थांबल्याच्या काळात अवजड तोफा सैफ सईदच्या माथ्यावर नेऊन ठेवल्या आणि इराकचे लक्ष विचलित करण्यासाठी उत्तरेच्या कुर्दिस्तानच्या डोंगरांमध्ये हल्ला चढविला.

लढाई पुन्हा सुरू झाली तेव्हा डोंगराच्या चढावर इराणी मशीनगन्सचा वरून मारा होत होता. त्यांच्यावर धडक हल्ला करण्यासाठी जनरल लतीफने जे दहा हजार सैनिक पाठविले, त्यात मोहमाराला विजयी झालेली मेजर कमेल सचेतची स्पेशल फोर्स ब्रिगेडही होती. ती लढाई महिनाभर चालली. अनेक हल्ले आणि चकमकी झाल्या; पण इराकी सैन्याला इराण्यांची फळी मोडता आली नाही. जेव्हा हल्ला अयशस्वी झाला हे सिद्ध झाले तेव्हा लतीफने कमेल सचेत आणि इतर अनेक कमांडर्सवर दिलेली जबाबदारी पार न पाडल्याचा आरोप ठेवून त्यांना बगदादला लष्करी कोर्टापुढे रवाना केले. हमदानींच्या म्हणण्याप्रमाणे कमेल सचेतने मोहमाराला गाजविलेला पराक्रम आणि त्याने सैफ सईदच्या लढाईत स्वत:चा केलेला प्रामाणिक बचाव लक्षात घेऊन त्याला आणि इतर अनेक अधिकाऱ्यांना मुक्त केले गेले.

हे असेच घडले की त्यात थोडा फरक होता ते महत्त्वाचे नाही; पण युद्ध कसे झाले आणि कमेल सचेतचे त्यात कोणते स्थान होते त्याचा संदर्भ लक्षात येण्यासाठी त्याचा उपयोग होईल. सैफ सईदची लढाई हा इराणने केलेला पहिला हल्ला आणि इराकचा पहिला पराभव होता (इराणने १९८८मध्ये युद्ध संपेपर्यंत सैफ सईदवर आपल्या तुकड्या ठेवल्या आणि त्या जेव्हा काढल्या तेव्हा त्या आपणहून काढल्या.). आणि ही पहिलीच लढाई होती जिच्यात कमांडर्सना अपयश आल्याबद्दल गोळ्या घालून मारण्यात आले. त्यानंतर लढाया केवळ वरच्या हुकमावरून लढल्या गेल्या; ज्याच्याबद्दल प्रश्न विचारणे शक्य नव्हते. आणि त्यात प्राण घेणारी गोळी पुढून किंवा

मागून कुठूनही येऊ शकत होती. कमेल सचेत आणि त्याच्यासारख्या अधिकाऱ्यांच्या बाबतीत देहान्त शिक्षेची शक्यता आणि सद्दामने दया व माफी करण्याची शक्यता त्यांचा मनावर कायमचा ठसा उमटे. सैफ सईदनंतर कमेल सचेत त्याच्या राष्ट्राध्यक्षांवर पूर्ण विश्वास ठेवणार होता आणि त्याचा काही काळ त्याच्या करिअरमधे चांगला उपयोग झाला.

हमदानी आणि मी अम्मानला त्यांच्या ऑफिसमधे अनेक दिवस बोललो. ते तिथे इराक सोडून आलेल्या एका श्रीमंत माणसाचा सल्लागार म्हणून काम करीत होते. त्यांनी माझ्यासाठी निळ्या शाईत नकाशे काढले, त्यात ते हल्ल्याची दिशा दाखविणारे बाण, खंदक वगैरे काढायचे; मधेच ते बगदाद-अम्मान-दमास्कस-बैरूत-वॉशिंग्टन वर्तुळात फिरणाऱ्या इराकी लोकांचे फोन घेत. अयाद अल्लावी, अमेरिकेने नेमलेले माजी इराकी अध्यक्ष, पुन्हा निवडणुकीला उभे राहणार होते, त्यांना पाठिंबा मागण्यासाठी... अनबार प्रांतातील अमेरिकन मरीन्सचा कमांडरला सल्ला हवा होता; इराकी परराष्ट्र मंत्र्यांचा एक चुलत/मावस भाऊ – त्याला एका नव्या कुर्दिश राजकीय पक्षाबद्दल बोलायचे होते... अशा असायच्या आमच्या मुलाखती. हमदानी नेहमी अतिशय सौजन्यपूर्ण वागायचे आणि फोनमुळे वारंवार पडणाऱ्या खंडाबद्दल दिलगिरी व्यक्त करायचे. फोन झाला की ते पुन्हा शालामचेच्या तिसऱ्या लढाईतील सेनेची व्यूहरचना किंवा फिश लेकला इराणी सेनेची ठाणी अशी चित्रे काढू लागायचे आणि फाओ येथे रणगाड्यांनी हल्ला करून शत्रूच्या फळीला कसे खिंडार पाडले किंवा पेंजाविनचे सामरिक महत्त्व का होते, ते विषद करायला लागायचे.

इराण-इराक युद्ध एक प्रदीर्घ संघर्ष होता. इराकसाठी ते भविष्य ठरविणारे युद्ध होते; इराणच्या बाबतीत त्यांनी तेवढेच सैन्य तिप्पट लोकसंख्येतून उभे केले होते. त्यामुळे इराणसाठी युद्ध म्हणजे जीवनमरणाचा प्रश्न नव्हता. इराक मात्र युद्धाकडे अस्तित्वाच्या लढाईसारखा बघत होता. इराकला पूर्ण समाजाचे लष्करीकरण करावे लागले होते. विद्यार्थी आणि शिक्षक दर गुरुवारी स्काउटच्या गणवेषात येऊन खेळाच्या मैदानात इराकच्या ध्वजाला सलामी देत. निवृत्तांच्या तुकड्या होत्या तशा शाळकरी मुलांच्या आणि अगदी बायकांच्यासुद्धा तुकड्या बनविण्यात आल्या होत्या. पोलिसांना लष्कराप्रमाणे लढाईची सवय व्हावी म्हणून वर्षातून एकदा आघाडीवर पाठवीत. प्रत्येक लष्करी अधिकारी थोर देशभक्त समजला जात असे. क्यूमधे लोक आपणहून त्याला सर्वांत पुढे पाठवीत.

'रिपब्लिकन गार्ड्स'मधील सैनिकांना चांगले पगार होते आणि त्यांची तुकडी रस्त्याने जायला लागली की रस्त्याच्या दोन्ही बाजूंना मुले उभे राहून त्यांच्यावर

चॉकलेट-गोळ्यांचा वर्षाव करून त्यांना सलामी देत. अगदी लहान मुलांनासुद्धा सैनिकाचा पोषाख घालत आणि त्यांचे आईबाप, तसेच सद्दामसुद्धा त्यांचा उल्लेख 'आमच्या सैनिकांची मुले' असा करीत. एक निवृत्त जनरल अभिमानाने त्या वेळची आठवण काढत मला म्हणाले, 'आम्ही पावणेतीन कोटी इराकी होतो आणि पावणेतीन कोटी सैनिक.'

पण जसे युद्ध लांबले तसे त्याच्याविरुद्ध छुपे प्रवाहही निर्माण झाले. काही सैनिक ब्लेडने मनगट कापून घ्यायचे किंवा पायावर गोळी झाडायचे, काहीजण व्हेलियमच्या अमलाखाली राहायचे (इराणी सैनिक वेदनांची जाणीव होऊ नये म्हणून अफूचे सेवन करायचे). भीतीवर मात करण्यासाठी काही अधिकारी लढाईत दारू पिऊन जायचे, तर काही धर्माचा आधार शोधायचे; अंधश्रद्धा आणि इस्लाममधील मनःशांतीसाठीचे मंत्रतंत्र यांच्या साहाय्याने भीतीवर मात करता यायची आणि स्वर्गप्राप्तीची खात्री मिळायची.

हमदानींना अशा कुबड्या लागल्या नाहीत. त्यांनी आपल्या स्वतंत्र विचारसरणीची कास सोडली नाही असे दिसते. आघाडीवरील देहदंडाच्या शिक्षा अमलात आणताना, बघत असताना त्यांच्या मनात विचार यायचा : याची सकारात्मक बाजू अशी की पळपुटा म्हणून नामुष्की होणे आणि त्यामुळे कुटुंबाला पेन्शन न मिळणे, यापेक्षा शत्रूकडून मारला जाणे बरे, असे वाटून सैनिक जास्त हिरीरीने लढतील; पण नकारात्मक गोष्ट ही की नेहमीपेक्षा जास्त प्राणहानी होईल – 'अर्थात सैनिकाला गोळ्या घालणे ही फारच भयंकर आणि घृणास्पद गोष्ट आहे आणि योग्य प्रशिक्षण मिळालेला कोणताही अधिकारी तसे करायला नकार देईल.'

मी त्यांना त्यांचे स्वतःचे अनुभव विचारले, कमांडर म्हणून आणि आज्ञाधारक म्हणूनही. ते म्हणाले, 'हा फार नाजूक विषय आहे आणि मग ते पुन्हा म्हणाले की त्यांनी पुस्तके वाचून अधिकाऱ्यांनी कसे वागावे याची ब्रिटिश पद्धत स्वतःला शिकविली होती आणि त्यामुळे ते नेहमीच संकटात सापडले होते. 'ही माझी अडचण होती; पण मला ब्रिटिश पद्धत काही विसरता येत नव्हती. म्हणून मी मधला मार्ग काढायचा प्रयत्न केला. हो... पण...' त्यांचे नेहमीचे शब्द बोलून त्यांनी स्मित केले आणि त्यांचे विश्लेषण पुढे सांगू लागले. 'कमांड ॲट गनपॉइंट' याचा अर्थ ते सांगू लागले. नव्या पिढीतील कमांडर कोणतीही लष्करी चाल खेळण्यापूर्वी लेखी हुकमासाठी थांबत. हा डळमळीतपणा इराकी अधिकाऱ्यांचा धर्मच बनला होता. ते जबाबदारी घ्यायला घाबरायचे. ते हुकूम येईपर्यंत थांबायचे. स्पष्टीकरण विचारायचे, हायकमांडला फोन करायचे. 'अशा वृत्तीने इराकी सेनेची लढण्याची ईर्षाच मेली.' हमदानी दुःखाने म्हणाले. अनेकजण डावपेचाचा भाग म्हणून तात्पुरती माघार घेऊन 'पळपुटा, भित्रा' म्हणून नंतर नालस्ती होण्यापेक्षा मरून हिरो होणे

पसंत करायचे. हमदानींच्या मते, कमेल सचेतमध्येसुद्धा निर्णय घेण्यातील डळमळीतपणा हा दोष होता. ते अतिशय शूर आणि धाडसी सैनिक होते याबद्दल शंकाच नाही; पण त्यांचा अभ्यास पुरेसा नव्हता आणि ते एखाद्या गोष्टीवर चर्चा करणे किंवा विचार करणे टाळायचे. त्यांची सैन्यातील कर्तबगारी आणि प्रगती, त्यांच्याबद्दल इतर अधिकारी काय बोलायचे, ते या गोष्टींचा विचार करता कमेल सचेतना निर्णयाची जबाबदारी आणि अपयशाची शक्यता या दोन्ही गोष्टींबद्दल सारखीच भीती वाटायची.

कमेल सचेत यांचा ईश्वर, त्यांचे राष्ट्राध्यक्ष आणि स्वत:ची कर्तबगारी यांच्यावर विश्वास होता. १९८३मध्ये तुरुंगातून सुटल्यावर त्यांना कुर्दिश डोंगरांमधील पेंजाविन इथे पाठविण्यात आले. तिथे पुढे आलेल्या सुळक्यांवर इराकी सेनेचे मोर्चे होते. जेव्हा ते आणि त्यांच्याबरोबरचे अधिकारी पुढे उंचावर असलेल्या चौक्यांची पाहणी करण्यासाठी पायी जायचे, त्या वेळी स्वत:ची कर्तबगारी सिद्ध करण्यासाठी सचेत त्यांच्या सहकाऱ्यांना आव्हान देत. त्यांना तुरुंगातील काळात आलेला अशक्तपणा अजून गेलेला नसला तरी ते नेहमी पहिले येत.

त्यानंतरच्या वर्षात बसराच्या बाहेरील वाळवंटातील 'फिश लेक' (हे खरे म्हणजे घाणेरडे गटारच होते) च्या लढाईत कर्नल कमेल सचेत आपली जीप अगदी पुढे घेऊन गेले – जिथून १०० मीटर अंतरावरच खंदकात इराणी सेना होती आणि गोळ्यांचा पाऊस पडत होता आणि तिथे शांतपणे बसून त्यांनी चहा बनविण्याचा हुकूम दिला. ती लढाई सद्दामच्या वाढदिवसाला सुरू होऊन आठवडाभर चालली; तिला 'बर्थ डे बॅटल' असे नाव पडले आणि तिच्यात इराकला चांगला विजय मिळाला. इराण्यांना हुसकावून लावण्यासाठी पायदळाच्या दोन डिव्हिजन आणि रणगाड्यांची एक डिव्हिजन पाठविण्यात आली आणि इराण्यांना कॅनॉलच्या पलीकडे ढकलण्यात आले आणि ते करताना हजारो इराणी सैनिक कॅनॉलमध्ये बुडून मेले.

कमेल सचेतना ताबडतोब बढती मिळाली, मेजर ते कर्नल ते जनरल. पूर्ण युद्धकाळात ते कमांड पदावर होते. १९८७मध्ये त्यांना रिपब्लिकन गार्डच्या बगदाद डिव्हिजनचे कमांड पद देण्यात आले. त्यांच्या सैन्याने इराण्यांना बसरावर केलेला हल्ला शलामचे येथेच थांबविला.

त्या लढाईनंतर रिपब्लिकन पॅलेसमधे पदक समारंभ झाला. तो संगमरवरी जमीन आणि छतावर अनेक झुंबरे असलेल्या एका मोठ्या हॉलमधे झाला. एका टोकाला सद्दाम, त्याच्या नेहमीच्या हिरव्या लष्करी गणवेषात एका सोनेरी सिंहासनावर बसला होता. समोर पक्षाचे पदाधिकारी आणि त्यांच्यामागे टीव्ही कॅमेऱ्यांचा ताफा. प्रत्येक लढाईनंतर पदक समारंभ होत असे, मग ती लढाई जिंकलेली असो वा नसो. हमदानींना निवृत्त होईपर्यंत १५ पदके मिळाली होती. कमेल सचेतना १८ पदके

मिळाली. त्यांचा मुलगा अली याने ती मला दाखविली होती. त्यात सॅश ऑफ रफिदेन, सॅश फॉर द मदर ऑफ ऑल बॅटल्स आणि कमांडर ऑफ द टू रिव्हर्स ही पदकेही होती. पदकांबरोबर कार, जमीन आणि रोख पैसे दिले जात. कारचे मॉडेल, रकमेचा आकडा, हे पद व वरच्यांच्या मर्जीवर अवलंबून असे. कमेल सचेतना पूर्ण कारकिर्दीत रोकड, अनेक कार्स आणि हिल्ला येथे फळझाडे लावलेली फळबाग मिळाली होती. त्यांना फळबागांमधे वेळ घालवायला फार आवडायचे; पण कार त्यांनी विकून टाकल्या आणि ते पैसे त्यांनी मशिदी बांधण्यासाठी आणि इतर धर्मादाय कामांसाठी वापरले.

त्या पदक समारंभात हमदानी यांचे कमेल सचेतशी बोलणे झाले नाही – त्यांची वरवरचीच ओळख होती. त्यांच्या प्रसिद्धीमुळे ते त्यांना ओळखत होते; पण सद्दामने केलेली भरमसाठ स्तुती त्यांना आठवते : 'जनरल सचेतकडे बघा!' कमेल सचेतशी हस्तांदोलन करताना सद्दाम म्हणाला, 'इराकी सैनिक प्रत्येक बाबतीत त्याच्यासारखा असावा! त्याच्याकडे बघा! तो किती तंदुरुस्त आहे ते बघा! त्याचे धैर्य बघा! त्याची उत्तम वागणूक बघा! कमेल सचेत हा मला जपून ठेवायला आवडेल असा सेनापती आहे.'

कमेल सचेत प्रचंड धैर्याचा, ताठ मानेचा, स्वाभिमानी सैनिक होता. त्यांचा पिंड राजकारण्याचा नव्हता आणि युद्धामुळे होणाऱ्या लाभात त्यांना रस नव्हता. त्यांनी युद्धाचा उपयोग कोणत्याही फायद्यासाठी करून घेतला नाही किंवा आपल्या पदाला पैसा मिळविण्याचे साधन बनविले नाही. ते तोफखान्यात नव्हते किंवा कधीही 'स्टाफ' पदावर नव्हते. त्यांनी इराणी मोर्चांवर केलेला विषारी वायूचा हल्ला बघितला असणार, युद्धकैद्यांना गोळ्या घालून ठार करताना बघितले असणार आणि उत्तरेतील कुर्द खेड्यांविरुद्धच्या अन्फल मोहिमेविषयीच्या कथा ऐकल्या असणार; पण या कशातही त्यांचा प्रत्यक्ष सहभाग असल्याचा पुरावा कुठेही माझ्या कानावर आला नाही (माहिती मिळविण्याचे शक्य ते सर्व प्रयत्न करून आणि पूर्वीच्या पेशमर्गा कमांडर्सशी बोलण्यासाठी कुर्दिस्तानला स्वत: जाऊनसुद्धा मला असा कुठलाही पुरावा मिळाला नाही.).

मात्र हमदानींनी एक गोष्ट सांगितली, जिच्यावरून असे सूचित होत होते की संपूर्ण इराण-इराक युद्धाच्या दरम्यान लष्कराच्या नैतिकतेत झालेला बदल कमेल सचेतच्याही आचरणात उतरला होता. जेव्हा मृत्यूची शिक्षा नित्याचीच बाब होते, तेव्हा ती शिक्षा सुनविणेसुद्धा काही विशेष बाब राहात नाही.

सैफ सईदच्या लढाईनंतर सहा वर्षांनी १९८७च्या अखेरीस त्यांच्यावर जेव्हा कर्तव्य बजावण्यात हयगय केल्याचा आरोप ठेवला गेला, तेव्हा कमेल सचेत

किर्कुकला तळ असलेल्या सेकंड डिव्हिजनचे कमांडर होते. शेमिरन पर्वताजवळ एक लढाई झाली. तिच्यासाठी रिपब्लिकन गार्डची तुकडी दक्षिणेत फाओला लढण्यात गुंतली होती, त्यामुळे ती पाठविणे शक्य नव्हते. त्या दोन आठवड्यांत, वर असलेल्या इराणी सैन्याला तिथून घालवण्यासाठी कमेल सचेतने त्यांच्या सैन्याला पायथ्याकडून वरच्या दिशेने चढाई करण्याचा हुकूम दिला. इराण्यांनी ते हल्ले परतून लावले. कुमक मिळण्याची शक्यता नव्हती. प्रचंड नुकसान होत होते. इराणी तोफखाना डोंगराच्या मागून तोफांचा मारा करीत होता आणि तोफगोळे डोंगराच्या माथ्यावरून येऊन इराकी सैन्यावर पडत होते. इराकी सैन्याची फळी बचावासाठी जरा मागे सरकली, पण कमेल सचेतने त्यांना हल्ला करून इराण्यांची फळी मोडण्याचा हुकूम दिला. हमदानींच्या म्हणण्यानुसार (ज्याची सत्यता मला पडताळून बघता आली नाही) चढाई अयशस्वी होणार, हे स्पष्ट असताना कमेल सचेत आणि त्याचा वरिष्ठ कमांडर निझर खझराजी यांनी स्पेशल फोर्स ब्रिगेडचे कमांडर कर्नल जाफर सिद्दिक आणि इतर अनेक अधिकाऱ्यांना गोळ्या घालण्याची शिक्षा सुनावली. कर्नल जाफर सिद्दीकला आपल्याला अटक होणार, ही बातमी कळली. तो बगदादला पळून गेला आणि स्वत: सद्दाम हुसेनची भेट घेण्यात यशस्वी झाला. त्याने झालेल्या लढाईतील अडचणी, त्यांनी केलेले शर्थीचे प्रयत्न सद्दामला सांगितले. आपले बहुतेक सैनिक हुतात्मा किंवा जखमी झाले असताना इराकी सेनेच्या 'हिरों'ना मृत्युदंड देणे योग्य नाही, असे ते म्हणाले. सद्दामने कमेल सचेत आणि खझराजी यांना मृत्युदंड थांबविण्याचा आदेश दिला; पण तो त्यांना मिळेपर्यंत सातजणांना ठार मारण्यात आले होते. सद्दामने त्याच्या जनरल्ससाठी एक व्यवस्थित असे मानसिक वर्तुळ (psycho-circle) रचले होते, फास ओढणारा ते अडकणारा!

थोड्याच महिन्यांनी मार्च १९८८मधे शेमिरनपासून जवळच हलब्जाची कत्तल घडून आली. हलब्जा हे डोंगराच्या कुशीत वसलेले कुर्दिश गाव. इराणी व कुर्द यांनी संगनमत करून त्यावर हल्ला केला. कुर्दांनी हलब्जावर पुन्हा कब्जा केला, इराण्यांनी दरबंदीखानच्या धरणाच्या दिशेने मुसंडी मारली. हे धरण पाडले तर बगदाद जलमय झाले असते. १५ मार्चला पेशमर्गा तुकड्यांनी हलब्जावर ताबा मिळविला. दुसऱ्या दिवशी इराकी हायकमांडने, संतापाने सूड घेण्यासाठी म्हणून गावावर विषारी गॅसचे बॉंब टाकायचा हुकूम दिला. बॉंबहल्ल्यातून वाचण्यासाठी तळघरात जाऊन बसलेली कुटुंबे बाहेर येऊन बैलगाड्यांमधे बसून जाऊ लागली, लोक सैरावैरा पळू लागले. त्यातील अनेकजण तोंडाला फेस येऊन, फुफ्फुसांची आग आग होत, कोणी रस्त्यात तर कोणी दारातच, हातात गतप्राण झालेली बालके

घेतलेल्या स्थितीत मरून पडले. डोंगरातील वाटा डोळे जळजळणाऱ्या, ओकाऱ्या करणाऱ्या लोकांनी भरून गेल्या. किती मेले ते निश्चित कोणालाच माहीत नाही; काहीजण सांगतात की त्या ढिगांमधे पाच हजारतरी गतप्राण एकमेकांत अडकलेले, डोळ्यांवर पांढरा थर आलेले देह होते.

हलब्जावरील गॅसहल्ला हा इराणने केलेल्या हल्ल्याच्या वेळीच झाला असल्याने इराणनेच केला असा समज अनेक वर्षे पसरला होता. इराकी प्रचारयंत्रणेने हल्ल्यासाठी इराणला जबाबदार धरले किंवा गावात इराणी सेना होती असा दावा केला (इराणच्या हेरखात्याचे थोडे लोक होते.). हमदानींच्या मते, हलब्जा ही एक 'राजकीय चूक' होती आणि कुर्द सांगतात त्याप्रमाणे घडले नव्हते. 'हे हलब्जाबद्दलचे वृत्त खोटे आहे. तिथे असणारा प्रत्येकजण मेला, हे खोटे आहे. हलब्जात काही नागरिक उरले होते, पण ते गाव इराण्यांनी व्यापले होते.' सर्वांना ज्याच्याविषयी प्रेम आणि आदर होता अशा हलब्जाचा सेनापती सुलतान हशेम याला नुकत्याच फर्मावण्यात आलेल्या मृत्यूच्या शिक्षेने ते उद्विग्न झाले होते (हशेमच्या हाताखाली पूर्वी काम केलेल्या एका कुर्द पेशमर्गा कमांडरनेही माझ्याशी बोलताना त्याच्याविषयी आदर व्यक्त केला.). 'राजकीय चुकांबद्दल सेनेला जबाबदार धरता येत नाही.'

हमदानींच्या हलब्जाबाबतच्या इन्काराने मला न्यूरेन्बर्ग खटल्यात नाझी आरोपी कसे टाळाटाळीची उत्तरे देत, त्याची आठवण आली... अतिरेक, चुका : हो... पण... मी अल्बर्ट स्पेरचे 'Inside The Third Reich' वाचले. स्पेर हा हिटलरचा आवडता आर्किटेक्ट होता. महायुद्धाच्या उत्तरार्धात तो शस्त्रास्त्र खात्याचा मंत्री झाला. नाझींनी केलेल्या अत्याचारातील सामूहिक जबाबदारीतील त्याचा भाग त्याने मान्य केला आणि त्यासाठी स्वत:ला माफ करायला नकार दिला; पण त्याच्यावरील खटल्यात वीस वर्षांच्या कारावासात आणि १९८१मधे त्याला मृत्यू आला तोपर्यंतच्या काळात, ज्यूंच्या हत्यांबद्दल आणि युद्धसामग्रीच्या निर्मितीसाठी त्याचे खाते कैद्यांकडून सक्तीने कामे करून घेत होते, हे माहीत असल्याचे त्याने साफ नाकारले; एवढेच नव्हे तर त्या पूर्ण सहाशे पानी लांब, असामान्य, सर्वांत जास्त खप असलेल्या पुस्तकात तो जबाबदार असलेल्या शस्त्रास्त्र-उद्योगात वेठबिगार मजुरांबद्दल फक्त दोन पाने मला सापडली. त्याला हिटलरबद्दल प्रचंड आकर्षण होते आणि त्याचे हिटलरशी अगदी जवळचे संबंध होते.

स्पेरचे पुस्तक वाचून झाल्यावर मी गिट्टा सेरेनीने नीटनेटकेपणे लिहिलेले चरित्र 'Albert Speer - His Battle with Truth' वाचले. त्यात तिने, त्याने केलेल्या विद्वत्तापूर्ण लपवाछपवीमागील छायांचा शोध घेण्याचा प्रयत्न केला. ती लिहिते, 'अर्थात सत्य हे आहे की खोटे बोलणे सोपे असतेच असे नाही.' आणि ती या निष्कर्षाला आली की त्याने कितीही दावा केला तरी स्पेरला 'अंतिम उपायां'बद्दल

(final solution) माहिती असणारच; पण स्पेरची मुलगी जे म्हणाली त्याने माझे लक्ष वेधून घेतले. 'ते याहून जास्त कबुली देऊन कसे जगणार?' मला असे वाटले की अखेरीस स्वत:बद्दल भ्रामक चित्र कोण निर्माण करीत नाही? त्याशिवाय आरशात बघणे त्याला कसे शक्य होईल?

नाकारणे ही एक मानसिक भूल (psychosomatic anaesthetic) आहे. सत्य, स्वत:बद्दलचे सत्य, साधे आणि सरळ, इतके डोळे दिपविणारे आणि क्लेषकारक असते की त्याचे पूर्णपणे आकलन होत नाही. पण कदाचित कसे का होईना सत्य असते गरासारखे, विचाराच्या पलीकडे. समाज, स्मृती, संस्कार, अनुभूती यांच्या अवाक्यापलीकडे... आणि कदाचित याच 'गरा'ला सदसद्विवेकबुद्धी म्हणत असतील...

१९४४च्या सुरुवातीला स्पेर अनेक महिने हॉस्पिटलमधे होता. त्याच्या आजाराचे नेमके निदान कधीच झाले नाही. तो कोणत्यातरी प्रकारचा बौद्धिक थकवा होता; पण सेरेनी आणि स्वत: स्पेर – त्याच्या नेहमीच्या गुळमुळीतपणे – यांचा असा अंदाज होता की तो आजार थर्ड राईश (Third Reich) हा काय भयंकर प्रकार झाला होता त्या जाणिवेमुळे निर्माण झालेल्या तणावाची एक प्रकारची प्रतिक्रिया होती.

केव्हातरी १९८७मधे किर्कुकमधील सेकंड डिव्हिजनचा कमांडर असताना शेमिरनच्या लढाईनंतर आणि अन्फल मोहिमांच्या काळात कमेल सचेत डॉ. हसनच्या बगदादमधील क्लिनिकमधे छातीत दुखण्याची तक्रार घेऊन आले होते. त्यांना हॉस्पिटलमधे दाखल करण्यात आले; पण वैद्यकीय तपासणीत त्यांच्या हृदयाला काही झाल्याचे आढळले नाही. डॉ. हसनने सुचविले की त्यांचे दुखणे मानसिक, कोणत्यातरी काळजीमुळे उत्पन्न झालेले असू शकेल. कमेल सचेतने मान डोलविली आणि एवढेच म्हणाले, 'उत्तरेत खूपच संकटे आहेत.' कमेल सचेतचे त्या वेळचे चीफ ऑफ स्टाफ खझराजी यांच्याबरोबर गुंतागुंतीचे संबंध आहेत आणि उत्तरेतील लष्करी स्थिती फारच नाजूक आहे, हे डॉ. हसनना माहीत होते; पण त्यांच्या मित्राला त्याविषयी जास्त बोलण्याची इच्छा नव्हती हे ओळखून त्यांनी त्यांना त्याबद्दल सांगण्याचा आग्रह केला नाही.

बगदादमध्ये सुरू असलेला बोगस खटला आणि इराकमधील नव्या (अ) व्यवस्थेतील अन्याय यांच्याबद्दल हमदानी यांनी मान हलवून नापसंती व्यक्त केली. मी खुर्चीत जरा मागे सरकून बसले. मला ते आणि त्यांची हुशारी आवडायची; पण हमदानी इराण-इराक युद्धात सहीसलामत राहिले होते. शिवाय नव्वदच्या दशकातील भ्रष्टाचार आणि संशयाच्या वातावरणापासूनसुद्धा सहीसलामत राहून वर चढले होते आणि त्यांनी स्वत:चा सरळ स्वभाव, सहकार्य यांच्याबद्दल अमेरिकनांची खात्री

पटविली होती (त्याचप्रमाणे ते मोकळेपणा दाखवून आणि पाश्चात्त्य सुबत्तेचे कौतुक करून माझी खात्री पटविण्याचा प्रयत्न करीत होते.). त्यामुळे बगदाद पडल्यानंतर अमेरिकन सेनेच्या इतिहासतज्ज्ञांनी आणि सीआयएच्या अधिकाऱ्यांनी अनेक महिने केलेल्या चौकशीला तोंड देऊनसुद्धा त्यांची गत सुलतान हशेमसारखी झाली नाही.

सद्दामच्या कारकिर्दीत तुम्ही तुमचे करिअर कोणतेही संकट न येता कसे पुढे नेले, असे मी त्यांना विचारले. ते म्हणाले की त्यांचा सडेतोडपणा आणि त्यांनी अंगिकारलेली कामाची आणि वागण्याची ब्रिटिश पद्धत यामुळे ते नेहमी अडचणीत येत. ते त्यांच्या तत्त्वांसाठी हुतात्मा व्हायलाही तयार होते. १९९०च्या अखेरीस वरिष्ठ कमांडर्सच्या एका बैठकीत ते स्पष्टपणे बोलले : ते म्हणाले की कुवेतच्या रक्षणाबद्दल बोलण्यात काही अर्थ नाही. कुवेतबद्दल एकाच गोष्टीची चर्चा करता येईल. ती म्हणजे कुवेतमधून माघार.' या अप्रिय विधानावरून त्यांच्यावर अमेरिकन एजंट, देशद्रोही वगैरे आरोप झाले. ते दोन आठवडे त्यांच्या बराकीत स्थानबद्ध झाले आणि त्यांना लष्करी कोर्टापुढे उभे करण्याची धमकी मिळाली. त्यांची सुटका सद्दामचा दुसरा मुलगा क्युसे याच्यामुळे झाली. ते इराण-इराक युद्धात क्यूसेचे कमांडिंग ऑफिसर होते. क्युसेला ते आवडायचे. कुवेतमधून सेनेने माघार घेतल्यावर क्युसेच्या पाठिंब्यावर त्यांना भराभर वरची पदे मिळाली. १९९०चे दशक भ्रष्टाचार आणि वशिलेबाजीचे दशक होते आणि क्यूसेचा मनोरुग्ण आणि हिंसक वृत्तीचा भाऊ उदय याला मागे टाकून क्यूसेची चलती होती. हमदानींनी आपले नशीब सद्दामच्या आवडत्या मुलाशी जोडल्यामुळे त्यांना संरक्षण मिळणे आणि त्यांची प्रगती होणे साहजिक होते.

कदाचित हमदानी हे खरोखरीच ते दाखवायचे तसे भले गृहस्थ असतीलही. हमदानींनी मला ज्या काही गोष्टी सांगितल्या त्यांपैकी बहुतेकांवर माझा विश्वास बसला; पण कोणत्याही इराकी माणसाची मुलाखत घेताना प्रत्येक इराकी माणसांत असलेल्या अभिमान, आदरातिथ्य आणि कबाबाचे प्रेम यांच्या अतिरेकाइतकीच आत एक आणि बाहेर एक ही वृत्ती असते, याची मला जाणीव असायची. आर्थिक अडचणी, दलाल आणि बाथी सरकारची हिंसक यंत्रणा यांच्यातून निभावून जाण्यासाठी इराक्यांनी बहु-व्यक्तिमत्त्वाची युक्ती शोधून काढली. भांडकुदळपणा आणि अतिनम्रता, आळस आणि उद्योगीपणा, नियंत्रण असणारे किंवा गरजू, दारूडे किंवा श्रद्धाळू यांपैकी जे 'गुण' दाखवून प्राप्त परिस्थितीत काम होईल ते दाखविण्याची कला त्यांच्या अंगी बाणली होती. त्यांचे अमेरिकनांबरोबरचे वागणेसुद्धा त्याच प्रकारचे होते. गावातील मुलांना चॉकलेट वाटणाऱ्या अमेरिकन गस्ती पथकातील सार्जंटला सांगायची एक कथा तर पिंजारलेली दाढी असलेल्या, टाय नसलेल्या शिया अधिकाऱ्यासाठी वेगळीच कथा आणि शेजारच्या, लाल चौकटीचा मंदील डोक्याला

गुंडाळणाऱ्या अतिरेक्यासाठी वेगळीच कथा. वेगवेगळ्या राज्यक्रांत्या, युद्धे, तुरुंगवास अशा गोष्टींतून सहीसलामत शाबूत राहणे, शाळेतील शिक्षकांकडून किंवा सरकारी अधिकाऱ्यांकडून चांगला रिपोर्ट मिळविणे, नोकरीत पदोन्नती मिळविणे, अशा गोष्टींसाठी खोटे बोलणे हा इराक्यांचा स्थायीभाव झाला होता.

हमदानी माझ्याशी, एका पाश्चिमात्य बाईशी बोलत होते. त्यामुळे पाश्चिमात्यांच्या पद्धतींची स्तुती करायला हवी, हे त्यांना माहीत होते. कदाचित त्यांना खरोखरीच तसे वाटत असेल. कदाचित नसेलही; पण स्पष्टवक्तेपणावरचा त्यांचा विश्वास आणि अरब संस्कृतीत तो चांगला मानत नसल्याचा उल्लेख यांवर त्यांनी अनेक वेळा जोर दिला. 'या निर्भीडपणामुळे मी अनेकदा सद्दाम हुसेनचा रोष ओढवून घेतला... सत्य असे आहे की स्पष्टवक्तेपणाला आमच्या संस्कृतीत अनादर दाखविणे मानतात.' १९९५मध्ये हमदानींनी एका लष्करी अधिकाऱ्यांच्या परिषदेत 'दुसऱ्या गल्फ युद्धाच्या डावपेचांवर टीका' असा एक निबंध सादर केला. त्या परिषदेला १८० वरिष्ठ अधिकारी उपस्थित होते आणि स्वत: सद्दाम हुसेन अध्यक्ष होता. ते बोलत असताना इतकी भयाण शांतता निर्माण झाली की त्यांच्या बोलण्याचा प्रतिध्वनी येऊ लागला. सूत्रधाराने मायक्रोफोन त्यांच्यापासून जरा दूर ठेवून बघितला. 'वादळापूर्वीच्या भयाण शांततेप्रमाणे खोलीत शांतता होती. सद्दाम अर्थातच भयंकर संतापला होता.' सद्दाम उभा राहिला आणि त्याने टेबलावर दाणकन मूठ आपटली.

'जनरल हमदानीकडे बघा! सतत पाश्चिमात्य माध्यमे वाचून आणि ऐकून हा पाश्चात्त्य विचारसरणीला बळी पडला आहे. जर या निबंधात त्याने लिहिलेले खरे असते तर या खोलीतील एकहीजण आज जिवंत नसता. मी हे चालू देणार नाही.' असे म्हणून सद्दामने थेट आणि त्वेषाने हमदानींकडे बोट दाखविले. हमदानींनी सभोवार नजर टाकली. प्रत्येकाची नजर खाली गेली होती, जणू काही त्यांना मेलेल्या माणसाकडे बघायचे नव्हते.

'कोणत्याही गोष्टीच्या फक्त चांगल्या बाजूचीच चर्चा करायची, या निर्णयामुळे सत्याचा बळी पडला' आणि वरिष्ठांच्या इच्छेप्रमाणे सत्यावर असत्याचे थर चढवायला लागायचे. हमदानींची कानउघडणी होण्याची ही दुसरी वेळ. एका वर्षापूर्वी सद्दामने कुवेतवर पुन्हा आक्रमण करण्याचा विचार मांडला होता. त्याला हमदानींनी विरोध दर्शविला होता आणि तेव्हाही सद्दाम भयंकर संतापला होता.

सद्दाम! प्रत्येक गोष्टीचा सद्दाम हाच केंद्रबिंदू होता. 'एखाद्या वेळी त्याच्याशी इतकी जवळीक वाटायची की तुम्ही तुमचे अंत:करण त्याच्यापुढे उघडे केले असते. इतर वेळी भुकेल्या सिंहाच्या पिंजऱ्यात असल्यासारखे वाटावे.'

हमदानींनी सद्दाम, त्याचे चारित्र्य, त्याच्यातील परस्परविरोधी गोष्टी, त्याचा उद्दाम गर्व, बुद्धिमत्ता आणि मूर्खपणा यांच्याविषयी प्रदीर्घ व खोल विचार केला

होता. हमदानींच्या मते, त्या पागल सैतानाच्या बाबतीतसुद्धा 'हो... पण...' अशी स्थिती होती. 'सद्दामभोवती एक तेजस्वी वलय होते. त्याच्याशी प्रत्यक्ष गाठ पडली की तो तुमच्या डोळ्यांतून आरपार बघत आहे, तुमचे मन, तुमच्या भावना त्याला दिसत आहेत, तुमच्याविषयी सर्व काही त्याला माहीत आहे, असे वाटायचे. त्याचे वाचन चांगले होते. बहुतेक वेळा तो समोरच्या व्यक्तीचे म्हणणे शांतपणे ऐकूनही घ्यायचा, पण कधीकधी याच्या अगदी उलट असे आणि दुसरे कोणाचेही मत ऐकून घेत नसे. काही वेळा तो क्षुल्लक विषयावर उगीचच बोलत राही; आणि सगळ्यात भयंकर प्रकार म्हणजे त्याची भाषणे! ती बहुतेक काहीच मुद्दा नसलेली आणि लांब असत, नीटनेटक्या विश्लेषणाचा त्यात पत्ताही नसे. उदाहरणार्थ, त्याला जागतिक पुढाऱ्यांकडून पत्रे येत – बुश सीनियर, जॉन मेजर, अरब पुढारी वगैरेंकडून. ही पत्रे पाच वाक्यांची असत, तो त्याला दहा पानी उत्तरे पाठवी! त्याच्यात मोठेपणाचे काही गुण निश्चित होते, त्याने देशाची उभारणी केली; पण नंतर त्याने त्याचा नाशही केला. स्वत:च आखलेली लक्ष्मणरेषा ओलांडून त्याचे स्वत:ची स्वप्ने धुळीला मिळविली. फेब्रुवारी १९८०मध्ये त्याने एक भाषण केले. नंतर त्या भाषणाला खूप प्रसिद्धी मिळाली. तो म्हणाला होता की एका अरबाने दुसऱ्या अरबाशी लढता कामा नये आणि नंतर एका अरब देशाने दुसऱ्या अरब देशावर हल्ला करण्याची पहिली घटना घडली तेव्हा, तो अध्यक्ष असलेल्या देशानेच हल्ला केला होता. तो लोकशाहीच्या बाता मारायचा; पण तो स्वत: हुकूमशहा होता. एकदा त्याच्या एका मंत्र्याने एका सामान्य माणसाच्या थोबाडीत मारल्याचे त्याला समजले. त्याने त्या माणसाला आणि मंत्र्याला बोलावून घेतले आणि त्या माणसाला मंत्र्याला थप्पड मारायला लावली; पण त्याने जेव्हा अनेकांची, अनेकांची हत्या करविली, तेव्हा ही न्यायबुद्धी धुळीला मिळाली.

'सद्दामची एकापेक्षा जास्त रूपे होती. तुम्ही सिग्मंड फ्रॉईड, ॲडलर आणि इतरांना एकत्र बसवून त्याच्या व्यक्तिमत्त्वाचा अभ्यास करायला सांगितले असते, तर त्यांचे त्यावर एकमत झाले नसते. तो विचारवंत होता, त्याला एक महान मानवतावादी पैलू होता, तो अतिशय उदार आणि कोमल हृदयाचा होता; पण त्याच्या व्यक्तिमत्त्वात हिंसक पैलूही होता, तो निर्दय होता – पशूही नसतील इतका. आणि तो एक साधा शेतकरी होता, रांगडा, गावठी वळणाचा. त्याच्या आधीच्या आयुष्यातील हालअपेष्टा आणि त्याची महत्त्वाकांक्षा, दोन्ही टोकाच्या होत्या. वयाच्या चौदाव्या वर्षीच अरब जगताचा नेता बनण्याचे, दुसरा सलादिन होण्याचे, इतिहासात आपले नाव अजरामर होईल, असे होण्याचे त्याचे स्वप्न होते. त्याने इतिहास घडविला हे खरे आहे. पण तो नेहमीच वादाचा विषय राहील.

हमदानींनी स्वत्वाची जाणीव जिवंत ठेवण्याचा आणि आपली मते व कर्तव्ये

यांचे संतुलन ठेवण्याचा प्रयत्न केला. त्यांनी शक्य तितक्या न्याय्यपणे नेतृत्व करण्याचा आणि शक्य तेव्हा जाब विचारण्याचा प्रयत्न केला. जेव्हा थेट जाब विचारणे शक्य नसेल तेव्हा 'मी अप्रत्यक्षपणे प्रयत्न करीत राहिलो, जेणेकरून मी स्वत:मधे निर्माण केलेली शक्ती नाहीशी होणार नाही. कारण ती गेली तर माझ्या जगण्यालाच काही अर्थ उरणार नाही.' अशी त्यांची भूमिका होती.

हमदानींनी मान हलविली. कदाचित स्वत:च्या अपयशावर, कदाचित त्यांच्या देशाच्या अधोगतीवर. जी कोणत्याही देशभक्ताला क्लेश देईल इतकी दीर्घ व खोल झाली होती. आम्ही पुन्हा इराण-इराक युद्धाकडे वळलो. अभिमान वाटावा असे पदक वितरण समारंभ आणि इराकचे वस्त्रहरण करणाऱ्या लढाया यांच्यातील विरोध. 'लष्करी दृष्टिकोनातून युद्धात जरी विजय मिळाला असला तरी नेहमीप्रमाणे शब्दांचा खेळ करीत अंतिम विदारक सत्य सांगत हमदानी म्हणाले, 'त्याने इराकच्या अर्थव्यवस्थेचा आणि इराकचा नाश केला. इराकच्या सामाजिक जीवनात आज दिसणाऱ्या मानसिक समस्या आणि गुन्हेगारी ही त्या युद्धातून निर्माण झाली.'

२००३मधे दक्षिण आघाडी आणि ज्या शहराबाबत 'त्याला आम्ही हादरा देऊ, तोंडात बोट घालायला लावू' असे अमेरिकन म्हणाले होते, त्या बगदाद शहराचे संरक्षण ही जबाबदारी असणाऱ्या रिपब्लिकन गार्डच्या सेकंड कोअरचे हमदानी कमांडर होते. हमदानी म्हणाले, 'अर्थात आम्ही हरणार हे मला सुरुवातीपासूनच माहीत होते.' त्यांच्या घरात फोन वाजला आणि तो उचलला की एक ध्वनिमुद्रित निवेदन ऐकू यायचे, 'अमेरिकेशी सामना करणे शक्य नाही!', 'घरातच राहा म्हणजे सुरक्षित रहाल.' ते फोन ठेवून देत. मुखबरात (हेरखाते) नक्कीच ऐकत असणार आणि ते काहीही असले तरी तो निश्चितच मानसिक युद्धाचा भाग होता. शक्य तितका जास्तीतजास्त काळ झगडायचे असा त्यांचा विचार होता. इराकी सैन्य फार तर दोन-तीन महिने तग धरेल, असे त्यांना वाटले.

अमेरिकन F-16 विमानांनी त्यांच्या डिव्हिजनच्या चिंध्या केल्या. काही दिवसांतच त्यांच्या सैन्याची पुरती वासलात लागली आणि त्यांच्याकडे एकही वाहन राहिले नाही. अगदी जीप किंवा ताब्यात घेतलेली एखादी टॅक्सीसुद्धा! सर्व काही नष्ट झाले होते. फक्त तीसएकजण वाचले होते. त्यांनी त्यांना छोट्या छोट्या गटात विभागून शेतातील कच्च्या रस्त्यांनी पायी चालत बगदादला पोहोचायला सांगितले. ते स्वत: युसिफिया इथे त्यांचा एक चुलतभाऊ राहायचा, त्याच्याकडे गेले. त्यांना हा भाऊ आवडायचा. त्याने इंजिनिअरची सरकारी नोकरी सोडली, दुसरी बायको केली आणि बिऱ्हाड गावाला हलविले. त्याच्यासारख्या सुशिक्षित माणसाने खेड्यात रहायचे म्हणजे जरा कठीणच जाणार होते; पण त्याने त्याच्या इच्छेनुसार स्वतंत्रपणे

राहण्यात गैर नाही असे हमदानींचे मत होते. भावाने त्यांचे स्वागत केले आणि त्याच्या जमिनीच्या हद्दीवर असलेल्या गुराख्याची झोपडी त्यांना राहायला दिली – त्याच्या मोठ्या घरात राहण्यापेक्षा ते जास्त सुरक्षित होते.

हमदानींना उपकृत झाल्यासारखे आणि मोकळे वाटले. ते फार थकलेले होते. त्यांच्या हातांवर, चेहऱ्यावर बाँबचे तुकडे उडून जखमा झाल्या होत्या. एका पोटरीत लोखंडाचा तुकडा घुसला होता, चालूच चालून पाय दुखत होते. त्यांनी त्यांचा गणवेष काढला, त्याची नीट घडी करून तो आणि कलाश्निकोव एका पिशवीत घालून लपवून ठेवली. चुलत भावाकडून उसने घेतलेले कपडे अंगावर चढविले. त्यांच्या भावाच्या एका बायकोने त्यांना खायला-प्यायला आणून दिले. एका लहान मुलाने कागद आणि पेन आणून दिले. बाँबहल्ल्यात त्यांच्या जीपबरोबर त्यांची डायरीही जळाली होती, ती त्यांनी आठवून पुन्हा लिहायला घेतली. छोट्या मुलांनी त्यांना लिहिताना बघून विचारले, 'तुम्ही परीक्षेचा अभ्यास करताय का?'

९ एप्रिलला बगदाद पडले आणि अमेरिकनांनी सद्दामचा पुतळा उखडून टाकला. हमदानींनी ही बातमी ऐकली तेव्हा ते त्यांच्या भावाच्या काही मित्रांबरोबर त्याच्या घरी पाहुण्यांच्या खोलीत बसले होते. वीज नव्हती. रॉकेलच्या दिव्यांमुळे छतावर उजेडाची दोन वर्तुळे पडली होती. हमदानींना 'मरणप्राय दुःख होत होते.' त्यांना खाण्यापिण्याची इच्छा राहिली नाही. त्यांच्या भावाच्या जीवनाविषयी त्यांच्या मनात विचार आले – त्याच्या दोन बायका, सुशिक्षित माणसाच्या बाबतीत हे अपवादात्मक होते. मोठे कुटुंब, दूर खेड्यात राहणे यावरून ते त्याला चिडवायचे. भाऊ ते हसण्यावारी न्यायचा आणि 'मी आहे असा सुखी आहे,' असे उत्तर द्यायचा. 'मी माझे स्वतःचे वेगळे कुळ चालू करेन.' दोन मुलांपैकी एका मुलाचे जास्त लाड करण्याबद्दल हमदानी त्याला दोष द्यायचे : 'सावध राहा, नाहीतर त्यांचे जेकबच्या कथेप्रमाणे होईल. त्यांना आता त्यांच्या दोघा मुलांची आठवण आली – दोघेही रिपब्लिकन गार्डमधे होते आणि सेनेतील बहुतेक लोकांप्रमाणे आता दोघेही बेपत्ता होते.

त्यांच्या भावाच्या एका नातेवाइकाने सद्दाम 'संपल्याबद्दल' आनंद व्यक्त केला. 'सद्दामपासून आपली सुटका झाली आणि अमेरिकन आले, याबद्दल देवाचे आभार मानायला हवेत.' ते लवकरच सगळं पुन्हा नीट करतील.' हमदानींनी त्याला 'हा अपरिपक्व विचार आहे' असे सांगितले. 'या देशावर राज्य करण्याची शक्ती आणि अधिकार आपल्याकडे नसेल, त्यामुळे पोकळी निर्माण होईल आणि ते फार धोक्याचे होईल.' असे स्पष्ट मतही व्यक्त केले. 'तुम्हाला हे सगळं समजतं आणि तुम्ही एवढे हुशार आहात तर तुम्हीच सद्दामच्या विरुद्ध बंड का घडवून आणलं नाही? तुम्ही इतके मोठे कमांडर आहात!'

'हा आणखी एक भाबडा समज आहे.' हमदानी शांतपणे उत्तरले, 'त्यातील गुंतागुंत तुमच्या लक्षात आलेली नाही. सत्तेवरून काढून टाकलेल्याची जागा घेण्यासाठी तेवढ्याच ताकदीचा कोणी नसेल तर यादवी सुरू होते.'

तो आनंदी, आशावादी माणूस म्हणाला, 'मला तरी नक्की वाटतं की अमेरिकनच येतील. आपण जेव्हा पुन्हा भेटू तेव्हा माझं म्हणणं बरोबर होतं, असं तुम्ही म्हणाल. बघा.'

दुसऱ्या दिवशी हमदानींनी कुंपणावरील झुडपांच्या मागे लपून बघितले तेव्हा खेड्यातील चौकात दोन बाजूंना दोन अमेरिकन ब्रॅडली चिलखती गाड्या उभ्या असलेल्या दिसल्या. ते दोन युद्धांत अमेरिकेविरुद्ध लढले होते; पण अमेरिकन सैनिकांना इतक्या जवळून ते प्रथमच बघत होते. ते अगदी तरुण असल्याचे बघून त्यांना आश्चर्य वाटले. त्यांचा सराईतपणा, त्यांची शिस्त, घोड्यावर बोट ठेवून बंदूक सतत रोखलेल्या स्थितीत धरण्याची त्यांची पद्धत, याची त्यांच्यावर छाप पडली. हवा इतकी गरम असूनसुद्धा त्यांच्यापैकी कोणीही हेल्मेट किंवा चिलखती जाकीट काढत नव्हते, हेही त्यांच्या लक्षात आले. नंतर दिवसभरात त्यांनी पाटाच्या चरांमधून फिरत त्यांचे निरीक्षण चालू ठेवले. दुसऱ्या एका क्रॉसिंगजवळ त्यांना रणगाडे दिसले. प्रत्येक रणगाड्यांवर रेझर वायरची भेंडोळी चौफेर नीटपणे हुकांवर टांगलेली होती, जेरीकॅन त्यांच्यासाठी असणाऱ्या ब्रॅकेटांवर व्यवस्थित लावलेले होते, प्रत्येक वस्तू जागच्या जागी होती, हे त्यांच्या लक्षात आले. दोन महिन्यांपूर्वी छावणीच्या रस्त्यावर त्यांच्या दिशेने येणाऱ्या रिपब्लिकन गार्डच्या दोन सैनिकांना त्यांनी थांबविले होते, तेव्हा दोघांची डोकी उघडी होती आणि बेरेट न घातल्याबद्दल त्यांनी त्यांची कानउघडणी केली होती. 'पूर्वी आपण या विषयावर बोललो आहोत आणि मी तुम्हाला एका अमेरिकन सैनिकाचा आणि एका इराकी सैनिकाचा फोटो दिला होता. अमेरिकन सैनिक स्वच्छ आणि नीटनेटका वाटत होता, तर इराकी सैनिक केस अस्ताव्यस्त, बंदूक वाकडी धरलेली अशा अवस्थेत होता आणि ते दोन्ही फोटो मी दाखविले तेव्हा तुम्ही दोघेही तिथे होता, हे मला चांगलं आठवतं. मी तुम्हाला सगळ्यांना विचारलं होतं की त्या दोघांपैकी कोणता सैनिक जास्त स्मार्ट दिसतो आणि तुमच्यापैकी बहुतेक सर्वांनी 'अमेरिकन सैनिक' म्हणून उत्तर दिलं होतं. काही दिवसांनी एक वॉरंट ऑफिसर हमदानींना भेटायला आला. त्याने बातमी दिली की त्यांचे कुटुंब दयाला येथे एका नातेवाइकाच्या घरी सुरक्षित आहेत. एक मुलगा ओसामा त्यांच्याबरोबर आहे; पण दुसरा मुलगा अहमद बेपत्ता असून तो एअरपोर्ट रोडच्या लढाईत जखमी झाला असावा किंवा मारला गेला असावा. हमदानींनी एक दिशदशा (मोठा डगला) चढवला आणि साधारण त्यांच्यासारखा

दिसणाऱ्या दुसऱ्या एका माणसाचे आय-डी घेऊन ते अहमदला शोधण्यासाठी बगदादला गेले.

बगदादमधे इतकी मोडतोड झाली होती आणि गोंधळ होता की शोधाला कुठून सुरुवात करावी, असा त्यांना प्रश्न पडला. त्यांनी वेगवेगळ्या भागांत जाऊन शोध घेतला. ते म्हणालो, 'कुठे शोधावे ते कळत नव्हते; पण मी त्याचा बाप होतो. त्यामुळे शोधायला तर हवेच होते.' जळालेले रणगाडे आणि हमवींमधून वाट काढत ते संपूर्ण एअरपोर्ट हायवे चालले. अमेरिकनांनी जरा जास्त कडक व्यवस्था का नाही ठेवली, संचारबंदी का लावली नाही, असा त्यांना प्रश्न पडला. दक्षिणेकडून येणाऱ्या रस्त्यांच्या कडेला तात्पुरत्या थडग्यांच्या रांगा होत्या – पांढऱ्या चादरीवर मातीचा ढीग आणि त्यावर एक लाकडी पट्टी रोवलेली अशा. हवा गरम आणि धुळीने भरलेली होती. गरीब लोक पायी घरी जात होते. एका नुकत्याच केलेल्या थडग्यावर लोकांनी चुकून चालू नये म्हणून उकाड्याने हैराण झालेला एक अमेरिकन सैनिक हातात 'मुडदा' अशी पाटी घेऊन उभा होता – त्याने ती अक्षरे स्ट्रेचरच्याच पत्र्यावर रंगवून त्याची पाटी केली होती. हमदानींना प्रत्येक थडगे त्यांच्या मुलाचेच आहे असे वाटू लागले. त्या सगळ्या गदारोळात हातात स्ट्रेचररूपी पाटी घेऊन लोकांना बाजूला वळविणारा तो अमेरिकन सैनिक हा सुसंस्कृतपणाचा एकमेव पुरावा आहे, असे त्यांना वाटले.

अखेरीस अनेक दिवसांनी दयालाहून आलेल्या त्यांच्या कुटुंबीयांच्या निरोपावरून त्यांना कळले की त्यांच्या एका नातेवाइकाला बगदादच्या अधमिया भागातील एका हॉस्पिटलच्या प्रवेश पुस्तकात 'अहमद, सेकंड लेफ्टनंट, रिप. गार्ड' अशी नोंद मिळाली.

अहमदला एअरपोर्ट रोडच्या लढाईत तीन गोळ्या लागल्या होत्या. मांड्यांमध्ये दोन आणि पोटरीत एक. चालता येत नव्हते, रक्तस्राव होत होता. तो अतिशय अशक्त स्थितीत मरणाच्या वाटेवर असलेल्या एका कॉर्पोरलच्या शेजारी पडला होता. तेवढ्यात वैद्यकीय तुकडीतील एका अमेरिकन सैनिकाने त्यांना बघितले आणि त्यांना तपासण्यासाठी त्यांच्यामधे गुडघे टेकून बसला. मरणासन्न कॉर्पोरलने थोडे वर होऊन क्षीण आवाजात मदतीची याचना केली, 'मी तुझ्याप्रमाणेच ख्रिश्चन आहे.' गळ्यातील सोनेरी क्रॉस दाखवीत तो म्हणाला. अमेरिकन सैनिकाने त्याचे नाव डेव्हिड असल्याचे सांगितले आणि कॉर्पोरलचा प्राण जात असताना त्याने प्रार्थना म्हटली. त्याने अहमदला मी तुझ्याजवळ थांबेन. 'कारण तूही माझ्यासारखाच चष्मा घातला आहेस' असे सांगून दिलासा द्यायचा प्रयत्न केला; पण थोड्याच वेळात त्याच्या तुकडीला पुढे जाण्याचा आदेश मिळाला आणि त्याला तिथून निघावे लागले. त्यानंतर रिपब्लिकन गार्डचा एक ऑफिसर, तो लपला होता तेथून लपत-

छपत तिथे आला आणि त्याला एका कारमधून दुसऱ्या कारमधे घालत अधमियाच्या हॉस्पिटलमधे घेऊन गेला. तिथे एका डॉक्टरने त्याच्या जखमा साफ केल्या; पण त्याला ठेवून घ्यायला हॉस्पिटलमधे जागा नव्हती. त्यामुळे त्या रिपब्लिकन गार्ड ऑफिसरने अहमदला जवळच असलेल्या स्वत:च्या घरी नेले. हमदानींच्या एका नातेवाइकाने त्याचा माग काढला. हमदानी दयालाला त्यांच्या नातेवाइकाकडे पोहोचेपर्यंत नातेवाइक अहमदलाही घेऊन तिथे पोहोचला होता. तो अशक्त झाला होता आणि फिकट दिसत होता. त्याच्या शुश्रूषेसाठी एक स्थानिक नर्स ठेवली होती (त्याला हॉस्पिटलमधे ठेवण्याचे धाडस ते करणार नव्हते.). ती त्याला अँटिबायोटिक औषधे आणि सूप वगैरे भरवत होती.

आणखी सात-आठ दिवस गेल्यावर ज्यांच्याकडे पुढील सूचनांसाठी जाता येईल असा हायकमांड उरला आहे का, हे शोधण्यासाठी हमदानी बगदादला गेले. त्यांचे पूर्वीचे सहकारी आणि मित्र स्वत:च्या घरी झोपायला घाबरतात, असे त्यांच्या लक्षात आले. अमेरिकन अधिकारी पत्त्यांच्या कॅटच्या शोधात होते; चलाबीचे सैनिक अमेरिकन गणवेषात वावरत होते, कुर्दिश पेशमर्गा ढगळ पँटल्यूनसच्या वेशात मंत्र्यांचे बंगले ताब्यात घेत होते; बद्र ब्रिगेड पुलांवर पहारा देत होती. हजारो शिया हुतात्मा हुसेनच्या पुण्यतिथीसाठी रस्त्याने चालत करबलाच्या मशिदीकडे जात होते; या यात्रेला पूर्वी बंदी होती. सरकारी इमारती जळत होत्या, अजूनही लुटालूट चालू होती. हमदानींच्या तुकडीतील रणगाड्यांचे अवशेष दक्षिण महामार्गावर विखुरले होते. आता सर्व काही बदलणार हे हमदानींना स्पष्ट दिसू लागले.

हमदानी काही दिवस त्यांच्या आईच्या घरी राहिले. त्यांच्या माहितीतील सैन्याच्या वैद्यकीय तुकडीतील एक सैनिक शोधून काढून त्यांनी त्याला दयालाला अहमदची काळजी घेण्यासाठी पाठविले; अहमदला गँग्रीन होईल की काय अशी भीती त्यांना वाटत होती. पहिल्यांदा ते स्वत:च्या घरी जायला घाबरत होते आणि आपल्याला ओळखू नये म्हणून थोड्या दिवसांनी नव्या ठिकाणी जायचे; पण काही आठवड्यांनी त्यांना असे लपून-छपून राहायचा कंटाळा आला. त्यांच्या स्वत:च्या घरात दुसरेच कोणी घुसले होते, त्यांना शेजाऱ्यांच्या मदतीने काढून ते तिथे राहायला गेले.

रस्त्यावर चोर आणि खुनी लोकांचा सुळसुळाट आहे असे दिसल्यावर त्यांनी स्वत:ला घरात कोंडून घेतले आणि नैराश्याने त्यांचा ताबा घेतला. जून उजाडेपर्यंत अमेरिकनांचे जाळे बंद होत आले होते. त्यांचे नाव २०० लोकांच्या काळ्या यादीत वर होते. हेलिकॉप्टर्स त्यांच्या घराच्या बरोबर वर घिरट्या घालू लागली; हमवी गाड्यांची गस्तही वाढली. त्यांनी आपणहून अमेरिकनांना शरण जावे म्हणून त्यांची पत्नी त्यांची विनवणी करीत होती; पण त्याला त्यांची तयारी नव्हती. अखेरीस कोणीतरी त्यांची पूर्वी मुखबरातमधे असलेल्या एका अधिकाऱ्याशी गाठ घालून

दिली. त्या अधिकाऱ्याने १९८३मध्ये क्यूसे आणि उदयबरोबर त्यांच्या हाताखाली काम केले होते असे तो म्हणाला; पण तो त्यांना आठवत नव्हता. तो अधिकारी आता अमेरिकनांबरोबर काम करीत होता. त्याने हमदानींनी आत्मसमर्पण करण्याची सुरक्षित व्यवस्था करण्याचे कबूल केले.

मग ते अमेरिकनांना शरण गेले आणि त्यांनी त्यांच्याशी सहकार्य करायचे कबूल केले. त्यांना अमेरिकनांनी चांगली वागणूक दिली. रोज त्यांना घरी जायची परवानगी होती. मात्र एकदा रात्री अमेरिकन सैनिक त्यांच्या घरात घुसले, त्यांनी त्यांना, त्यांच्या बायकोला आणि मुलींना बाहेर बागेत, हेलिकॉप्टरच्या प्रखर दिव्याच्या उजेडात बेड्या घालून बसविले. त्यांनी आपण आधीच अमेरिकनांच्या स्वाधीन झालेलो असून हा समजुतीचा घोटाळा झालेला असावा, असे त्यांना पटविल्यावर त्यांची सुटका करण्यात आली. अनेक महिने ते रोज अमेरिकनांच्या चौकशीला तोंड देण्यासाठी जात होते. आपण प्रत्येक प्रश्नाचे उत्तर देऊ आणि खरे तेच सांगू असे त्यांनी त्यांना सांगितले. चौकशीदरम्यान त्यांना वेगवेगळे अधिकारी, इतिहासतज्ज्ञ, विश्लेषक, हेरखात्यातील लोक यांनी प्रश्न विचारले. काहीजणांनी (WMD-Weapons of Mass Destruction) सार्वत्रिक विध्वंस करणारी अस्त्रे आणि ती कुठे आहेत यावर प्रश्न केंद्रित केले, कोणी इराकी सैन्याच्या संघटनेवर, तर काहींनी सद्दाम हुसेन आणि रिपब्लिकन गार्ड यांचे संबंध, निर्णय कसे घेतले जात यावर प्रश्न विचारले. अमेरिकनांनी त्यांना अतिशय सौजन्याने वागविले हे त्यांनी मुद्दाम नमूद केले. आमच्या चर्चांमधील वाढत्या मैत्रीपूर्ण वातावरणाबद्दल त्यांना एक स्वत:ची भलामण करणारी टिप्पणी करण्याचा मोह आवरला नाही. 'बंदिवान असतानासुद्धा मी अमेरिकनांना 'तुम्ही हरणार' म्हणून सांगितले. असे म्हटल्यामुळे आधी ते माझ्यावर खूप नाराज झाले; पण आता नवे अधिकारी माझ्याशी बोलण्यासाठी अम्मानला येत आहेत.'

हमदानींनी दिलेली माहिती, इतर बहुतेक सर्व जनरल आणि वरिष्ठ कमांडर्सनी गेल्या पंचवीस वर्षांतील त्यांच्या कारकिर्दीबद्दल दिलेल्या माहितीशी जुळणारी होती. इराण हा असा शत्रू होता की त्याच्यावर हल्ला करणे अगदी योग्य होते. गॅसचा वापर (दुर्दैवाने) परिस्थितीचा लाभ करून घेण्यासाठी करावा लागला; अन्फल मोहिमा या वांशिक हत्या नसून बंडखोरीला तोंड देण्यासाठी होत्या; कुवेतवरील आक्रमण ही सद्दामने घमेंडखोरीत केलेली प्रचंड मोठी चूक होती, नंतर झालेल्या उठावाला इराणची चिथावणी होती, नव्वदच्या दशकात भ्रष्टाचार माजला, प्रगती खुंटली आणि सैन्य आणि देशाची जी हानी सद्दाममुळे झाली, त्यामुळे ते सद्दामचा द्वेष करू लागले होते... हो, पण...

दोषांचा स्वीकार, नैतिक जबाबदारी या गोष्टी त्यातून अनेक दिवस आमचे बोलणे झाल्यानंतर पूर्ण इतिहास त्यांच्या टेबलावर मांडून झाल्यावर मी हमदानींना थेट विचारले की त्यांना कधी अपराधीपणाची भावना, नैतिकता यांची जाणीव झाली नाही का? आपण एका दडपशाही राजसत्तेची सेवा करीत आहोत याचे त्यांनी स्वत:च्या मनात कसे समर्थन केले?

प्रथम सद्दाम किती भयंकर माणूस होता याचे त्यांनी पुन्हा वर्णन केले. 'होय' मी सहमती दर्शवत म्हणाले, 'पण तुम्ही त्याचे जनरल होता.' मग त्यांना माझ्या प्रश्नाचा अर्थ उमगला आणि प्रखरपणे माझ्या डोळ्यात बघण्याच्या उद्देशाने ते टेबलावर वाकून पुढे झुकले. मी त्यांच्या डोळ्याला डोळा दिला आणि मिनिटभर आम्ही एकमेकांकडे तसेच बघत राहिलो. मी शक्य तेवढे काळजीपूर्वक त्यांच्या डोळ्यांत बघितले, पण मला त्यात चलबिचल दिसली नाही. कदाचित डोळ्यांत मागच्या बाजूला काहीतरी सील केलेले असेल – पण मला जरा अस्वस्थ वाटू लागले आणि त्यांनी हा 'सामना' जिंकला असे वाटून त्यांनी उत्तर द्यावे यासाठी मी नजर फिरविली. ते जे आणि जसे बोलले ते मी तसेच्या तसे लिहून घेतले, त्यांचा प्रामाणिकपणा किंवा सत्यतेबद्दल मी खात्री देऊ शकत नाही.

'आपला हायकमांड नष्ट झाला आहे याचे आम्हाला खूप वाईट वाटते. याला कारण म्हणजे आमच्या निर्णयांचा मूर्खपणा आणि अमेरिकेच्या निर्णयांचा मूर्खपणा. इराणचा फायदा होईल, देशाचा नाश याबद्दल खूप वाईट वाटते. मी माझी चौकशी करणाऱ्या अमेरिकनांना म्हणालो की जे बघण्यासाठी मी जिवंत राहू नये असे यादवी युद्ध अनुभवायला मिळाले, याचा मला फार खेद होतो... आपला सहभाग असल्याची जाणीव, तिची कल्पनाही करता येणार नाही इतकी मोठी असते. मी मिलिटरी कॉलेजातून ग्रॅज्युएट होऊन बाहेर पडलो, नवी सत्ता आली... या गोष्टी वाटतात तितक्या सोप्या नाहीयेत. ज्या चुका झाल्या त्या फक्त सद्दाम हुसेनच्याच झाल्या असे नाही. त्या चुका पूर्ण समाजाच्या होत्या, त्यांचा डोंगर झाला आणि तो वाढत राहिला. तो तुम्ही किती बदलू शकला असता? त्या वेळची व्यवस्था फार खराब होती. राजसत्ताही खराब होती; पण लाल रेषा आखलेल्या होत्या, त्या तुम्ही ओलांडल्या नाही तर तुम्हाला काही त्रास नव्हता. पण आता? आता काहीच नाहीये; मी आता इराकच्या बाहेर का आहे? मी इराक कधीच सोडला नसता, पण तो आणखी खराब झाला आहे.. मला सोडावा लागला. एकावर एक थर चढत गेले, बंधने वाढत गेली. एक चांगला कमांडर म्हणून, एक चांगली व्यक्ती म्हणून तुम्ही काय करू शकता? मी सत्तेतला वाईटपणा कमी करण्याचा प्रयत्न केला. देशाची सेवा करतील, केवळ सत्ताधाऱ्यांची हांजी हांजी करणार नाहीत असे ज्यांच्याविषयी अभिमान वाटावा असे सैनिक घडविण्याचे काम मी केले. तुम्हाला एखादा हुकूम

दिला गेला की त्याची चांगल्या पद्धतीने अंमलबजावणी करण्याचे काम तुम्ही करायचे. त्यातील अनिष्ट गोष्टी टाळायच्या. मी स्वत:ला कोणाचीही हत्या करण्याचे साधन होऊ दिले नाही. मी कधीही दुसऱ्या इराकी नागरिकाला मारलेले नाही, इराणी युद्धकैद्याला मारलेले नाही, उत्तरेतील सेनेत होतो तेव्हा मी कधीही कुर्दिश खेड्यावर हल्ला केला नाही. इतपत मला करता आले. माणसाची जबाबदारी त्याला असलेल्या स्वातंत्र्याच्या प्रमाणात असते. त्याच्या बेतांना आव्हान देण्याची कोणाची तरी ताकद होती का? किंवा तुम्ही हे युद्ध हरणार असे सांगायची? माझ्या तुकड्यांतील लढाई सोडून पळालेल्या सैनिकांपैकी नव्वद टक्के सैनिकांना मी सोडून दिले. माझ्या डिव्हिजनल हेडक्वार्टरला मी तुरुंगसुद्धा ठेवला नव्हता. मला अंगरक्षक नव्हते, फक्त मी आणि ड्रायव्हर. यावरून क्यूसे आणि सद्दाम हुसेन मला नेहमी बोलायचे आणि मी त्यांना नेहमी प्रश्न विचारायचो की माझ्या तुकड्यांच्या लढण्याच्या क्षमतेत किंवा त्यांच्या प्रशिक्षिणात किंवा तयारीत काही उणीव आहे का? माझ्याकडे तुरुंग नव्हता; पण ताकद आणि लढण्याचे कौशल्य याबाबत सर्वांत उत्तम अशा तुकड्या माझ्याकडे होत्या.' इथे त्यांचा अभिमान आणखी वाढला आणि त्यांनी मॅनस्टाईनच्या 'soldier's memoir' मधील वाक्य उदधृत केले : 'लष्करात तुम्ही पोहोचू शकता अशी सर्वांत उच्च पातळी आणि सर्वांत उच्चपद म्हणजे उत्तम सैनिक असणे. मला माझ्या कारकीर्दीचा शेवट उत्तम सैनिक असताना करायचा होता.'

'तुम्ही त्या सरकारचा भाग होणे आपणहून स्वीकारले होते.' मी त्यांना म्हणाले. 'तुम्ही राजीनामा दिला असता तर तुम्हाला तुमच्या भावाप्रमाणे खेड्यात जाऊन राहता आले असते.'

'माझी चौकशी करणाऱ्या एका अमेरिकनानेसुद्धा मला हाच प्रश्न विचारला. तो म्हणाला की मी अमेरिकनांच्या विरुद्ध का लढत राहिलो? मी म्हणालो की त्याचा सद्दाम हुसेनशी काहीही संबंध नाही. ते तुम्हाला समजणे कठीण जाईल; पण लष्करी स्वाभिमान, एखाद्या देशाचा भाग असणे यातच तुम्ही तुमच्या हायकमांडशी एकनिष्ठ राहणे येते. मी त्या अमेरिकन अधिकाऱ्याला विचारले : 'हा प्रश्न विचारणारे तुम्ही माझ्या देशात कशासाठी आला आहात?'

तो म्हणाला, 'मला तसा हुकूम आहे.'

मी त्याला म्हटले, 'मलासुद्धा हुकूम होता.' मी त्याला विचारले, 'तुम्हाला अध्यक्ष बुश आवडतात का?'

त्यांनी 'मला आवडत नाहीत,' असे कबूल केले. 'मग?' मी उद्‌गारलो, 'तुम्ही त्यांचा हुकूम कसा पाळला?'

आठ वर्षांनंतर १९८८मध्ये इराणविरुद्धचे युद्ध संपले. मला कमेल सचेतचा

मुलगा झैदने दुसरी व्हीडिओटेप दाखवली.

जनरल कमेल सचेत नेहमीप्रमाणे नीट इस्त्री केलेल्या ऑलिव्ह ग्रीन गणवेषात होते. डोक्यावर स्पेशल फोर्सची गडद मरून रंगाची बेरेट घातलेले सचेत एका लष्करी नकाशासमोर उभे राहून हातातील छडीने नकाशावर सैन्याची ठिकाणे दाखविणारी वर्तुळे, लंबवर्तुळे आणि बाण दाखवीत होते. त्यांचे ते भाषण टीव्हीवर एका विशेष प्रसारणात दाखविले जाणार होते. त्यात त्यांच्या अधिपत्याखाली झालेल्या 'तवाकालना अला अल्ला-४' (आम्ही चौथ्या देवावर विश्वास ठेवत आहोत' किंवा 'देवा, आम्हाला मदत कर' असा अर्थ) या युद्धातील शेवटच्या लढाईचे वर्णन करीत होते.

उजेड कमी, कॅमेरा कंटाळलेल्या विद्यार्थ्याप्रमाणे बघत आहे, कमेल सचेत यांचा आब, आणि वलय आणि त्यांचा ताठ कणा हे टीव्हीवर विसंगत वाटत होते. त्यांच्यामागे टांगलेला नकाशा सपाट होता आणि त्यावर गावे, नद्या, डोंगर वगैरे काहीही दाखविलेले नव्हते, जणू काही सैन्य कोऱ्या जागांमधून हालचाल करीत होते. दर काही मिनिटांनी त्यांचे भाषण पडद्यावरून जाऊन काही क्षण लढाईची दृश्ये दाखविली जात होती. सैनिकांच्या अनेक रांगा उजाड वाळवंटातून एका उंचवट्याकडे जात होत्या. चित्राचा दर्जा चांगला नाही, चित्र हलतंय, एकंदर देखावा भुरकट रंगाचा, कॅमूफ्लाज घातलेले सैनिक, मुंग्यांच्या रांगा पुढे चालल्या आहेत असे वाटावे, असे दिसत होते.

कमेल सचेतचा आवाज शांत आणि एकसुरी, जणू काही बळजबरी केल्यामुळे बोलत आहेत, असा झाला होता.

'तवाकलना अला अल्लाच्या लढाईत आपली राष्ट्रीय भूमी शत्रूच्या ताब्यातून मुक्त करा आणि शत्रूचे जास्तीतजास्त नुकसान करा, असा आदेश आपले राष्ट्राध्यक्ष सद्दाम हुसेन यांनी दिला होता. त्यामुळे साद सुरक्षित आहे आणि आपण शत्रूकडून सनोबा जिंकून घेतले आहे. दक्षिणेला शोशरन खोरे आणि उत्तरेला चिहामन यांच्यामधे...' वगैरे शब्द कानावर पडत होते.

◆

६

त्यांचा तिसरा आणि सर्वांत धार्मिक मुलगा

कमेल सचेत आणि उम ओमर यांचा तिसरा मुलगा अहमद. त्याची हाडे नाजूक व चेहरा मोहक होता. त्याचे काळे डोळे सुंदर कवितेप्रमाणे स्वच्छ होते. त्याच्या लांब चमकदार पापण्यांची बाहुलीप्रमाणे उघडझाप व्हायची. त्याच्या अंगात गळाबंद, इस्त्री केलेला दिशदशा किंवा जीन आणि काळा स्वेटर असायचा. त्याचे हात स्तब्ध असत. उत्तेजित होऊन केलेले किंवा अनावश्यक असे हातवारे नसायचे. त्याचा गुलाबकळीसारखा चेहरा शांत, आत्मविश्वास प्रदर्शित करायचा.

कुठेतरी झालेल्या स्फोटामुळे खिडक्यांच्या काचा हादरल्या. अहमदने केलेल्या स्मितातून त्याच्या मोत्यासारख्या दंतपंक्तीचे दर्शन झाले. 'हे आम्हाला संगीत वाटते,' तो हसत म्हणाला.

इराणविरुद्धचे युद्ध संपले तेव्हा अहमद पाच वर्षांचा होता. तीच त्याच्या सर्वांत जुन्या आठवणींपैकी एक होती. वडिलांनी त्याला कारमधे बसवून नदीच्या काठी बागा आणि ओपन एअर खानपानगृहे असलेल्या अबु नवास स्ट्रीटवरून फिरविले होते. त्याला फटाक्यांची रोषणाई, विशेषत: आकाशात गेल्यावर स्फोट होऊन त्यातून क्रिसँथमम सारखी वाटणारी लाल-हिरव्या ताऱ्यांची उधळण आठवली. दुकानदार रस्त्याने येणाऱ्या-जाणाऱ्या लोकांना मिठाई वाटत होते; श्रीमंत लोकांनी बागांसमोर बँड वाजविले; मेजवान्या झडत होत्या. लहान मुले येणाऱ्या-जाणाऱ्यांच्या अंगावर पाण्याच्या बादल्या ओतत होती. मोटारींचे हॉर्न वाजत होते, मुले मोटारीमधे बसलेल्या लोकांनासुद्धा बाहेर काढून अंघोळ घालत होती. लोकांनी आनंदाप्रीत्यर्थ हवेत चालविलेला गोळीबार इतके दिवस चालू होता की अखेरीस सद्दामला टीव्हीवरून लोकांना शांततेचे आवाहन करावे लागले. कारण वाट चुकलेल्या गोळ्यांमुळे अनेक लोक जखमी होत होते. अहमदलासुद्धा त्याच्या वडिलांनी

आनंदाच्या भरात कारच्या खिडकीतून पिस्तूल बाहेर काढून आकाशात गोळ्या झाडलेले आठवत होते. त्यानंतर पुन्हा त्यांनी तशा आनंदाच्या आणि उत्साहाच्या भरात काहीही केल्याचे अहमदला आठवत नाही. आठ वर्षे! आणि युद्ध संपले.

'सभ्य स्त्री-पुरुषहो; आम्हाला तो सापडला!'

डिसेंबर २००३मध्ये अमेरिकनांना सद्दाम एका बिळात सापडला. केस वाढलेले, घामट, दाढी वाढलेली, पराभूत झालेला, मुले मारली गेलेली, देश परक्यांनी व्यापलेला अशी त्याची अवस्था होती. इराकी जनतेने सद्दामला एक अमेरिकन डॉक्टर त्याच्या तोंडाची तपासणी करताना, कानात बघताना आणि केस जणू काही उवांसाठी तपासताना टीव्हीवर बघितले. फक्त हीच चित्रे दाखविण्यात आली. त्यावर आश्चर्योद्‍गार आणि संताप अशा मिश्र प्रतिक्रिया उमटल्या. सद्दामच्या या मानहानीने अनेक इराकी नागरिकांच्या मनात नाराजीची भावना उमटली. अगदी सद्दामने छळ केलेल्या काही लोकांनीसुद्धा 'त्यांना अशा प्रकारची वागणूक देणे योग्य नव्हते. कसेही असले तरी ते आमचे राष्ट्राध्यक्ष होते.' अशी प्रतिक्रिया व्यक्त केली.

शहरभर गोळीबाराचा आवाज ऐकू येत होता. काहीजण संतापाने, तर काही आनंदाने हवेत गोळीबार करीत होते. सर्व सचेत कुटुंबीयांना आनंद झाला होता आणि त्यांच्या घरात समाधानाची लाट उसळली होती. उम ओमर मनमोकळं हसत मला म्हणाली, 'नेहमीप्रमाणे सर्वांत उत्साही असलेल्या अलीला बंदूक घेऊन हवेत गोळीबार करायचा होता, पण मी आणि त्याच्या बहिणींनी त्याला कसेबसे आवरले. 'नको, नको, बंदूक उडवू नकोस. अमेरिकन सैनिक तुला पकडतील,' अलीने हिरमुसले दिसायचा प्रयत्न केला आणि आम्हा सर्वांना हसू आले. 'काहीही झाले की इराकी लोक हवेत गोळीबार करतात – लग्नसमारंभ असो, कुवेतींना फुटबॉलमध्ये, हरवल्याबद्दल असो, ट्रॅफिक जॅममधे अडकून वैतागाने असो, मुलगा झाल्याचा आनंद... काहीही चालते असे म्हणून मी त्यांना डिवचण्याचा प्रयत्न केला. त्यांनी सौजन्यपूर्ण हसून प्रतिसाद दिला.

अहमद खोलीत आला. त्याने हात छातीवर ठेवून अभिवादन केले. ते रमझानचे दिवस होते आणि त्यांचा उपवास होता. अहमद या धार्मिक व्रतामुळे जरा मलूल झालेला दिसत होता. होय, सद्दामला पकडले ही साजरी करण्यासारखी गोष्ट होती; पण त्यासाठी तो अमेरिकनांचे आभार मानायला तयार नव्हता. अमेरिकेने देशावर केलेला कब्जा ही राष्ट्रीय नामुष्की होती.

'अमेरिकन दिसला की मला त्याला मारावेसे वाटते' उम ओमर आवाजातील प्रेमळपणा न घालवता म्हणाली.

'कदाचित आपण त्यांना मारले म्हणजे ते निघून जातील.' शादवानने आशा

व्यक्त केली.

अहमदच्या मते, इराकी पोलीस आणि अमेरिकन एकाच माळेचे मणी होते. पोलिसांनी शत्रूशी हातमिळवणी केली होती आणि ते त्यांना मुजाहिदींची नावे सांगत होते, 'अमेरिकनांपेक्षाही ते मृत्युदंडाला अधिक पात्र आहेत,' आक्रमणापेक्षा देशद्रोह हा मोठा गुन्हा आहे,' अहमद म्हणाला, 'ते जुलूम करणाऱ्यांना मदत करीत आहेत.'

अहमद एका धार्मिक महाविद्यालयाचा विद्यार्थी होता. रोज पहाटे तो सकाळच्या प्रार्थनेसाठी आणि कुराण वाचण्यासाठी उठत असे. तो मला म्हणाला की कुराणातली अमुक एक सुराह मला सर्वांत आवडते असे सांगता येणे अशक्य आहे; कारण सर्वच सुराह सुंदर आहेत. कुराण म्हणजे ज्ञान, कायदा आणि भविष्याबद्दलचे भाकीत, इतिहास आणि भविष्य यांचा मिलाप, देवाचा शब्द, सर्वंकश आणि संपूर्ण. तो रोज त्या महान ग्रंथाचा थोडा भाग पाठ करीत असे. रात्री त्याचे वडील त्याच्या स्वप्नात येत, ते त्यांच्या गणवेषात असत आणि त्याला 'मला सतत कुराण शिकावेसे वाटायचे, ते तू शिक. कारण कुराणात शांती आहे.' असे आग्रहाने सांगत. "मुद्दा हा आहे की कुराण सत्य आहे." अहमद मला म्हणाला, "ते आपल्यापुढे आहे. कुराणात सर्व काही लिहिलेले आहे आणि अभ्यासाने आपल्याला कुराणातले सत्य सापडते."

अहमद शाळेत असताना हुशार विद्यार्थी नव्हता. त्याला गणित फार कठीण वाटायचे. त्याचे वडील त्याला त्याच्या अरबी पुस्तकातील प्रश्न विचारायचे आणि त्याने चुकीचे उत्तर दिले की फार संतापायचे. वडिलांच्या कडकपणाची ही आठवण सांगताना अहमद शहारला. दुसऱ्या एका वेळी अहमदने वडिलांना 'मी हे उद्या करीन' असे सांगितले. कमेल सचेत म्हणाले, 'भविष्याविषयी बोलताना नेहमी 'इन्शा अल्ला' म्हणजे 'देवाची इच्छा असेल तर' असे म्हणावे.' ही आज्ञासुद्धा ती देणाऱ्याइतकीच कडक आहे असे अहमदला जाणवले.

"त्यांनी एखादी गोष्ट करायला सांगितली की 'नाही' किंवा 'मग करीन' हे उत्तर चालायचेच नाही. ती ताबडतोबच करायला लागायची, लष्करी हुकमाप्रमाणेच. तुम्ही काही चूक केली नसेल तर ठीक आहे; पण जर का एखादी चुकीची गोष्ट केली असेल, तर माझी त्यांच्या जवळपास फिरकण्याचीसुद्धा छाती होत नसे."

अहमद दहा किंवा अकरा वर्षांचा असताना मशिदीतील उन्हाळी शाळेत जाऊन कुराण शिकू लागला. अहमदसाठी मशीद म्हणजे कोरी पाटी होती. कुराणातील सुराह आपण चटकन शिकू शकतो, असे अहमदच्या लक्षात आले. तसेच आपण मशिदीविषयी काहीही बोलत असलो की वडील जास्त लक्ष देतात, हेही त्याच्या लक्षात आले. त्याने एखादी सुराह बरोबर म्हटली की वडील मान डोलवायचे. त्याने 'मला माध्यमिक शिक्षणासाठी धार्मिक शाळेत पाठवाल का,' असे वडिलांना विचारले आणि त्यांनी होकार दिला.

मोठा झाल्यावर इमाम व्हावे, लोकांना इस्लामविषयी सांगावे, त्यांच्या प्रश्नांना उत्तरे द्यावीत अशी अहमदची महत्त्वाकांक्षा होती. नाही, त्याला प्रवास करण्याची आवड नव्हती, अहमदने मान हलवत सांगितले. 'मक्केला जायला आवडेल की नाही?' मी विचारले. अहमदने गंभीरपणे मान डोलविली, 'इन्शा अल्ला.'

रमजानच्या काळात अहमद नेहमीपेक्षा जास्त वेळा घरी असायचा. मी गेले की तो माझ्याजवळ बसायचा आणि आम्ही श्रद्धांमधील फरकांबद्दल चर्चा करायचो. ''पूर्व आणि पश्चिम, श्रद्धाळू आणि नास्तिक.'' अहमद स्मित करीत म्हणाला, ''प्रत्येकाचे आपापले मत असते आणि आम्ही त्याचा आदर करतो; पण आपल्यापैकी एकाचे चूक आहे!'' अहमदला त्याची श्रद्धा आणि महम्मदाच्या उदाहरणाबद्दल माझ्याशी बोलायला आवडायचे. माझ्या मनात स्वर्ग, डुकराचे मांस, स्त्रिया, जिहाद वगैरेंविषयी हजारो प्रश्न होते. अहमदकडे प्रत्येकाचे उत्तर असायचे. स्वर्गातील स्फटिक तलावाइतकीच इस्लामबद्दल त्याच्या मनात स्पष्टता होती.

सद्दामला पकडल्यावर एक-दोन दिवसांनी अधमिया येथे सद्दामच्या चाहत्यांनी केलेले निदर्शन अमेरिकनांनी मोडून काढल्यावर मी त्याला विचारले, ''धार्मिक शाळेत तुम्हाला काय शिकविले?''

''त्यांनी शिकविले की आपण समोरच्याला, मग तो कोणीही असो, सलाम! शांती म्हटले पाहिजे. तुम्हाला इजा करणाऱ्यालासुद्धा माफ केले पाहिजे असे शिकविले.''

''पण ते कठीण आहे.''

''होय, कुराणातसुद्धा म्हटले आहे की इतकी सहनशक्ती प्रत्येकात नसते.''

''तू सद्दामचा द्वेष करतोस?''

''होय, मी अजून त्याचा द्वेष करतो.''

''तू द्वेष करावा की त्याला माफ करावे?''

''क्षमाशीलतेचा अर्थ हा की तो माझ्या हातात सापडला तरी मी त्याला मारणार नाही. आता त्याचे काय होईल त्याची मला पर्वा नाही.''

''आणि अमेरिकनांविषयी?''

''आह, अमेरिकनांची गोष्ट वेगळी आहे.'' अहमद म्हणाला की जे लढायला म्हणून आले त्यांच्याशी लढले पाहिजे.

''पण त्याचा अर्थ आणखी हत्या. जणू काही मारण्याने राग शमणार आहे आणि चुकीची दुरुस्ती होणार आहे.''

''तुम्हाला सूड म्हणायचे आहे का?'' अहमदने विचारले.

''हो कदाचित. सूड.''

''त्याचा आमच्या मुळाशी संबंध आहे. इस्लामच्या पूर्वी आम्ही अरब होतो तेव्हाचा. तुम्ही माझ्या भावाला मारले तर मला तुम्हाला मारावेच लागणार. तुम्ही

जिवंत असेपर्यंत माझी सदसद्विवेकबुद्धी मला स्वस्थ बसू देणार नाही. महम्मदाने या परंपरांशी संबंधित नियम केले. इस्लामनुसार तुम्ही माझ्या भावाला मारले तरी मी तुम्हाला मारू शकत नाही. सरकारने तुम्हाला मारून माझ्यावतीने सूड उगवावा. तीन पर्याय आहेत; एक म्हणजे मी सरकारकडे जाऊन तुम्ही माझ्या भावाला मारले म्हणून सांगायचे किंवा मी तुमच्याकडून रक्ताचा मोबदला म्हणून पैसे (Blood money) घ्यायचे किंवा तुम्हाला माफ करायचे.''

''महम्मद यांपैकी कोणत्या पर्यायाची सर्वांत जास्त शिफारस करतो?''

''जर तो अपघात असेल तर क्षमा करणे हे सर्वांत उत्तम; पण जर खून केला असेल तर दुसऱ्याचा खून करणाऱ्यांना तुम्ही क्षमा करू शकत नाही. त्यांना मारून तुम्ही आणखी हत्या वाचवाल.''

''मग अपघाती मृत्यू म्हणजे काय आणि कोणत्या परिस्थितीत मारले तर चालेल? रेडक्रॉसला उडवून देणे हे कसे काय स्वीकार्य आहे?''

''जिहाद हा फक्त लढणाऱ्यांविरुद्धच करता येतो; पण इमारतीत कोण आहे त्यावर हे अवलंबून आहे.''

''बरेचदा मिश्रण असते; इराकी आणि परदेशी लोक.''

''असे बघा, एखाद्या हॉटेलात कोणी अमेरिकन व्हीआयपी राहात असेल आणि इतर निरापराध लोकही असतील. अशा वेळी त्या अमेरिकनाला मारण्याची संधी जाऊ नये म्हणून ते निरापराध लोकही मारले गेले तर चालेल. तुमच्याकडून कदाचित वीस निरपराध लोक मारले जातील. पण तो अमेरिकन जिवंत राहिला तर तो हजारो निरापराध लोकांना मारेल.''

''हे कुराणात लिहिले आहे?''

''कुराणात, तुमचे उद्दिष्ट साध्य करण्यासाठी तुम्ही निरापराध लोकांना मारू शकता, असे म्हटलेले नाही; पण प्रत्येक इस्लामी नेत्याचा स्वत:चा गट असतो आणि त्याचा एक दृष्टिकोन असतो, त्याने कुराणातून घेतलेला असतो. तो बरोबर असेल, नाहीतर चूक असू शकेल.''

''पण युद्ध आणि ते कसे करावे याबद्दल कुराण असंदिग्ध आहे. त्याचे वेगवेगळे अर्थ लावणे कसे चालेल?''

अहमदची मते ठाम असत. त्याच्या डोळ्यात त्याच्या स्पष्ट ध्येयाची चमक दिसायची आणि मी कितीही आडमुठेपणा केला तरी त्याच्या भुवया वाकड्या व्हायच्या नाहीत. त्याची बोटे सुंदर आणि सडपातळ होती आणि एखाद्या गोष्टीवर भर द्यायचा असेल किंवा हताशपणा दाखवायचा असेल तर तो बोटांची टोके एकत्र आणून दाबायचा. प्रत्येक प्रश्नाला उत्तर असते आणि ते देवाच्या माध्यमातून मिळते असे उघड सत्य मला समजावून सांगतानासुद्धा अहमद चिडायचा नाही.

“जिहादबद्दल कुराणात विस्तृतपणे सांगितले आहे. त्याच्या वापरातील फरक फार मोठे नाहीत. शेवटी ते त्यांची उद्दिष्ट्ये कशी साध्य करतात त्यावर आहे आणि काही गोष्टी कुराण व्यक्तीच्या विश्लेषणावर सोडते.”

“पण निरापराध लोकांना मारण्यासंबंधीसुद्धा काही निश्चित अटी, मर्यादा असतील? बसमधून जाणारे इस्रायली काही योद्धे नव्हेत?”

“इस्रायलची गोष्ट वेगळी आहे. इस्रायलींनी आमची जमीन बळकावली. जेव्हा एखादा पॅलेस्टिनी आत्मघातकी बॉंबधारी बस उडवून देतो, तेव्हा बसमधले इस्रायली निरापराध नसतात.”

“पण आत्महत्या – ‘हराम’ – निषिद्ध आहे ना?”

“आत्महत्या हे पाप आहे, बरोबर. पण जिहाद ही वेगळी गोष्ट आहे. आत्मघातकी बॉंबधारी स्वत:ला मारतो पण ते धर्माच्या भल्यासाठी.”

“तो धर्माचे भले साधतो असे जगाला वाटते का?”

“त्यांची काहीही मते असोत, तो सर्वोच्च दर्जाचा हुतात्मा म्हणूनच स्वर्गाला जाणार.”

“मग ११ सप्टेंबरविषयी तुझे मत काय आहे?”

अहमद बिचकला, “न्यूयॉर्कवरचे हल्ले?”

“हो, ज्यात त्या दोन महान इमारती पाडल्या गेल्या.”

“हो, तो जिहादच होता.” अहमदने स्मित केले, “मला फार आनंद झाला.”

“पण अमेरिकेविरुद्ध जिहाद करायचे काय कारण?”

“अमेरिका जर एखाद्या मुस्लीम देशावर हल्ला करीत असेल, तर अमेरिकेविरुद्ध जिहाद होऊ शकतो.”

“पण २००१मध्ये अमेरिकेने कोणत्या मुस्लीम देशावर हल्ला केला?”

“अनेक. वेगवेगळ्या देशांवर.” अहमद ठामपणे म्हणाला, “पण विशेषत: बोस्निया-हर्झेगोविनावर. त्यांनी बहुतेक सर्वांची कत्तल केली.”

मी शांतपणे त्याला सांगितले की बोस्नियन-मुस्लिमांची कत्तल अमेरिकेने केली नाही आणि खरं म्हणजे अमेरिकेने कोसोवार मुस्लिमांचे सर्वांपासून रक्षण केले. मी पुन्हा अहमदला सरळ विचारले की २००१मधे अमेरिकेने कोणत्या मुस्लीम देशावर हल्ला केला?

अहमदने त्याच्या उत्तराला वेगळे वळण दिले. “अमेरिका इस्लामशी अप्रत्यक्ष युद्ध करते. मला निश्चित माहीत नाही; पण अमेरिका मुस्लिमांवर दबाव आणते. अनेक देश आहेत. निश्चित कुठले ते मला माहीत नाहीत.”

“तर मग न्यूयॉर्कमध्ये निरपराध लोक मारले गेले की नाही?”

“हे अल् कायदाने केले हे खरे असेल तर अमेरिकेच्या अर्थव्यवस्थेवर एक मोठा

आघात होता.''

पाश्चात्त्यांच्या थोड्याशा श्रेष्ठत्वाच्या भूमिकेतून मी त्याला म्हणाले, ''अहमद, त्यामुळे अमेरिकन अर्थव्यवस्थेवर फारसा परिणाम झाला नाही.''

अहमदने त्याच्या तर्कशास्त्राला आणखी एक पीळ दिला. ''तो हल्ला अल् कायदाने केला असे म्हणतात; पण मला स्वत:ला असे वाटते की तो अमेरिकेने केला होता. त्या दोन विमानांनी माध्यमांमधे दहशतवाद्यांविरुद्ध मोठा प्रचार केला. त्यानंतर त्यांना दहशतवाद्यांपासून मुक्त करण्याच्या नावाखाली कोणत्याही मुस्लीम देशावर हल्ला करायची मोकळीक मिळाली. अफगाणिस्तान, इराक.''

२००२च्या अखेरीस मी तेहरानमधे बुशने ज्याला 'ॲक्सिस ऑफ इव्हिल' म्हटले, त्या इराणच्या मर्मस्थानी राहात होते आणि माझ्या अर्ध-कायदेशीर सॅटेलाइट फोनवर, फॉक्स न्यूज दाखवत असलेली इराकमधील युद्धासंबंधीची हवा बघत होते. मी तेहरानच्या दक्षिण भागातील गरीब वस्तीत जाऊन इराकी स्थलांतरितांशी बोलले. ते बहुतेक सर्व सद्दामच्या दहशतीपासून पळून आलेले शिया मुस्लीम होते. मी इराणची हद्द ओलांडून इराकी कुर्दिस्तानमधेही गेले आणि अन्फल, रासायनिक हल्ले, उद्ध्वस्त झालेली खेडी, सामुदायिक थडगी यांच्याबद्दलच्या गोष्टी ऐकल्या. प्रत्येक इराकीची कथा म्हणजे भयंकर छळाची कहाणी होती. वृद्ध माणसांनी दिशदशा वर करून बेड्यांमुळे त्यांच्या घोट्यांभोवती उठलेले गोलाकार वळ दाखविले; तोंडाचे बोळके झालेल्या बायकांनी त्यांच्या मुलांना शिपायांनी कसे फरफटत, ओढत नेले, त्यांची घरे कशी जाळली, ते सांगितले. कुर्द म्हणाले की त्या रासायनिक वायूला सफरचंद आणि लसणाचा वास होता. त्यामुळे फुप्फुसात आगआग झाली. कुशीतल्या लहान बालकांना यातना होत प्राण सोडताना बघावे लागले.

मी तेव्हा भोळी होते. सद्दाम आपल्याच लोकांवर जुलूम करून मारत होता आणि त्याला काढून टाकण्यासाठी एवढी किम्मत द्यावी लागली तर गैर नाही, असे अहमदच्या निरपराध बघ्यांप्रमाणे मला वाटले. मला बालपणापासून अमेरिकन-ब्रिटिश तत्त्वांची शिकवण मिळाली होती. सौजन्य, ताकद, योग्य-अयोग्य काय आणि लोकशाही या तत्त्वांवर माझी श्रद्धा होती. २००३च्या मार्च महिन्यात मी इराकी कुर्दिस्तानमधे युद्धाच्या प्रतीक्षेत असताना टॉनी ब्लेअरचे पार्लमेंटपुढे नैतिक कळकळीने ओथंबलेले, भावनाविवश असे आक्रमण करण्याच्या समर्थनाचे भाषण बघितले. कॉलिन पॉवेलला संयुक्त राष्ट्रसंघात सार्वजनिक संहाराच्या अस्त्रांचा ठावठिकाणा सांगताना बघितले. मी माझ्या सरकारवर विश्वास ठेवला – शब्दश: नाही पण त्यांची बाजू खरी आहे, ते भले लोक आहेत, असा विश्वास मी बाळगून होते.

युद्ध सुरू झाल्यावर मी उत्तर कुर्दिस्तानमधे गेले. तिथे युद्धाची एवढी गडबड

नव्हती. आम्ही अमेरिकनांना इराकच्या आघाडीवर बाँबफेक करताना बघत होतो आणि बगदाद पडण्याची वाट बघत होतो. जेव्हा सद्दामचा पुतळा खाली खेचला गेला, तेव्हा मोसूल आणि किर्कुक येथील लोकांनीही त्यापासून स्फूर्ती घेतली. आम्ही अंतर्गत सरहद्द ओलांडून कारने सद्दामनंतरच्या इराकमधे गेलो. ताटातूट झालेल्या आपल्या नातेवाइकांना भेटण्यासाठी उत्सुक असलेले हजारो कुर्द शस्त्रांची लूट करीत आणि बाथ पार्टीचे कोणतेही प्रतीक दिसले की त्याची, पोलीस चौक्या, ऑफिसे यांची मोडतोड करत जात होते.

मला आठवते की दोन-तीन दिवसांनी लुटालूट थांबली आणि मी त्या मोठ्या सद्दाम हॉस्पिटलमधे गेले (त्याचे नाव ताबडतोब बदलून 'आझादी हॉस्पिटलकडे' केले गेले.). तिथे एका खाटेवर एक तरुण पडलेला होता. त्याच्या दुर्दैवाने त्याचा जन्म फेब्रुवारीतला होता. अमेरिकेच्या आक्रमणाच्या पाच आठवडेच आधी तो अठरा वर्षांचा झाल्या झाल्या त्याला गणवेष देण्यात आला, शस्त्रे दिली नाहीत आणि त्याला खंदकात उभा केला. एके दिवशी एका B-52 बाँबर विमानाने एक बाँब टाकला आणि त्याचा उजवा हात आणि उजवा पाय गेला. तो निरोगी होता, देखणा होता. त्याने हसण्याचा प्रयत्न केला. त्याच्या तुटलेल्या हात आणि पायाचे उरलेले बुडखे दुखत होते; पण त्यावर औषधे चालू होती. तसेच त्याच्या आईवडिलांनी त्याला घरचा टेपरेकॉर्डर आणून दिला होता. त्याचा उपयोग झोप येत नसली की व्हायचा. मी खूप निर्घृण हिंसा पाहिली होती, नुसते हाडाचे सापळे वाटावेत इतकी बारीक प्रेते, जखमी बालके वगैरे, पण रक्ताने माखलेल्या इमर्जन्सी रूममधील मृत्यू हादरवून टाकतो, अस्वस्थ करतो. का, कुणास ठाऊक, तो एक सैनिक होता. कायद्याचा बळी होता. आता तो एक पंगू मुलगा होता, शरीर अपंग झालेले आणि भविष्य धुळीला मिळालेले. एवढी किंमत फार भयंकर वाटली. त्याच्या आईला काळजी लागली होती. त्याला नोकरी कशी मिळेल, त्याच्याशी लग्न कोण करेल? मी तिचा हात हातात घेऊन तिला धीर देण्याचा प्रयत्न केला : 'सर्व ठीक होईल. मदत येत आहे, थोड्याच दिवसांत संपूर्ण इराकमध्ये युरोप-अमेरिकेतील साहाय्य पथके येतील, आरोग्यासाठी इराकभर कार्यक्रम राबविले जातील. नव्या तंत्रज्ञानाचा वापर होईल. अगदी जवळजवळ नैसर्गिक अवयवांसारखेच काम करणारे, टायटॅनियमपासून बनविलेले, बॅटरीवर चालणारे अवयव उपलब्ध आहेत. तिच्या मुलाचे भविष्य निश्चितच उपयुक्त असेल वगैरे सांगून धीर दिला आणि त्या वेळी ते बोलताना माझा त्यावर विश्वास होता.

युद्धाने इराकमधील जुलूम कमी झाला नाही, तो चालूच राहिला, एवढेच नाही तर वाढलाच. हत्या आणि हालअपेष्टा होतच राहिल्या. दरवर्षी त्या वाढतच गेल्या. इराकी व्यापाऱ्यांच्या आणि पूर्वी हद्दपार केलेल्या; पण आता बगदादला परतलेल्या लोकांच्या

चुका आणि चुकीचे संवाद 'ग्रीन झोन'मधे एकत्र करून झाकलेले त्यांचे अज्ञान आणि नामुष्की मला दिसत होती. मी लंडन किंवा न्यूयॉर्कला परतल्यावर टीव्हीवरील शहाणे आणि राजकारण्यांची मुक्ताफळे, पार्ट्यांमधील बडबड मला ऐकवत नसे. या संकटात पडून दीड वर्ष झाले आणि जॉर्ज डब्ल्यू बुश पुन्हा निवडून आले.

अहमदचा कारस्थानाचा सिद्धान्त चुकीचा होता, पण त्याच्याविरुद्धचा लोकशाही बळजबरीने लादता येते हाही तितकाच चुकीचा होता. दोन राष्ट्राध्यक्षांनी एकमेकांना दुष्ट राक्षस म्हणावे, त्याप्रमाणेच परस्परविरोधी समजुती आणि एकमेकांविषयी वाटणारा तिरस्कार याचा तो परिपाक होता. आपण सर्वजण एका गावात राहतो, एका समाजात एका देशात राहतो, ते आपले परिचित जग असते, आपल्याला सुरक्षित वाटते; बाहेर समुद्रापलीकडे कुठेतरी असणारे राक्षस वाटतात. अहमदच्या बुद्धीने त्याच्या समाजाचे विचार आत्मसात केले होते; कुटुंब हा मानबिंदू, इस्लाम नेहमी बरोबर, बाहेरच्या जगाने मुस्लिमांना आणि अरबांना खाली ठेवण्यासाठी कट केला आहे ही भावना. आपल्याप्रमाणे त्याला सोयीची वाटणारी माहिती आणि प्रचारातून चिकटणारे समज यांचा अहमदवर प्रभाव होता. तो शंकेखोर आणि नैराश्याने घेरलेला असू शकेल, फरक इतकाच की तो तरुण आणि संतप्त होता आणि तशा स्थितीत असल्यामुळे त्याची विचारसरणी एकांगी होण्याची शक्यता होती (स्पॅनिश यादवी युद्धातील आंतर्देशवाद्यांच्या ऑरवेल, कोएस्लर, रॉबर्ट जॉर्डन आणि त्यांच्यासारखे इतर आदर्श). तारुण्यसुलभ, आदर्शवादाविषयी बोलताना माझे वडील त्यांना 'वादग्रस्त' म्हणजे कुठल्यातरी 'वादा'ने पछाडलेले असे म्हणायचे. अहमदने ध्येयवादाचा स्वीकार केला होता – सालाफिझम, जिहादवाद, राष्ट्रवाद अशा अनेक छटा त्यात होत्या, ज्यात त्याला इतर ध्येयवादांप्रमाणेच अन्यायाने भरलेल्या आणि गोंधळात टाकणाऱ्या जगातील समस्यांची स्पष्ट आणि ठाम उत्तरे मिळत होती. तो लोलकातून जाणारे किरण वाकतात तसा एकांगी दृष्टिकोन होता. त्या दृष्टीने बघितले की वस्तुस्थितीही त्या रंगात दिसायची. मी अहमदशी वादविवाद करून त्याच्या समजांच्या विरुद्ध असलेली बाजू त्याला समजावून सांगायचा प्रयत्न करायचे; पण ते त्याच्या ठाम मतांच्या ढालीवर आपटून वाया जात असे.

एके दिवशी अहमदने मला अन्सर अल् सना नावाच्या बंडखोर गटाने बनविलेला एक व्हीडियो दाखविला. सुरुवातीची दृश्ये अमेरिकेने इराक व्यापले त्या वेळच्या रानटी छळाची होती. अमेरिकन सैनिक रात्रीच्या वेळी छापे घालत आहेत, लाथा मारून दार उघडतात, हातात बेड्या, मान खाली घातलेले इराकी कैदी ट्रकमधे भरलेले, एक अमेरिकन सैनिक एका अनवाणी, उघड्या माणसाला रस्त्यातून फरपटत घेऊन जात आहे, अमेरिकन सैनिक लोकांच्या जमावावर गोळीबार करीत आहेत. एक घोगरा, चिरका, गंभीर आवाज विचारतो, 'अशा गोष्टी होत असताना

तुम्ही शांत कसे बसू शकता?'

त्यानंतर कोणत्यातरी मुल्लाचे शब्द : 'जे धर्मासाठी लढतात ते देवाला प्यारे असतात. शांत राहा, श्रद्धा अढळ ठेवा आणि शत्रूशी हातमिळवणी करू नका. इराकमधे जिहाद हे प्रत्येक मुस्लिमाचे कर्तव्य झाले आहे आणि जे लढा देत आहेत ते खरे मुसलमान आहेत. प्रत्येक वस्तीतील प्रत्येकाला जिहादसाठी बोलविले पाहिजे... आपल्या देशाचे रक्षण करण्यासाठी. हे शत्रू इथे देवाचा धर्म संपवायला आले आहेत. आपण शत्रूला हुसकावून लावले पाहिजे. अमेरिकन सेना इथे त्यांच्या मतलबासाठी आली आहे आणि ज्यू लोक त्यांना पाठिंबा देत आहेत... उत्तरेपासून दक्षिणेपर्यंतच्या सर्व पाप्यांशी लढा आणि आपल्या धर्मात सांगितल्याप्रमाणे एकत्र येऊन एकदिलाने, सुसूत्रितपणे लढा.'

त्यानंतर मुजाहिदींनी केलेल्या प्रतिकाराची दृश्ये होती. रात्रीची वेळ, पिकअप् ट्रक, कुफिये (डोक्याला गुंडाळायचा पारंपरिक रुमाल) लपेटलेले चेहरे. रस्त्याच्या कडेला लपविलेल्या बाँबच्या रिमोट कंट्रोलने केलेल्या स्फोटामुळे उद्ध्वस्त होणाऱ्या हमवी चिलखती गाड्या. हत्या करण्यात आलेल्या फितुरांच्या पासपोर्ट आणि कागदपत्रांचे जवळून घेतलेले फोटो.

शेवटच्या दृश्यात मुजाहिदींची एक टोळी रात्रीच्या वेळी एका उखळी तोफेची उभारणी करीत होती. ते चित्रीकरण हातातील बॅटरीच्या पांढऱ्या-हिरव्या उजेडात केले होते.

अहमदने त्याची टिप्पणी दिली : 'या तोफा त्यांनी हॉटेलांवर डागल्या.'

'धन्यवाद अहमद. मीही हॉटेलातच राहात आहे.'

नंतरची दहा मिनिटे वायरी तासताना, मॉर्टरच्या नळ्या जागेवर लावताना घाईघाईने काम करणारे, प्रकाशात चमकणारे हात दिसत होते. एक मुजाहिद आगकाडी पेटवून रॉकेटला लावू पाहतो; पण वाऱ्याने ती आगकाडी विझते. तो दुसरी काडी शिलगावतो, तीही विझते. मग आणखी एक, आणखी एक. पाच-सहा आगकाड्या विझल्या. ते मॉर्टर ट्यूबची दिशा बदलू लागले, 'सरकव, सरकव थोडीशी. अगदी थोडी.' शेवटी एकदाची आगकाडी पेटते, ती फ्यूजला लावली जाते आणि रॉकेट व्यूश आवाज करीत फटाक्यासारखे उडते आणि अंधारात दिसेनासे होते.

मार्च २००४च्या शेवटी फलुजा येथे चार अमेरिकन कॉंट्रॅक्टरांना त्यांच्या मोटारीतून बाहेर खेचण्यात आले, फाशी देऊन जाळण्यात आले आणि त्यांच्या देहाचे तुकडे करण्यात आले. छुप्या बंडाळीचा उद्रेक झाला आणि तिचे उघडउघड युद्धात रूपांतर झाले. रस्ते रिकामे होते, तो इराकच्या मुक्ततेचा पहिला वाढदिवस होता. एके दिवशी मी पश्चिमेकडील उपनगरात काय घडत आहे ते बघण्यासाठी गेले

होते. वाटेत हायवेवर एक रणगाडा जळताना दिसला, वर दोन ब्लॅक हॉक हेलिकॉप्टर, प्रेतावरील माशांप्रमाणे घिरट्या घालत होती. अहमदने धार्मिक महाविद्यालयात जाणे बंद केले होते. अलीची बायको इब्न हैथाम विद्यापीठात जात होती; पण कॅम्पसमधे एका बॉंबचा स्फोट झाला होता. आता सर्वजण घरीच होते. ते मित्रांकडून आणि मोबाईल फोनवर येणाऱ्या बातम्या आणि अफवा ताडून बघत होते.

अहमदचे मशिदीतील मित्र लोकांना जीवनावश्यक वस्तूंचा पुरवठा करीत होते. तो वेढा होता. फल्लुजाला मरीन सैनिकांनी घेरले होते, जॉर्डनला जाणारा रस्ता बंद करण्यात आला होता. मरीन तुकड्या सतत हल्ले करीत होते; ते चिलखती गाड्यांतून शहरात घुसायचे, त्यांच्यावर रॉकेटचा मारा व्हायचा आणि ते मागे जायचे.

'त्यांनी घरे, मशिदी आणि हॉस्पिटलांवरसुद्धा हल्ला केला आहे.'

अहमदच्या धार्मिक विद्यापीठातील, फल्लुजाला राहणाऱ्या एका मित्राने त्या चार कॉन्ट्रॅक्टरांना मारण्यात आले तेव्हा काय घडले हे त्याला सांगितले. मुजाहिदींनी त्यांना मारले आणि ते मागे सरकले. मग फल्लुजातील नागरिकांनी त्यांचे देह झाडाला टांगले. अहमदने मान हलविली आणि एक घृणास्पद हकिकत सांगितली : जमलेल्या लोकांमधे एक खाटीक होता, त्याने त्या देहांचे तुकडे केले आणि लोकांना वाटले!

अली आणि अहमद बंडखोरांच्या गोष्टींनी उत्तेजित व्हायचे; त्यांच्या डोळ्यांत अभिमानाची चमक आणि आग दिसायची. अहमद मला म्हणाला, ''ते दहशतवादी नाहीत, ते त्यांच्या देशाचे रक्षण करीत आहेत.''

''शरिया (इस्लामी कायदा)नुसार!'' अली म्हणाला, ''परदेशी सैन्याने येऊन इथल्या निवडणुका घ्यायच्या हे शक्य नाही. शरियात म्हटले आहे की ज्याला ज्याला जिहादसाठी बोलविले जाईल त्याने लढलेच पाहिजे.''

''आताची लढाई हा मुद्दा आहे.'' अहमद ठामपणे आणि निश्चयाने म्हणाला, ''अनेक निरापराध लोक मरतील; पण त्यांच्या जागी दुसरे येतील, अमेरिकन मेले की त्यांची जागा भरली जाणार नाही. जे मारले जातात त्यांना पुन्हा जन्म दिला जातो आणि जे जखमी होतात ते देवाकडे हवे ते मागू शकतात. त्यामुळे धैर्य वाढते; पण एखादा नास्तिक मारला जातो तेव्हा त्याला काय मिळते? मी बंदूक घेऊन गेलो आणि मारला गेलो तर माझा दोन्ही बाजूंनी फायदा. मेलो तरी फायदा आणि जिंकलो, जगलो तरी फायदा. शत्रूच्या लोकांना असे काही नाही. त्यांना स्वर्गात जायचे बक्षीस मिळत नाही, कारण ते पापी असतात.''

मी तक्रार केली : ''आणखी हत्या? मला त्याची गरज दिसत नाही.''

अहमद नेहमीच्या शांतपणे समजावू लागला : ''मुजाहिद त्याच्या देशाचे, त्याच्या प्रतिष्ठेचे, त्याच्या धर्माचे रक्षण करतो.''

“पण ते तर तुमच्या देशाचा नाश करीत आहेत आणि तुमच्या धर्माला काहीच धोका नाहीये.”

“इराकमधे अमेरिकनांनी जे कोणी ‘फजर’ प्रार्थना करतात, त्या सगळ्यांची नावे घेतली आहेत, कारण त्यांपैकी बहुतेकजण मुजाहिदीन आहेत.”

“पण तुम्हाला तुमच्या धर्माचे अनुसरण करण्याची मोकळीक आहे. कुराणाचा अभ्यास करायला किंवा मशिदीत जायला तुम्हाला कोणी बंदी करीत नाहीये.”

“ते जगभर मुस्लिमांना दाबत आहेत असे मला वाटते. इराक हाही मुस्लीम देश आहे.”

“पण अमेरिका मुस्लिमांबरोबर ते मुस्लीम आहेत म्हणून लढत आहे असे अमेरिकनांना वाटत नाहीये.”

अलीने आमच्या चर्चेत हस्तक्षेप केला, “सैनिक त्यांना मिळालेले हुकूम पाळत आहेत. त्यांच्या पुढाऱ्यांना ते काय करीत आहेत, याची पूर्ण जाणीव आहे.”

“म्हणजे हे युद्ध आहे.”

“आम्ही या दिवसाचीच वाट बघत आहोत.” अली अभिमानाने ताठ होत म्हणाला, “अमेरिकनांनी १९९१ मध्ये आमच्यावर हल्ला करून आमच्या सैन्याचा नाश केला. १९९८ मध्ये त्यांनी आमच्यावर पुन्हा हल्ला केला. त्यांनी हवेतून बॉंब टाकले, आम्हाला त्यांचे चेहरे दिसले नाहीत. पण आता ते आमच्यासमोर रस्त्यात आहेत; जे आम्हाला मारत होते ते आता जवळ आहेत.

“त्यांची सर्व ताकद, त्यांची विमाने आणि रणगाडे आणि बॉंब वापरून ते जास्तीतजास्त काय करू शकतात – आम्हाला मारतील.” अहमद म्हणाला, “पण आम्ही मरणाला भीत नाही. मरायला भिणे ही मुस्लिमांसाठी एक लाजिरवाणी गोष्ट असते. देव आमच्या बाजूने आहे आणि अल्ला आम्हाला विजयी करेल.”

माझ्या लक्षात आले की अली आणि अहमदच्या दृष्टिकोनातून मरण चांगले आहे : हौतात्म्य, स्वर्ग आणि सन्मान; पण माझ्यासारख्या नास्तिकाच्या दृष्टिकोनातून मरण म्हणजे सद्भाव, खेद, क्षमाशीलता, दया आणि दिलासा असलेल्या भविष्यकाळापासून ताटातूट.

अहमद माझी विमनस्कता पाहून म्हणाला, “तुमच्याकडे तुम्ही आता जगत असलेले आयुष्यच असते आणि ते घालविणे हे फार कठीण असते; पण आमच्यात त्याच्या जागी दुसरे असू शकते, पुढचे आयुष्य. हे आयुष्य क:पदार्थ आहे. इन्शाअल्ला, माझे भाऊबंद घरी, बिछान्यात मरण्यापेक्षा लढत मेलेले मला आवडतील. ते मानाचे मरण असेल. लढाईमुळे मरण लवकर येते किंवा पुढे जाते, यावर आमचा विश्वास नाही. ते आधीच लिहिलेले असते. त्याला ईश्वरेच्छा म्हणतात आणि त्याने बऱ्याच समस्या सुटतात.”

“हो,” मी उत्तरले, “इस्लाम म्हणजेच शरण जाणे.”

अहमदने सहमती दर्शविली : “तुम्ही जर मुस्लीम व्हायचे ठरविले तर तुम्हाला (धर्माच्या आज्ञा) पाळाव्या लागतात, वाद घालता येत नाही.”

काही दिवसांनी मी दक्षिणेत कुफा येथे गेले – जहाल मुल्ला मोकतंदा अल्-सद्र याच्या नेतृत्वाखाली झालेला शियांचा उठाव बघण्यासाठी आणि परतल्यावर मी अहमदला, मशिदीत ठेवलेल्या RPG (रॉकेट प्रॉपेल्ड ग्रेनेड) बद्दल आणि त्या वापरून त्यांनी एक अमेरिकन हमवी कशी उद्ध्वस्त केली ते सांगितले, आणि हे जे घडत होते त्याबद्दल त्याची प्रतिक्रिया विचारली.

“एका बाजूने मला आनंद होतो; कारण तो इंतिफदा आहे आणि दुसऱ्या बाजूने इतके लोक मरत आहेत याबद्दल वाईट वाटते.”

अली आत आला आणि बसला. “आणि आता सन्ना फायदा उठवत आहेत. काल रात्री अधमियामधे लढाई झाली.”

“म्हणजे सुरुवात झाली तर.”

“इन्शाअल्ला,” अहमद म्हणाला.

“तू काय करणार?”

“मला करता येईल ते मी करेन.”

“तुला लढायचंय?”

“जे करणं गरजेचं आहे ते मी करेन.”

“तुझ्याकडे बंदूक आहे?”

“हो, बगदाद पडायच्या आधीपासून आमच्याकडे बंदुका आहेत आणि त्या कशा वापरायच्या तेही आम्हाला शिकविले आहे.”

“तुमच्या वडिलांनी सर्वांना चांगले शिकविले. मला माहीत आहे.”

“आमच्याकडे एअरगन असायच्या.” अहमदला लहानपणची आठवण झाली आणि त्याच्या चेहऱ्यावर स्मित उमटले, “मी ती घेऊन शिकारीला जायचो कधीकधी आई-बाबांच्या नकळत. एकदा तर मी माझ्या पोटाला इजा करवून घेतली.”

“ती कशी?” मी हसून विचारले.

“बंदुकीचे टोक माझ्याकडेच होते.”

“त्या वेळी तू केवढा होतास?”

“नऊ वर्षांचा असेन.”

“हां, म्हणजे तो एक धडा तू शिकलास. बंदुकीचे टोक आपल्याकडेच करू नये.”

◆

७

कुवेतवर आक्रमण

१९९०चा उन्हाळा; शांततेचा पत्ता नाही. डॉ. हसन अभ्यास रजा संपवून नुकतेच म्युनिकहून बगदादला परतले होते (अनेक वर्षे अर्ज-विनंत्या केल्यानंतर त्यांना इराकच्या बाहेर जाण्याचा व्हिसा मिळाला होता.). आता सगळे स्थिरस्थावर होईल आणि आपल्याला पुन्हा व्यवसाय सुरू करता येईल, अशी त्यांना आशा होती. कमेल सचेत स्पेशल फोर्ससाठी प्रशिक्षण पुस्तके लिहीत होते आणि सेनेतील नेमबाजीच्या स्पर्धा जिंकत होते. २५ जुलैला अमेरिकेचे इराकमधील राजदूत एप्रिल ग्लासपाय यांनी सद्दाम हुसेनला भेटून इराक आणि कुवेतमधील तेलविहिरी आणि कर्जाची परतफेड यावरून झालेल्या तंट्यात अमेरिकेला स्वारस्य नाही, असे सांगितले. दरम्यान स्पेशल फोर्सच्या पॅरॅशुट तुकडीतील सार्जंट मोहम्मद जबुरी याला मृत्युदंडाची शिक्षा देऊन कोठडीत टाकले होते, हे कोणालाही माहीत नव्हते.

सार्जंट मोहम्मद जबुरी त्या वेळी वीस वर्षांचा, प्रेमात पडलेला तरुण होता. तो दोन आठवड्यांपासून घरी होता. रात्री हळूच बाहेर पडून प्रेयसीच्या खिडकीत जाऊन बसणे आणि दिवसा झोप काढणे एवढाच त्याचा कार्यक्रम होता. आपण सेनेतून पळून आलेलो आहोत, त्याचे काय परिणाम होतील, हे त्याच्या गावीही नव्हते. एवढा धट्टाकट्टा मुलगा आणि आळशीपणा करतो हे पाहून त्याचे वडील नापसंती व्यक्त करायचे. तेव्हा तो 'मी रजेवर आहे' असे खोटेच सांगायचा आणि उठून करायचे काय? तळपणाऱ्या उन्हात परेड करायची, बराकीमधील तेच तेच यंत्रासारखे जीवन जगायचे? तो १९९४-९५च्या सुमारास इराकमधून बाहेर पडला होता. सीरियात पळून येऊन दहा वर्षे होऊन आपली कहाणी सांगताना मोहम्मद जबुरीवर त्याच्या रेजिमेंटची शिस्त आणि कर्तव्ये यांचा फारसा प्रभाव पडलेला दिसत नव्हता.

प्रेमाच्या नशेत पहाटेपर्यंत लांबणाऱ्या दीर्घ रात्री आणि स्वत:बद्दल वाटणारी भाबडी कीव यात त्याचे दिवस जात होते. एके दिवशी एका लष्करी पथकाने त्याला रस्त्यात हटकले आणि तो रजा घेतल्याशिवाय गैरहजर असल्याचे आढळल्यामुळे ते त्याला लष्करी तुरुंग क्र. १ मध्ये घेऊन गेले. तिथे स्पेशल फोर्सचा पदभ्रष्ट केलेला पॅराट्रूपर तावडीत सापडल्यामुळे खूश झालेल्या मिलिटरी पोलिसांनी त्याची विशेष जोर वापरून पिटाई केली.

त्याने त्याचे पहिले बोट सरळ करून मला दाखविले; ते त्या वेळी झालेल्या इजेमुळे अजून कापताना दिसले. मनगटांना वायरींमुळे झालेली इजा आठवून त्याने मनगटे चोळली आणि बंदुकीच्या दस्त्याने त्याला जबड्यावर मारले होते ती जागा त्याने दाखविली. 'हवा थंड असली की इथे इतके दुखते की मला कधीकधी खातासुद्धा येत नाही.'

आपल्याला मारून टाकणार असे त्याला निश्चित वाटत होते. तो कामावरून पंधरा दिवस बेपत्ता होता. तो एक साधा सार्जंट होता. त्याच्याबद्दल रदबदली करेल असा कोणताही वशिला त्याच्याकडे नव्हता, त्यामुळे आपल्याला फाशी दिले जाईल, अशी त्याची अपेक्षा होती. एके दिवशी इतर अनेक कैद्यांबरोबर त्याला बदलीसाठी नेण्यात येत होते. ते आठ-दहाजण होते. त्यांना ट्रकमध्ये मागे चढविले होते. त्यांचे डोळे बांधलेले नव्हते आणि बेड्याही घालण्यात आल्या नव्हत्या. गार्ड दोनच होते. ट्रक एके ठिकाणी सिग्नलला थांबला. ड्रायव्हर अधमियाच्या आसपास रस्ता चुकला होता, त्याला नकाशा बघण्यात मदत करण्यासाठी म्हणून एक गार्ड खाली उतरून पुढे गेला होता. मोहम्मदने पटकन विचार केला. मागे राहिलेल्या गार्डला ठोसा मारून त्याने त्याची रायफल क्लिप काढली आणि रस्त्यातील वाहतुकीत फेकून दिली. इतर कैद्यांना उद्देशून 'पळा, फुटा आणि पळा!' असे ओरडत त्याने ट्रकमधून खाली उडी घेतली आणि तो पळू लागला; पण हुकूमशाही अंगवळणी पडलेले ते इतर सैनिक त्याच्या या अचानक केलेल्या धाडसाने हतबुद्ध होऊन जागीच खिळून राहिले.

मोहम्मद जीव खाऊन, फुप्फुसे फुटेपर्यंत पळत राहिला; पण त्या वस्तीत सर्वत्र उंच भिंती असलेले बंगलेच होते. काही अंतर गेल्यावर गस्तीवर असलेल्या पोलिसांच्या गाडीने त्याला हटकले. त्याला खाली पाडून लाथाबुक्क्यांचा प्रसाद देण्यात आला आणि मग त्याला लष्करी तुरुंग क्र. १ मध्ये परत पाठविण्यात आले.

"इतरांपेक्षा वेगळा विचार तुझ्या मनात कसा आला?" मी त्याला विचारले. आम्ही सयेदा झैनाब या दमास्कसच्या उपनगरातील त्याच्या साध्या ऑफिसात समोरासमोर बसून बोलत होतो. सयेदा झैनाबमधे मोठ्या संख्येने इराकी निर्वासित आणि हद्दपारित राहात होते.

“बाकीचे ट्रकमधेच थांबले, फाशीच्या वाटेवर. त्यांना धीर झाला नाही. तू मात्र पळालास.”

मोहम्मद जबुरी डोके खाजवीत म्हणाला की, “मी त्यांना असेच सोडून गेलो असे वाटू नये. म्हणून मी त्यांनाही सावध केले. इतरांसाठी काही करायला मला आवडत नाही असे नाही.”

“नाही, मला तसं नव्हतं म्हणायचं.” मी म्हणाले, “माझं म्हणणं एवढंच होतं की तू वेगळा विचार केलास.”

त्याने मान डोलविली.

“मी जे म्हणणार आहे ते तुला स्तुती वाटेल की अपमान वाटेल ते मला सांगता येत नाही; पण मी इतक्या इराकी सैनिकांशी बोलले त्यात आज्ञाभंग केल्याचे कबूल करणारा तू पहिलाच!”

त्याने किंचित स्मित केले.

“हे धैर्य तुझ्यात कुठून आले?” मी विचारले, “तुझे कुटुंबीय सुशिक्षित होते का?”

त्याचे वडील मेकॅनिक होते, आजोबा एक साधे शेतकरी होते. पणजोबा हज यात्रेला जाताना बोटीवर मरण पावले होते. त्याच्या मते, त्याच्या कुटुंबाच्या पार्श्वभूमीत वेगळे असे काही नव्हते; पण जरा विचार केल्यावर त्याला आठवले की लहानपणी त्याचे आजोबा हे त्याचा आदर्श होते. तो लहान असताना अनेकदा त्याचे आजोबा त्याला बाजूला घेऊन त्यांची शेती आणि शेतावरील कामे दाखवायचे. त्यांचे ते शांतपणे विचार करणे, कामावर लक्ष देणे, ज्या प्रकारे ते पिके आणि गुरांची काळजी घेत ते सगळे फार प्रभावशाली होते. स्वत: बोलण्यापेक्षा श्रोत्याची भूमिका ते जास्त पसंत करायचे; पण जे थोडे बोलायचे, त्यात त्यांचा सूज्ञपणा लक्षात यायचा. त्याच्या आजोबांचे उदाहरण त्याच्या मनात कुठेतरी खोल घर करून होते. व्यवहारबुद्धी, तडजोड करण्याची क्षमता हे गुण वाखाणण्याजोगे होते. कुटुंबात कधी काही तंटा निर्माण झाला तर त्याचे आजोबाच तो सोडवायचे आणि मनाचा मोठेपणा सिद्ध करायचे. कदाचित त्यामुळे त्याच्याकडून इतर सैनिकांपेक्षा वेगळी कृती झाली असावी, असे त्याला वाटले.

न्याय समितीपुढे चौकशी होईपर्यंतच्या काळासाठी त्याला अबूघरीब विमानतळावर असलेल्या त्याच्या रेजिमेंटच्या कोठडीत नेऊन टाकण्यात आले (स्पेशल फोर्सच्या सैनिकांचा न्यायनिवाडा त्यांच्या विभागातच होत असे). तोपर्यंत त्याला इतकी जबर मारहाण करण्यात आली होती की त्याचे डोके कलिंगडाप्रमाणे सुजले होते. बरगड्या मोडल्या होत्या आणि त्याला हालचाल करणेसुद्धा कठीण झाले होते. तो एका गवताच्या गादीवर पडून भाताचे लहान लहान घास घेण्याचा प्रयत्न करत होता.

थोड्या थोड्या वेळाने बेशुद्ध होत होता. एके सकाळी त्याला जाग आली आणि तो उठून बसू शकला तेव्हा त्याने गार्डला अंघोळीसाठी बाथरूममधे नेण्याची विनंती केली. गार्ड त्याच्याच तुकडीतील सैनिक होते आणि त्याने त्यांच्याबरोबर काम केले होते; पण तो पळून जाण्याचा धोका असल्यामुळे ते त्याला बाहेर न्यायला धजावत नव्हते. त्याऐवजी त्यांनी त्याला कोठडीत दरवाजाजवळ बसायला सांगितले आणि त्यांनी बाहेरून दरवाजाला वर असलेल्या छिद्रातून त्याच्यावर पाण्याच्या बादल्या ओतल्या आणि त्याने अंग चोळून साफ केले.

अंधार पडल्यावर मारहाणीचे चित्र पुन्हा त्याच्या डोळ्यांसमोर उभे राहायचे. त्याने पुन्हा मनगटे चोळली. 'कधीकधी तर मला रडू यायचं. मी देवाकडे मदतीची याचना करायचो, सुटकेची नाही; कारण हे संकट मीच माझ्यावर ओढवून घेतले होते; पण माझ्या घरच्यांची फक्त एकदा भेट व्हावी, यासाठी मी प्रार्थना करायचो.''

हे शेवटचे शब्द त्याच्या दाटलेल्या घशातून कसेबसे बाहेर पडले. त्याने खिसे चाचपडून गॉगल्स काढले आणि ते डोळ्यांवर चढविले. डोळ्यात येणारे अश्रू थांबविण्याच्या प्रयत्नात तो विचित्र दिसत होता – आपल्याला रडे आवरणार नाही याची त्याला जाणीव झाली आणि अतिशय शरमून तो घाईघाईने खोलीच्या बाहेर पडला.

तो परतल्यावर मी त्याला चर्चा थांबवू या का म्हणून विचारले; पण तो म्हणाला, ''नाही, आपण बोलूया. लोकांना सर्व समजावे अशी माझी इच्छा आहे.'' त्याचा आवाज घोगरा झाला होता. तो कोठडीविषयी पुन्हा बोलू लागला. तो प्रार्थना करू लागला आणि त्याचा विश्वास बसेना, पण त्याच वेळी त्याचा सहा वर्षांचा असलेला सर्वांत धाकटा भाऊ रइद त्याच्या बाजूला येऊन उभा राहिला 'देवदूताप्रमाणे'! त्याला कँपमधील त्याच्या मित्रांनी चोरून तिथे आणले होते व खिडकीच्या गजांमधील फटीतून आत सोडले होते. तो रांगत मोहम्मदच्या जवळ आला आणि त्याने विस्फारलेल्या डोळ्यांनी भीती व कीव न वाटता किंवा मोहम्मद रागावेल अशी भीती न बाळगता त्याच्या साहसाविषयी सांगितले.

मी त्याला जरा उसंत दिली आणि मग विचारले, ''मग त्या देवदूताचे– रइदचे– पुढे काय झाले?''

मोहम्मदने नजर खाली वळवून एक निःश्वास टाकला व म्हणाला, ''रइद वेगळ्याच दिशेने गेला.''

रइद 'सद्दाम फिदाई' तुकडीत दाखल झाला आणि उदयच्या खुनी टोळक्याचा भाग झाला; वेडाने पुरता पछाडला गेला. ''तो पूर्णपणे बदलून सद्दामसारखा निर्दय बेदू (Bedouin) झाला.'' मोहम्मदला रइदचा अतिशय तिटकारा आला आणि वाईट वाटले, ''त्याला स्वतःची बुद्धीच नव्हती, ते जे सांगायचे ते त्याच्या डोक्यात भरायचे.''

सद्दामच्या पाडावानंतर एके दिवशी रात्री मोहम्मद बगदादला गेला होता. तो रइदबरोबर एक अमेरिकन सिनेमा बघायला गेला. सिनेमात दिसणाऱ्या गगनचुंबी इमारती खऱ्या आहेत, यावर रइदचा विश्वास बसत नव्हता. तो इराकच्या बाहेर कधीच गेलेला नव्हता. त्यामुळे हे सर्व परदेशी सरकारांच्या प्रचाराचा भाग आहे, असा त्याचा समज होता.

''एका निष्पाप मुलाचे पशूत रूपांतर झाले. मी त्याला दोष देत नाही. त्याला त्याच्याभोवतीची परिस्थिती कारणीभूत होती.''

देहान्ताची शिक्षा होण्याची कार्यवाही सुरू होईपर्यंतचा मोहम्मदचा काळ त्याच्या मित्रांनी किंचित सुसह्य केला. ते त्याला थंड पाण्याच्या बाटल्या आणि फळे आणून देत. त्याच्या तुरुंगवासाच्या अखेरच्या दिवसांमधे त्याला त्याच्या कुटुंबीयांच्या प्रेमाची जाणीव होऊन तो सुखावला. आयुष्यात प्रथमच त्याने कुराण अथपासून इतिपर्यंत वाचून काढले. आपण देवाची परीक्षा बघत आहोत तसा देवही आपली परीक्षा बघत आहे, असे त्याला वाटू लागले. तुरुंगात असताना तो सहनशीलता शिकला, कारण अंतर्गत सामर्थ्य आणि जिवंत राहण्याची दुर्दम्य इच्छा याशिवाय शिकण्यासारखे होतेच काय?

तरीही त्याने तत्त्वज्ञानाची परीक्षा बघितली; कसे का होईना पण देवाने त्याला मदत केली. त्याने एका सैनिकाकडून शाई उसनी घेतली आणि त्या शाईने देहापासून वेगळे झालेले डोळे एका आकृतीकडे बघत आहेत असे चित्र काढले. त्या आकृतीचा मुकुट 'स्टॅच्यू ऑफ लिबर्टी'च्या मुकुटासारखा होता आणि तिने हातात तराजू धरला होता. त्या वक्रोक्तीपूर्ण व्यंगचित्रासाठी त्याला रात्रभर बाहेर उभे केले गेले आणि प्रत्येक पाळीतील सैनिकांनी त्याच्यावर घाण पाण्याच्या बादल्या ओतल्या. त्याला परत कोठडीत टाकल्यावर त्याने एका खिळ्याच्या साहाय्याने भिंतीवर एक चित्र कोरले; त्यात त्याला शिक्षा करणाऱ्या अधिकाऱ्याला राक्षसाच्या रूपात दाखविले होते आणि सेंट जॉर्जसारखा एक देवदूत त्याला तलवारीने भोसकत आहे, असे चित्रित केले होते. या गुन्ह्यासाठी त्याला रात्रभर बाहेर सावधान स्थितीत एका झगझगीत दिव्याखाली उभे करण्यात आले, तिथे डासांचे थवे त्याच्यावर तुटून पडले.

कुराण होते तोपर्यंत त्याचा सोशिकपणा टिकला; पण ते वाचून संपताच त्याचा धीर संपला आणि स्वत:च्या सुरक्षिततेसाठी तो प्रार्थना करू लागला. ही जर बोधकथा असती तर त्याला दुसऱ्याच दिवशी मुक्ती मिळाली असती; पण इथे देवाच्याऐवजी सद्दाम सर्वशक्तिमान होता आणि त्यामुळे देवाच्या नव्हे तर त्याच्या मर्जीमुळे सार्जंट जबुरी वाचला.

दुसऱ्या दिवशी त्याला 'रेड ॲलर्ट' तुतारीच्या आवाजाने जाग आली. सर्वत्र

धावाधाव सुरू होती, प्रत्येकजण हजेरीबुकाकडे धाव घेत होता. त्याचा एक मित्र धावत त्याच्या कोठडीच्या दारापाशी आला आणि त्याने धापा टाकतच त्याला हाक मारली, "मोहम्मद, मला तुझी आठवण झाली!"

"तू जेव्हा जेव्हा काही चांगले करशील तेव्हा माझी आठवण कर म्हणजे देव मला तारेल!"

"काल रात्री आम्ही कँटीनमध्ये होतो, तिथे रेडिओवर ती बातमी ऐकली – सरकारने सार्वत्रिक माफी जाहीर केली आहे!"

दिवसभर बराकींमध्ये आरडाओरडा, धावाधाव आणि गोंधळ चालू होता. कर्नल हेलिकॉप्टरने रिपब्लिकन पॅलेसला बैठकीसाठी गेले. रजा रद्द झाल्या, रजेवर असलेल्या अधिकाऱ्यांना परत बोलविण्यात आले, सैनिक इकडून तिकडे धावत होते, हत्यारांची आणि उपकरणांची मोजदाद करून ती तपासून पॅक करण्यात आली. ही नेहमीची ड्रिल होती की व्यायाम? कोणालाच माहीत नव्हते, अफवांचे पीक आले होते; पण कर्नलना रिपब्लिकन पॅलेसवरून आलेले बोलावणे आणि तिथून परतल्यावरचा त्यांचा संत्रस्त चेहरा यामुळे मोबिलायझेशनमुळे निर्माण होणारी नेहमीची उत्सुकता जरा दबली होती.

दुपारी सर्वांना ज्यांच्याबद्दल आदर वाटायचा अशा रेजिमेंटमधील एका सार्जंट मेजरने मोहम्मदला बघितले आणि तो म्हणाला, "अरे, तू अजून इथे कसा? तुला सोडायला हवे होते."

"त्या हुकमावरून कर्नलना सही करायला सांगायची कोणाचीच छाती होत नाहीये..."

पण तो सार्जंट मेजर, दोन लेफ्टनंट आणि रेजिमेंटल सेक्रेटरी यांच्यापेक्षा धीट होता. त्याने हुकमावर सही आणली आणि मोहम्मदला 'ताबडतोब तुझे सामान गोळा कर, कारण आज रात्रीच आपल्याला मुक्त करणार आहेत,' असे सांगितले.

त्यांना मध्यरात्रीनंतर मुक्त करण्यात आले, पहिल्या फेरीत पंच्याहत्तर जणांना मुक्त करून विमान परत गेले आणि नंतर दुसऱ्या आणखी पंच्याहत्तर जणांना मुक्त करण्यात आले. मोहम्मदने विमानाच्या प्रचंड आवाजात अंधारात स्वत:ला बाहेर झोकून दिले. त्याच्या सरावाच्या दोन उड्या राहिल्या होत्या आणि ही पहिलीच उडी असल्याप्रमाणे तो नर्व्हस झाला होता. पडतानाच्या हिसक्यांनी त्याच्या अंगात पुन्हा धीर आला. कानांवरून वारा जोरात जात होता आणि गॉगल्स नसल्यामुळे डोळ्यांतून पाण्याच्या धारा वाहत होत्या. थोडीशी गुंतागुंत होऊन पॅरॅशूट उघडल्याचा झटका बसेपर्यंत क्षणभर त्याच्या हृदयाचे ठोके बंद पडले, पण मग जणू त्याचा जीव परत आला. तो हवेत स्थिरावला आणि शर्टाच्या कॉलरचा आडोसा करून त्याने सिगारेट पेटविली. अंधकारमय, शांत समुद्रात एखादी ठिणगी दिसावी तशी!

धुराचा आणि शांततेचा आस्वाद घेत काही क्षण तो तरंगत राहिला. त्याने पायांकडे नजर टाकली. जमीन किती खाली आहे याचा अंदाज येणे अंधारात कठीण असते. त्यांचे पॅरॅशूट जुन्या रशियन बनावटीचे होते. त्याच्यावर उंची दाखविणारे साधन नव्हते. काळी जमीन नकळत त्याच्याकडे झपाट्याने येत होती; पण अंतर्भूत जाणिवेने तो जमिनीवर आदळताच त्याने लोळण घेतली आणि कोणताही अवयव न मोडल्याबद्दल त्याने देवाचे आभार मानले.

त्याने आढावा घेतला : बंदिवास आणि दुखापतींमुळे तो अशक्त झाला होता. चेहऱ्यावरून हात फिरविताच त्याची गालाची हाडे त्याला टोचली; पण गणवेष पुन्हा त्याच्या अंगावर होता. खांद्यावर चाचपल्यावर स्पेशल फोर्सचे शिवलेले चिन्ह हाताला लागून तो क्षणभर दचकलाच – बैलाच्या डोक्यावर तरंगत असलेले पॅरॅशूट आणि खाली 'त्याग, हौतात्म्य, कीर्ती' हे भरलेले शब्द. त्याच्याबरोबरचे सामान फार नव्हते, तरीही बऱ्यापैकी अवजड होते – हेल्मेट, कलाश्निकोव, काडतुसांच्या तीन पट्ट्या, शर्टाला लटकविलेली आणखी पंच्याहत्तर काडतुसे आणि चार हातबॉंब. त्याच्याखाली दोन दिवसांचे अन्न, चीज आणि स्ट्युचे कॅन (हे काडतूस पट्टीच्या धारदार टोकाने उघडता यायचे), टी बॅग्ज, साखर, दाढीचे रेझर, बूट पॉलिश, गॅसमास्क, बँडेजचा रोल आणि अंडरवेअरचा एक जोड हे सर्व भरलेली एक पातळ गादीत गुंडाळलेली वळकटी. व्यक्तिगत गोष्टी नव्हत्या – अंगठ्या, दागिने, पैसे बाळगण्याची बंदी होती; पण त्याच्या दंडावर आतल्या बाजूला गोंदलेले होते, त्यावरून त्याची ओळख पटली असती. ते त्याच्या प्रेयसीचे नाव होते 'सब्रिना.'

त्यांची तुकडी वाळवंटात एकत्र झाली. दूरवर गावातील दिवे दिसत होते; पण जवळच्या रस्त्यावर तुरळकच रहदारी होती. लेफ्टनंटने त्याच्या सूचनांचा कागद असलेले पाकीट उघडले. मजकूर हाताने लिहिलेला होता आणि त्याच्यावर कोणताही सही-शिक्का नव्हता. म्हणजे नकाराचा अधिकार त्यांनी स्वतःकडे ठेवला होता. त्यात तुकडीसाठी सूचना होत्या : सभोवतालच्या भागावर कब्जा करा, इतर कोणी लोक भेटले तर त्यांना ताब्यात घ्या, गोळीबार करणे टाळा आणि एक तासानंतरच रेडिओ सुरू करा.

जवळपास काहीच नव्हते. फक्त एक-दोन बेदू मेंढपाळ दिसले, त्यांना पकडण्यात आले. तासभरानंतर जेव्हा लेफ्टनंटने रेडिओ संपर्क प्रस्थापित केला, तेव्हा त्यांना कुवेत शहरावर ताबा मिळविण्याच्या प्रयत्नात असलेल्या रिपब्लिकन गार्ड्सना मदत करण्यासाठी दक्षिणेकडे जा, असा आदेश मिळाला.

सद्दामने कुवेतवर केलेले आक्रमण हा बेदूंच्या वाळवंटातील छाप्यांचा उत्तम नमुना होता. इराणच्या युद्धानंतर इराक कर्जाच्या डोंगराखाली होता; त्यातील शंभर कोटी डॉलरपेक्षा जास्त कर्ज कुवेतने दिले होते. जोपर्यंत सद्दाम खोमेनीच्या शिया

राजवटीविरुद्ध लढत होता, तोपर्यंत कुवेत, अमेरिका आणि सौदी अरबस्तानबरोबर इराकला पैसा पुरवीत राहिले. कर्जात थोडी सूट मिळवून तेलाच्या वाढत्या भावातून येणाऱ्या पैशातून कर्ज फेडायचे, असा सद्दामचा बेत होता; पण कुवेतचा अमीर कर्जात सूट द्यायला कबूल होत नव्हता. त्याने तेलाचे उत्पादन वाढविले. त्यामुळे तेलाची किंमत कमी झाली. शिवाय इराकच्या दक्षिणेला असलेल्या कुवेतच्या सरहद्दीवर कुवेत जमिनीखाली तिरपे ड्रिलिंग करून इराकच्या भूमीतील तेल घेत आहे, या इराकच्या तक्रारीकडे कुवेत दुर्लक्ष करीत होते. सुरुवातीला सद्दामने कुवेतवर मर्यादित आक्रमण करावे असे भासविले होते; पण ज्या थोड्या जनरल्सशी त्याने विचारविनिमय केला, त्यांपैकी कोणाचेही त्याला सबुरीचा सल्ला देण्याचे धाडस झाले नाही. कुवेतचा आडमुठेपणा आणि अमेरिकेचे दुर्लक्ष यामुळे त्याचा बेत पक्का झाला. अमेरिकेचे राजदूत एप्रिल ग्लासपाय यांच्याशी झालेल्या भेटीतून त्याच्या या मताला पुष्टी मिळाली. इतिहास आणि मनुष्यमात्रांचे जीव हे अनेकदा एखादा उन्मत्त सत्ताधीश किंवा एखादा क्षुल्लक गैरसमज यांचे बळी होतात.

वाळवंटातील त्या शीतल रात्री सैनिकांनी आदेश ऐकला आणि ते आश्चर्यचकित होऊन एकमेकांकडे बघत राहिले.

"तुमची खात्री आहे?" मोहम्मदने त्याच्या लेफ्टनंटला विचारले, "खरंच कुवेतला जायचं आहे? कूटला नाही?"

एक सैनिक हसून म्हणाला, "ही सद्दामची भेट आहे! इराणच्या युद्धानंतर आपण आपल्या देशाबाहेर गेलोच नाही. म्हणून आपल्याला 'फॉरिन ट्रिप'ला पाठवून त्याची तो भरपाई करीत आहे!"

कोणालाच फार काळजी वाटली नाही : कुवेती सैन्य पळ काढणार, ते पुचाट आहेत हे जगजाहीर आहे, ते म्हणजे इराणी नव्हेत...

त्यांचा कुवेती सेनेबद्दलचा आडाखा बरोबर होता. त्यांना फारसा विरोध झाला नाही. कुवेत शहर बेसावध असताना ते पराभूत झाले. सेनेने राजवाड्याला वेढा घातला; अमीर त्याच्या कुटुंबीयांना घेऊन मोटारींच्या ताफ्यातून सौदी अरेबियाला पळून गेला. रात्रीचे पहारेकरी आणि वाहतूक पोलिसांबरोबर किरकोळ चकमकी झडल्या. क्रीडामंत्री हातात तलवार घेऊन रस्त्यावर आले, त्यांना गोळी घालून ठार करण्यात आले. कुवेती सेनेच्या छावण्या आणि दारूगोळ्याची कोठारे यांच्यावर कब्जा करण्यात आला. दिवस उजाडेपर्यंत इराकी छत्रीधारी सैनिकांची आघाडीची तुकडी, स्पेशल फोर्स आणि बसऱ्याहून आलेले चिलखती दल शहरात आले. त्यांनी मोक्याच्या जागी आपले पहारे बसविले होते. त्यांच्यापैकी काहीजण चोरलेल्या कुवेती गणवेषात होते आणि ते सरकारी नंबरप्लेट असलेल्या कोणत्याही गाडीतून

कामावर जाणाऱ्या लोकांना अटक करीत होते.

गलेलठ्ठ श्रीमंत कुवेती, त्यांच्या मोठ्या अमेरिकन गाड्या, अत्याधुनिक कारफोन, लेसर डिस्क्स आणि मायक्रोवेव्ह ओव्हन्स, भारतातील आंबे, अर्जेंटाइन बीफ, फ्रोझन बीफ यांनी भरलेली सुपरमार्केट्स हे सर्व बघून इराकी सैनिक तिरस्काराने थुंकले. कुवेती नागरिक त्यांच्या देशाला लायक नव्हते आणि नाहीतरी तो देश इराकचा एकेकाळचा प्रांत होता, कारण ते त्यांच्या देशाचे संरक्षणही करू शकले नव्हते. कुवेतींच्या नजरेत इराकी त्यांचे रांगडे आणि भीती घालणारे बंधूच होते, ते घरातच राहिले. 'अधिकारी, पोलीस आणि कामगार यांनी – विशेषत: पोलिसांनी – आपापल्या कामावर हजर व्हावे; जे हजर होणार नाहीत त्यांना बंडखोर मानण्यात येईल, असा फतवा काढण्यात आला.

या अनपेक्षित आक्रमणामुळे जगाला धक्काच बसला. संयुक्त राष्ट्रांच्या एका ठरावाखाली अमेरिकेने कुवेत मुक्त करण्यासाठी तीस देशांची आघाडी स्थापन केली. पाश्चिमात्यांची घाबरलेली कुटुंबे ओलीस ठेवणे, स्कड क्षेपणास्त्रांचे इस्राइलवर हल्ले, बरोबर लक्ष्यावर पडणारे स्मार्ट बॉंब, इराकी सैनिकांचे अत्याचार अशी दृश्ये टी. व्ही.वर चोवीस तास दाखविली जात होती. इराकी सैनिक नवजात अर्भकांना इन्क्यूबेटरमधून काढून बाहेर टाकत आहेत, या प्रसिद्ध कथेसारख्या धादान्त खोट्या बातम्याही त्यात होत्या. जागतिक क्रोधाच्या रेट्यामुळे आतापर्यंत अमेरिकेचा साक्षीदार असलेल्या सद्दामला खलनायक म्हणून चित्रित केले जात होते. सद्दामने जरा अतिरेक केला होता आणि आता त्याचा हात मिठाईच्या बरणीत अडकला होता आणि त्यातून सुटकेला वाव नव्हता.

सद्दाम वल्गना करीत होता, फतवे काढत होता. त्याने कुवेतला इराकचा एकोणिसावा प्रांत म्हणून जाहीर केले. कुवेतचा कारभार बघण्यासाठी त्याचा सावत्र भाऊ सबावी, चुलत भाऊ अली हसन अल्-मजिद आणि अझीझ सली अल्-नुमान या तिघांची समिती नेमली. वाळवंटात रणगाडे आणि पायदळ तैनात केले. कमेल सचेतला त्याने कुवेत शहराची सुरक्षितता आणि संरक्षण यांच्यासाठी स्पेशल फोर्सचा प्रमुख म्हणून पाठविले. कमेल सचेतचा साहाय्यक म्हणून त्याचाच जवळचा मित्र जनरल बरख हज हुंटा याची नेमणूक झाली. कुर्द लोक हुंटाला, हेलिकॉप्टरमधून अनफल हल्ल्याची देखरेख करणारा आणि त्यातून पकडलेल्या पेशमर्गांना खाली फेकणारा म्हणून ओळखायचे.

सार्जंट मोहम्मदचे जनरल कमेल सचेतबद्दल फारसे चांगले मत नव्हते. तो एकदा मला म्हणाला, तो इतरांसारखाच होता. सद्दाम सरकारचा कठोर हस्तक, मोठे पद देऊन लाचार बनविलेला आणि योग्यता नसताना चढविलेला आणि सद्दामच्या आतल्या गोटातील राजकारणात रुची घेणारा. तो वाईट होता असे त्याचे

मत नव्हते. निर्दयपणाबद्दल बरखची जास्त प्रसिद्धी होती – पण कमेल सचेत त्यांच्यातलाच एक असे त्याचे मत होते. खालच्या फळीतील अनेकजण कुवेतींची त्यांच्या पुचाटपणाबद्दल निंदा करायचे आणि कुवेत हा इराकचाच पूर्वीचा प्रांत आहे या प्रचारावर विश्वास ठेवणारे होते; पण या आक्रमणाबद्दल असहमत असणारेही अनेक होते. उदाहरणार्थ, कमेल सचेतने जेव्हा टीव्हीवर कुवेतवरील आक्रमणाची बातमी ऐकली (त्यालाही ती इतरांप्रमाणेच टीव्हीवरून समजली); तेव्हा ते पत्नीकडे वळून उद्गारले, हा वेडेपणा आहे, त्याने हे असे संकट निर्माण केले आहे की ते आपणा सर्वांचा नाश करेल. हे सार्जंट मोहम्मदला माहीत असणे शक्य नव्हते.

हाच असंतोष, हीच सदसद्विवेकबुद्धीची बोच मी शोधत होते. या सत्तेचे साधन म्हणून इराकी सेनेने अमानुष कृत्ये केली; पण या सेनेतील सैनिक मात्र अतिसामान्य माणसे होती आणि ही माणसे अतिवापर करून गुळगुळीत झालेल्या हॉलिवूडच्या 'राक्षस' या शब्दाप्रमाणेच मला वाटली नाहीत.

माझे संशोधन चालू असताना मी फिलिप झिंबार्डो आणि त्यानंतर स्टॅन्ले मिल्ग्रॅम आणि मग हाना आरेंट, अल्बर्ट स्पेर, गिटा सेरेनी, प्रायमो लेव्ही (पुन्हा) यांचे लिखाण वाचले. हे सर्वजण मानसशास्त्रज्ञ होते आणि त्यांनी दुसऱ्या महायुद्धातील नाझी छळ-छावण्याच्या मागील राक्षसी वागणुकीच्या स्रोताचा अभ्यास केला. मानवाची मानवाशी अमानुष वागणूक कशी घडू शकते? एकेका सामान्य माणसातूनच एक छळ करणारे यंत्र कसे तयार होते?

फिलिप झिंबार्डो हा १९७१ मध्ये स्टॅनफोर्ड विद्यापीठात मानसशास्त्राचा एक तरुण प्राध्यापक होता. बंदिवासाचे मानसिक परिणाम काय होतात, हे जाणून घेण्यासाठी त्याने एक प्रयोग तयार केला. कैद्यांना तुरुंगात, कुलपात टाकले की काय वाटते, हे त्याला समजून घ्यायचे होते. त्याला अपेक्षा नव्हती की तुरुंगाचे गार्ड्सवर होणारे मानसिक परिणाम हे आणखीनच रोचक असतात.

त्याने एक लुटुपुटुचा तुरुंग स्थापन केला : कॉरिडॉर, कोठड्या, शिक्षेचे कपाट, स्नानगृह – हे सर्व स्टॅनफोर्डच्या मानसशास्त्र विभागाच्या एका टोकाला बनविले. एका सामाजिक प्रयोगासाठी स्वयंसेवक पाहिजेत, अशी त्याने जाहिरात दिली. आलेल्या अर्जांमधून अस्थिर आणि अतिव्यसनाधीन वाटणाऱ्या लोकांना गाळून टाकले आणि उरलेल्यांमधून रँडम पद्धतीने अठराजणांना गार्ड आणि कैदी यांच्या भूमिकांसाठी निवडले. त्या वेळच्या तरुणाईच्या आणि प्रस्थापित व्यवस्थेच्या विरोधाच्या जमान्यात गार्डची भूमिका करायला कोणीही तयार नव्हते, हे बघून त्याला गंमत वाटली.

त्याने प्रत्येक कैद्याला क्रमांक दिला आणि त्यांना जरा आखूड असे कोट

घालायला दिले. कोणालाही अंडरवेअर घालायला परवानगी नव्हती. गार्ड्सना लष्करी पद्धतीचा गणवेष, बेड्या, शिट्टी, दांडके आणि आरशासारख्या काचांचे गॉगल्स दिले गेले. गाडीच्या प्रत्येकी आठ तास कामासाठी तीन तुकड्या करण्यात आल्या आणि तुरुंगात असते तसे वातावरण निर्माण करायला सांगण्यात आले. मात्र कैद्यांना शारीरिक इजा करण्याची परवानगी नव्हती.

हा प्रयोग दोन आठवडे करावा असा झिंबार्डोचा इरादा होता; पण त्याला तो सहा दिवसांनीच थांबवावा लागला. कारण गार्ड्सनी कैद्यांवर इतके शारीरिक, शाब्दिक आणि लैंगिक अत्याचार करायला सुरुवात केली, की दोन कैद्यांना ते असह्य झाले. शेवटी त्या गार्डस्‌ना काढून टाकावे लागले. झिंबार्डोची मैत्रीण मानसशास्त्राच्या पीएच.डी.ची विद्यार्थिनी होती. तिचा या प्रयोगाशी संबंध नव्हता आणि ती नंतर त्याची पत्नी झाली. ही मैत्रीण एके दिवशी संध्याकाळी प्रयोगस्थानी आली असता डोक्यावर काळे बुरखे घातलेल्या, बेड्या घातलेल्या कैद्यांची रांग कॉरिडॉरमधून टॉयलेट ब्रेकसाठी चालली होती. ते दृश्य बघून तिच्या अंगावर काटाच आला आणि तिला शिसारी वाटली. तिने झिंबार्डोला त्याबद्दल जाब विचारला. 'तू तुझ्या भावना संशोधनाच्या आड आणत आहेस,' असे झिंबार्डोने तिला सांगितले, पण ती काहीही ऐकायला तयार नव्हती. अखेरीस त्याने दुसऱ्या दिवशी प्रयोग थांबविण्याचे कबूल केले. 'हा प्रयोग करणे आणि त्याची सर्व व्यवस्था करण्याच्या नादात एक गोष्ट तुझ्या लक्षात आली नाही की तू त्या तरुणांशी जे वागतोयस ते भयंकर आहे!' असे ती झिंबार्डोला म्हणाली.

गार्ड झालेल्यांनी कैद्यांना प्रत्यक्ष मारहाण केली नाही; पण त्यांच्यात धडकी भरविण्यासाठी इतर मार्गांचा अवलंब केला. ते युद्धकैद्यांच्या जेलरसारखे वागले, विकृत मनोवृत्तीच्या वॉर्डनसारखे वागले, त्यांना सतत टोमणे मारत राहिले. हजेरीच्या वेळी कैद्यांना त्यांचा क्रमांक गाण्यात घालून म्हणायला सांगितला, गाणे बेसूर म्हटले तर दंड काढायची शिक्षा – प्रथम दहा, नंतर वीस आणि त्यानंतर गार्ड 'बस' म्हणेपर्यंत कितीही. निरर्थक कामे शोधून काढली गेली – उदाहरणार्थ, ब्लँकेटमधील कचरा काढून टाकणे, बुटांना पॉलिश करणे, आधीच नीटनेटकेपणे घातलेल्या गाद्या पुन्हापुन्हा नीट करणे. अंगावर वसकन ओरडून हुकूम देत, दांडके उगारीत, एखाद्‌-दुसऱ्याच कैद्याला वेगळे काढून त्याची टवाळी करावी, त्याला कपडे काढून टाकायला सांगून शिक्षेच्या कपाटात अनिश्चित काळ कोंडून ठेवावे, रात्रभर नग्न ठेवून पलंगाला बांधून ठेवावे असे प्रकार त्यात होते. शेवटच्या दिवशी संध्याकाळी कैद्यांना हजेरीसाठी रांगेत उभे केले गेले आणि एका कैद्याने ओणवे होऊन दुसऱ्याने त्याच्यावर मागून पाशवी संभोग करण्याचे हावभाव करायला सांगण्यात आले.

या प्रयोगातून दिसून आलेली धक्कादायक गोष्ट म्हणजे त्यात भाग घेतलेल्या

व्यक्तींचे अल्पकाळ केलेल्या भूमिकांमुळेसुद्धा सामान्य माणसातून दुष्ट, निर्दय व्यक्तींमध्ये किंवा निमूटपणे सहन करणाऱ्या गरीब व्यक्तींमधे झालेले रूपांतर. अर्थात झिंबार्डोने नमूद केल्याप्रमाणे सर्वच गार्ड सारखेच निर्दय किंवा सर्वच कैदी सारखे भित्रे झाले नाहीत. त्याच्या प्रमाणात, घडलेल्या प्रसंगांमध्ये शक्तिप्रदर्शनात, प्रतिक्रियांमधे, बचावात्मक उपायांमधे बराच फरक होता – पण शेवटी कोणीही आज्ञाभंग केला नव्हता. गार्ड्सपैकी कोणीही तो प्रयोग सोडून दिला नाही. काहीजणांनी नंतर कबूल केले की त्यांनी दिलेल्या अपमानकारक शिक्षांबद्दल खेद वाटूनसुद्धा त्यांना प्रयोग सोडण्याचे टोक गाठावेसे वाटले नाही किंवा ज्यांना सहन कराव्या लागल्या त्या कैद्यांपैकीसुद्धा कोणीही प्रयोग सोडून जाण्याची इच्छा व्यक्त केली नाही.

झिंबार्डोने नोंद घेतली की गार्ड्समध्ये तीन ढोबळ प्रकार दिसले. पहिला प्रकार म्हणजे नेतृत्वगुण दाखविलेले – त्यांनी रोजची दिनचर्या ठरविली, शिक्षा निश्चित केल्या आणि कैद्यांचे मनोधैर्य खच्ची करण्यासाठी नवनवीन मार्ग शोधून काढले. दुसऱ्या प्रकारात ज़े नेत्यांच्या सूचनांची अंमलबजावणी करून त्यांना सक्रीय पाठिंबा देऊन त्यांची मर्जी संपादन करावयाचा प्रयत्न करायचे ते होते आणि मग असे गार्ड्स होते; ज्यांना अत्याचार करण्यात सामील व्हायला आवडत नसे. या तिसऱ्या प्रकारातील गार्डांनी त्यांचा विरोध कधी बोलून दाखविला नाही किंवा पहिल्या प्रकारातील गार्ड्सच्या अधिकाराला कधी आव्हान दिले नाही, त्याऐवजी ते गैरहजर राहात, दुसरे काही काम शोधून काढत. त्यांची कैद्यांशी वागणूक न्याय्य आणि योग्य अशी होती आणि दुसरे गार्ड नसतील तेव्हा ते कैद्यांशी मैत्रीपूर्ण वागायचे, त्यांना मदतही करायचे. ते त्यांना एखादी सिगारेट ओढू द्यायचे, अंघोळीला थोडा जास्ती वेळ घेतला तरी दुर्लक्ष करायचे.

सार्जंट मोहम्मदची नेमणूक कुवेत शहरातील चौक्यांवर देखरेख करणाऱ्या पथकात झाली. त्याला बाथ पार्टीचे कार्यकर्ते कारखान्यांमधील यंत्रसामग्री, वाचनालयांमधील पुस्तके, मंत्रालयामधील कॉम्प्युटर यांची लूट करताना दिसायचे. कुवेती नागरिकांना बंदुकीच्या धाकाखाली त्यांचे घर किंवा गोदामातील माल किंवा गाड्या 'विकायला' भाग पाडण्यात येत होते. 'अर्थात, लुटालूट करणाऱ्यांना गोळ्या घाला, असा आम्हाला हुकूम होता,' तो केविलवाणे हसत म्हणाला; पण बहुतेक वेळा लुटारूंकडे उदयच्या सहीचे पत्र असायचे. त्यामुळे कोणाचेही त्यांना थांबविण्याचे धाडस होत नसे. अमेरिका आणि मित्रराष्ट्रांची सौदी अरेबियात जमवाजमव सुरू झाल्यावर लुटालुटीला ऊत आला आणि सामान्य इराकी सैनिकाच्या मनात मानसिक आणि शारीरिक असुरक्षिततेची भावना निर्माण झाली. ''मानवी बाजू सर्वांत कठीण होती,'' सार्जंट मोहम्मद म्हणाला, ''कुवेती लोकांच्या द्वेषपूर्ण नजरा. कोणी इराकी सँडविच

घेण्यासाठी एखाद्या दुकानात गेला तर इतर लोक त्याला टाळायचे.'' तो म्हणाला की कमेल सचेत आणि बरख हे कणखर योद्धे असल्यामुळे सैन्याचे मनोधैर्य वाढविण्यासाठी सद्दामने त्यांची नेमणूक केली असावी.

इस्तिखबरात (लष्करी हेरखाते) भूमिगत बंडखोरांच्या शोधात होते, त्या कामात त्यांना मदत करणे हा एक सार्जंट मोहम्मदच्या कामाचा भाग होता. खबरे, रात्री तीन वाजताचे छापे, रेडिओ ट्रान्समिटर आणि कुवेती पोलिसांचे जाळे. एके दिवशी रात्री संचारबंदीच्या वेळेनंतरही कारने जाणाऱ्या दोघा कुवेतींना त्याच्या पथकाने थांबविले. ते भांबावलेले होते. ते म्हणाले की सैनिक त्यांच्या घरात घुसले, त्यांनी बरीच मोडतोड केली आणि त्यांनी त्यांच्या घर सांभाळणाऱ्या फिलिपिनो बाईवर बलात्कार केला. सार्जंट मोहम्मद त्यांच्याबरोबर त्यांच्या घरी गेला, तिथे त्याला मोडलेली कपाटे दिसली. त्याने जवळच्या चौकीवरील सार्जंटला उठविले आणि त्याच्या चौकीवर तैनात असलेल्या सैनिकांची गणती केली; त्या भागातील इतर चौक्यांमधे जाऊन त्यांनी गस्तीवर पथके पाठविली होती का, याची चौकशी केली. इस्तिखबरातने फिलिपिनो बाईची जबानी घेतली; पण तिच्या भागात त्या रात्री गस्तीवर असणाऱ्या सैनिकांची ओळखपरेड घेऊन तिच्यावर बलात्कार करणाऱ्या सैनिकांना ओळखण्यास तिला सांगितले तेव्हा भीतीमुळे ती काहीच बोलली नाही; पण तरीही अनेक इराकी सार्जंटस्ना निष्काळजीपणाच्या आरोपावरून दोन दिवस कैदेत टाकण्यात आले आणि त्यांच्या सैनिकांना फटके मारण्यात आले.

एके दिवशी रात्री सार्जंट मोहम्मद एका लेफ्टनंटच्या बरोबर एका ड्रायव्हरला इस्तिखबरातच्या मुख्य कार्यालयात घेऊन जात होता. त्याच्याबरोबरचा लेफ्टनंट चांगला माणूस होता आणि मोहम्मदला त्याच्याबद्दल आदर होता. त्या ड्रायव्हरला रजा न घेता गैरहजर असताना पकडण्यात आले होते. इस्तिखबरातचे नामकरण 'डिपार्टमेंट ऑफ इन्व्हेस्टिगेशन्स अँड फॉलो अप' असे करण्यात आले होते. तिथे पोहोचल्यावर लेफ्टनंट व मोहम्मद ड्रायव्हरला चौकशीच्या खोलीत घेऊन गेले. ड्रायव्हरला घाबरवून बोलते करावे हा लेफ्टनंटचा उद्देश असावा, असे मोहम्मदला वाटले. त्या खोलीत इस्तिखबरातचा एक कुप्रसिद्ध कॅप्टन एका कुवेती माणसाची चौकशी करीत होता. तो कुवेती माणूस नग्नावस्थेतच, जखडलेल्या स्थितीत आणि डोळ्यांवर पट्टी बांधलेला असा जमिनीवर पडलेला होता. त्याचा एक पाय प्लास्टरमधे होता. कॅप्टनचे मारेकरी त्याच्या दुसऱ्या पायावर काठीने मारत होते. मोहम्मदनेच त्यांना मारेकरी हे नाव दिले होते. मोहम्मदने पूर्वी पाहिले होते त्यापेक्षा हे अतिशय कठोर होते. त्या हेतुपूर्वक आणि अमर्याद छळाची एक वेगळीच पातळी होती. तो कुवेती ओरडत होता, 'सद्दामची शपथ, मला सोडून द्या!' कॅप्टनने सद्दाम नाव असलेल्या एका सैनिकाला बोलविले आणि म्हणाला, ''तुला सद्दाम पाहिजे होता

ना? हा बघ सद्दाम! आता तू बोल! देव स्वर्गात आहे आणि तो तुझ्या मदतीला येणार नाहीये!''

''मोहम्मदची शप्पथ!''

कॅप्टनने मोहम्मद नाव असलेल्या सैनिकाला बोलावले.

''तुला मोहम्मद हवा? हा बघ मोहम्मद! बोल आता! बोल!''

त्याने कुवेती माणसाच्या डोक्याला पिस्तूल टेकविले – तेही कानाजवळ म्हणजे सेफ्टी कॅच सोडल्याचा आवाज मोठ्याने ऐकू येईल असे. त्याने एक रिकामी बाटली त्याच्या हातात देऊन ती धरायला सांगितली आणि तो ओरडला, ''ही मी तुझ्या ढुंगणात खुपसणार आहे!''

''ते एक भयानक चित्रपटासारखे वाटत होते. ते राक्षसी वागत होते.'' कॅप्टनचे डोळे निर्विकार होते, भक्ष्याभोवती जमलेल्या जनावरांसारखे.''

त्या सज्जन लेफ्टनंटने मोहम्मदच्या खांद्याला स्पर्श केला आणि हळूच म्हणाला, ''चल, आपण निघू या!''

पण कॅप्टनने त्यांच्या येण्याची दखल घेतली होती. त्याने घाबरलेल्या ड्रायव्हरकडे मानेने खूण केली आणि 'आणा त्याला इकडे' असा हुकूम सोडला. हे ऐकल्यावर ड्रायव्हर मूर्च्छा येऊन पडला. लेफ्टनंट ड्रायव्हरच्या देहावरून पलीकडे गेला आणि कॅप्टन आणि ड्रायव्हरच्या मधे उभा राहिला. ''मी त्याच्याकडून पूर्ण हकिकत काढून घेतो.'' कॅप्टन त्याला म्हणाला.

''मी त्याला फक्त हे दाखवायला म्हणून आणलं होतं. त्याच्यावर अजून औपचारिक आरोप ठेवलेला नाहीये.''

लेफ्टनंट आणि कॅप्टनचे बोलणे चालले असताना तिथल्या 'कसायांपैकी एकजण मोहम्मद आणि ड्रायव्हरला पलीकडील हॉलमध्ये घेऊन गेले. त्या हॉलमध्ये साखळीने बांधलेले अनेक कैदी होते. काहीजणांना बेड्या घातल्या होत्या. त्या बेड्या भिंतींमधील हुकांना अडकविल्या होत्या. काहीजणांना तर कानातून लाकडी फळ्यांमध्ये खिळे ठोकून ठेवले होते. ते बघून मोहम्मदच्या पोटात ढवळून आले.

एके दिवशी रात्री मोहम्मद इस्तिखबरातच्या तुकडीबरोबर असताना त्यांनी एका घरातील अनेकजणांना 'बंडखोर' म्हणून अटक केली. सगळ्यात धाकटा मुलगा फक्त अठरा वर्षांचा होता, त्याला दोनच आठवड्यांपूर्वी पोलिसांत शिकाऊ उमेदवार म्हणून पाठविण्यात आले होते. त्याच्याकडे त्या वेळचे ओळखकार्ड होते. तो अशक्त आणि बारीक होता, त्याचे नाव अब्दुल्ला होते. त्याला अटक केल्यावर तो तोतरेपणे बोलू लागला आणि उत्तेजित झाला. त्याला अटक करणाऱ्या इस्तिखबरात अधिकाऱ्याने त्याच्या थोबाडीत मारली आणि 'अहो, तो फार लहान आहे' असे

रडून, ओरडून विनंती करणाऱ्या त्याच्या मावशांच्या पुढ्यातून त्याला फरफटत घेऊन गेला. तो मुलगा घाबरून किंचाळू लागला. त्याला शांत करण्यासाठी त्या स्त्रिया त्याच्या हातात कुराण देऊ लागल्या. मुलाने एका मावशीचा दंड धरून विरोध करायचा प्रयत्न केला, पण त्याचा काही उपयोग झाला नाही. मोहम्मदने असहाय्यपणे एका मावशीने पुढे केलेले त्या मुलाचे बूट घेतले. त्या मुलाला हातकड्या घालून कारमधे ढकलण्यात आले आणि त्याचे डोके गुडघ्यांमधे दाबून ठेवण्यात आले.

ते अब्दुल्ला आणि इतर नातेवाइकांना तळावरील तुरुंगात घेऊन गेले. तो तुरुंग अमेरिकनांनी बांधला होता आणि आधुनिक रचनेचा होता. त्याला विजेचे सरकते दरवाजे होते. तिथे असलेल्या गार्डने त्यांना आत घेतले आणि तुम्ही गादी, ब्लँकेट आणि उशी यांपैकी एक गोष्ट घेऊ शकता, असे त्यांना सांगितले. मोहम्मदला अजून थरथर कापणाऱ्या अब्दुल्लाची दया आली, त्याने त्याला जोडे दिले, गादी वगैरे तिन्ही वस्तू आणून दिल्या, वाडगाभर दही आणि चहा दिला आणि थोड्या सिगारेटी आणि एक आगपेटी दिली. खरं तर जवळ आगपेटी ठेवायला बंदी होती. नंतर त्याने त्याच्या सज़्जन लेफ्टनंटला, आपण स्वत:च अब्दुल्लाची जबानी घ्यावी नाहीतर त्याच्या तोतऱ्या बोलण्यामुळे त्याला मारहाण करतील, अशी विनंती केली.

मोहम्मद हा झिंबार्डोच्या प्रयोगातील तिसऱ्या प्रकारच्या गार्डांमधे मोडत होता. शक्य असेल तिथे, दुसरी काही अडचण नसेल तर तो मदत करीत असे.

एके दिवशी रात्री तो रस्त्यात एकटाच होता. त्याला आणखी थोडी काडतुसे द्यावीत, यासाठी पुरवठा अधिकाऱ्याचे मन वळविण्यासाठी तो त्याच्या बराकीकडे निघाला होता. तो डिसेंबर किंवा जानेवारी महिना होता. अमेरिकनांची बाँबफेक चालू होती. त्याच्या दोन-तीन सहकाऱ्यांनी त्यांच्या बंदुकांची चाचणी करण्यासाठी काही गोळ्या हवेत उडविल्या – हुकूम नसताना गोळीबार करणे हा गुन्हा होता आणि त्या गोळ्यांची संख्या भरून काढण्यासाठी त्याला काडतुसे हवी होती, त्यासाठी तो बराकीकडे निघाला होता. तिथून परतताना इस्तिखबरातच्या ऑफिसापासून थोड्याच अंतरावर त्याला कारमधे बसलेला एक कुवेती दिसला. तो एकटाच कारमधे बसून कारच्या आरशात बघत होता – आरशात दिसणाऱ्या ऑफिसच्या दारावर पाळत ठेवून असावा असा. मोहम्मद दुसऱ्या बाजूने आला आणि कारचे दुसऱ्या बाजूचे दार उघडून त्याने त्याच्यावर बंदूक रोखली.

कुवेतीने हात वर केले, "मी माझ्या बायकोसाठी थांबलोय." त्याने खुलासा करण्याचा प्रयत्न केला. "ती कोणत्या घरात आहे?"

त्या माणसाने एका घराकडे बोट दाखविले, पण ते घर बंद आणि रिकामे दिसले आणि त्यात अंधार होता. मोहम्मदने त्या माणसाकडे बघून मान हलविली, "मला तुला चौकशीसाठी न्यावे लागेल."

तो कुवेती घाबरला आणि मला मारू नका म्हणून गयावया करू लागला. मोहम्मदने आसपास कोणी आहे की काय याचा अंदाज घेतला आणि कोणी नाहीये अशी खात्री झाल्यावर त्याने गाडीचा दरवाजा बंद केला आणि त्या माणसाला जाण्याची खूण केली.

"हो, तो बहुतेक हेर असावा." मोहम्मद मला म्हणाला.

"तू त्याला का जाऊ दिलंस?" आता मी झिंबार्डो झाले होते.

"कारण कुवेती विरोधक फारच कमजोर होते, त्यांच्यापासून फार धोका नव्हता आणि मला त्या माणसाला इजा करायची नव्हती."

"पण तो तुमचा शत्रू होता."

मोहम्मदने खांदे उडविले, "त्याच्या देशाचे रक्षण करण्याचा त्याला अधिकार होता."

"पण तुम्ही त्याला जाऊ दिलं हे तुमच्या आदेशाच्या विरुद्ध आणि कर्तव्याच्याविरुद्ध होते."

"तपासाच्या ऑफिसात मी जे बघितले त्यानंतर मला आम्ही तो देश व्यापणे कितपत न्याय्य होते याबद्दल विश्वास राहिला नाही. कुवेती कुटुंबांवर छापे घालून लोकांना उगाच पकडताना बघितल्यामुळे लोकांना विनाकारण अटक करतात, हे मला माहिती होते. अशी उदाहरणे मला माहीत होती, कदाचित त्या रोगाचा प्रसार थांबवावा, असे मला वाटले."

"त्याला जाऊ दिल्यावर तुला बरं वाटलं?"

"मला सुटल्यासारखं वाटलं. मी माझा आत्मा वाचविला, माझ्या घरच्यांना अभिमान वाटेल असे मी केले असे वाटले."

पण आपण एका हेराला सोडले हे त्याने कोणालाही सांगितले नाही, त्याच्या घराच्यांनाही नाही!

२००४ साली बगदादमधे आम्ही जरा कुत्सितपणे म्हणायचो की अमेरिकन सेनेच्या हेल्मेटांचा आकार दुसऱ्या महायुद्धातील जर्मन सैनिकांच्या हेल्मेटांसारखाच होता. असा एक समज आहे की, आक्रमण करणाऱ्या सर्व सेनांची वागणूक सारखी असते. आक्रमक आणि कठोर. झिंबार्डोच्या प्रयोगाच्या मागे हेच गृहीतक होते : विशिष्ट परिस्थिती विशिष्ट प्रतिक्रिया निर्माण करते; पण झिंबार्डोने असेही लिहिले आहे की सत्ता मिळाली असता प्रयोगातील कोणती व्यक्ती सत्तेचा दुरुपयोग करणारी निघेल आणि कोणती भेदरटपणे दयाळूपणा दाखवेल, हे सांगता येत नाही. त्याचा व्यक्तिमत्त्व, आत्मविश्वास किंवा उंची अशा नैसर्गिक गुणांशी संबंध आहे, असे दिसले नाही. आपण 'नेत्यांना' माफ करावे की त्यांच्या 'अनुयायांना, म्होरक्यांना की

त्यांच्या हस्तकांना' ते मला सांगता येत नाही; पण अशा कथा, घटना, प्रसंगांमधून निदान मला तरी त्यांच्याबद्दल थोडी थोडी उमज येऊ लागली.

इस्तिखबरात कमेल सचेतच्या अधिकारकक्षेच्या बाहेर होते; पण त्यांनी स्वत:च्या सैनिकांना हे स्पष्ट केले होते की ते लुटालूट किंवा नागरी लोकांविरुद्धची हिंसा खपवून घेणार नाहीत आणि या नियमाचे उल्लंघन करणाऱ्या त्यांच्या हाताखालील लोकांना गोळ्या घातल्या जातील. एका कुवेती माणसाशी लग्न केलेल्या एका लेबनीज महिलेच्या प्रकरणात त्या महिलेने आपल्यावर स्पेशल फोर्सच्या अधिकाऱ्याने बलात्कार केल्याचा आरोप केला. संबंधित लेफ्टनंट स्पेशल फोर्सचा होता, त्यामुळे त्याची चौकशी त्याच्या रेजिमेंटने केली. त्यातून असे बाहेर आले की काही काळ त्या लेफ्टनंटचे आणि त्या बाईचे 'संबंध' चालू होते आणि त्याचा वापर करून तिचा नवरा चोरलेल्या मोटारी तपासणी-चौक्यांतून बाहेर काढीत असे. या माहितीचा कमेल सचेतवर काहीही परिणाम झाला नाही. त्याने दोषी लेफ्टनंटला सांगितले : 'या प्रकरणामुळे इराकचे स्थान आणि प्रतिष्ठा प्रकाशझोतात आली आहे. तू जे केले त्यामुळे पेचप्रसंग निर्माण झाला असता. लुटणे आणि बलात्कार सहन केले जाणार नाहीत. आणि ते करणारा कोणीही असला तरी तो देशद्रोही असेल आणि त्याला मृत्युदंडच दिला पाहिजे.'

त्या लेफ्टनंटची शिक्षा अंमलात आली तेव्हा मोहम्मद तिथे होता. परेड मैदानावर दहादहा जणांच्या दोन रांगा उभ्या करण्यात आल्या. एक रांग गोळी झाडणाऱ्या सैनिकांची होती आणि दुसरी साक्षीदारांची. प्रत्येक माणूस स्पेशल फोर्सच्या वेगवेगळ्या तुकडीतील होता. जनरल कमेल सचेत आणि जनरल बरख एका काँक्रीटच्या चौथऱ्यावर उभे राहून देखरेख करीत होते. त्यांच्या अंगात कॅमूफ्लाज गणवेष होता, डोक्यावर लाल बेरेट आणि कमरेला पिस्तूल. लेफ्टनंटला आगीच्या बंबाच्या शिडीवरील हौदाला बांधण्यात आले आणि शिडी उंच करण्यात आली. कमेल सचेतने चौकशी समितीचा निर्णय वाचून दाखविला आणि लेबनीज महिलेला आरोप मागे घ्यायचा आहे का, असे विचारले. त्या महिलेच्या ब्लाऊजमधून छातीचा वरचा भाग दिसत होता आणि तिने बराच मेकअप केला होता, असे मोहम्मदच्या लक्षात आले. तिच्या केसांना मेंदी लावलेली होती. तिने नकारात्मक मान हलविली. सैनिकांनी बंदुका उंचावून खांद्याला लावल्या, नेम धरला आणि वर बांधलेल्या लेफ्टनंटवर गोळ्या झाडल्या.

गोळीबाराचा आवाज ऐकताच ती लेबनीज महिला किंचाळू लागली. कमेल सचेत चौथऱ्यावरून उतरून तिच्यापाशी गेले आणि त्यांनी तिला एक जोरदार थप्पड मारली. ते अतिशय संतापले होते. "आता का तू ओरडतेस?" ती हुंदके देत जमिनीवर कोसळली. लेफ्टनंटचा देह खाली आणण्यात आला आणि नेहमीच्या

पद्धतीप्रमाणे तो जरी आधीच मेलेला असला तरी दया म्हणून त्याच्या डोक्यात आणखी एक गोळी घालण्यात आली. त्याला असे मारण्यात येईल असे मला वाटले नाही, असे ती महिला म्हणाली. कमेल सचेतने तिरस्काराने तिला आणखी एक थप्पड मारली.

"तो निरापराध होता हे आम्हाला माहीत होते; पण तुझा आरोप जाहीर झाला होता. हे सर्व तुझ्यामुळे झाले."

काहीजणांना क्रेनला टांगून गोळ्या घातल्या गेल्या. एक कर्नल कुवेतमधून शवपेट्यांमधे सोने लपवून चोरून बाहेर नेत होता. त्याला गोळ्या घातल्यावर त्याचा देह आठवडाभर तसाच अधांतरी लोंबत ठेवण्यात आला होता.

माघार घेणे किंवा तह करणे सद्दामला मंजूर नसे. कमेल सचेतने कुवेत शहराच्या संरक्षणाची व्यवस्था त्याला मिळालेल्या आदेशानुसार केली; पण वास्तव आणि वल्गना यांचा परस्परसंबंध नसतो. अमेरिका आणि त्यांच्या मित्र राष्ट्रांचा जमिनीवरून हल्ला होण्याच्या दोन आठवडे आधी कमेल सचेतची एक पूर्ण बटालियन कुवेत शहरातून कमी झाली आणि अमेरिकन आघाडीच्या आक्रमणापासून इराकचे रक्षण करण्याच्या उद्देशाने त्यांनी इराकच्या पश्चिमेकडील वाळवंटापर्यंत माघार घेतली. कुवेतच्या रक्षणासाठी आठ हजारांपेक्षाही कमी सैनिक असल्यामुळे त्यांनी त्यांच्या आठ-आठ सैनिकांची पथके बनविली आणि त्यांना शहराच्या नागरी भागांत विखुरले. असे केल्याने ते बॉंबहल्ल्यापासून सुरक्षित राहिले असते. सार्जंट मोहम्मद अनेक आठवडे एका निवासी भागाच्या कोपऱ्यात मशीनगनचे ठाणे मजबूत करण्याच्या कामात गुंतला होता. त्यांनी भिंतीत झरोके बांधले आणि त्यांना रंग देऊन ते लपविण्याचा प्रयत्न केला. सहा महिने पुरेल इतके अन्न आणि दारूगोळा यांचा साठा केला. त्या ठाण्याच्या छपरावरून दुर्बिणीने टेहळणी करीत असतानाच त्याला अमेरिकेचे मरीन सैनिक हेलिकॉप्टरने विमानतळावर उतरताना दिसले. त्याच्या पथकातील इतर सैनिकांनीही ते बघितले असणार; कारण तो छपरावरून खाली उतरला तेव्हा ते पळून गेल्याचे आढळले.

एकटा उरलेल्या मोहम्मदने हेड क्वार्टरला फोन केला. तो कमेल सचेतने स्वत: उचलला. त्याने विचारले की अमेरिकन मरीन्स उतरले आहेत, त्याच्या पथकातील इतरजण हेडक्वार्टरला गेले असून तो एकटाच आहे, तर त्याने काय करावे. कमेल सचेतने अमेरिकन मरीन्स किती दूर आहेत असे विचारले. मोहम्मद म्हणाला, त्यांच्याकडे वाहने नाहीत, ते पायी येत आहेत आणि पंधरा मिनिटांत तिथे पोहचावेत. कमेल सचेतने त्याला त्याच्याकडे वाहन आहे का म्हणून विचारले. मोहम्मदने नाही असे सांगितले. कमेल सचेतने त्याला शक्य असेल तसे हेडक्वार्टरला निघून यायला सांगितले.

सार्जंट मोहम्मदला रस्त्यात एक सायकल मिळाली; पण तो पासष्टाव्या बटालियनच्या हेडक्वार्टरला पोहोचेपर्यंत कमेल सचेत आधीच इतर बटालियन्सच्या हेडक्वार्टरची पाहणी करण्यासाठी निघून गेले होते. जनरल बरख काही अधिकाऱ्यांबरोबर चर्चा करताना त्याला दिसले. त्याने त्यांना अमेरिकन मरीन विमानतळावर उतरल्याची माहिती दिली. पासष्टाव्या बटालियनच्या कमांडरने आठ-आठजणांची पथके एकत्रित करून प्रतिहल्ला करावा असे सुचविले. असे करायला किती वेळ लागेल असे बरखने विचारल्यावर 'एक तास' अशी माहिती मिळाली.

"एक तास?" तणावाखाली असलेला बरख रागाने ओरडला, "एका तासात कुवेत हातचे जाईल. आपल्याकडे एक तास नाहीये!"

बरख इंग्लंडमधे अधिकाऱ्यांचा शिक्षणक्रम करीत होता, तेव्हा त्याच्याकडे असलेली चाबूकवजा छडी नेहमी काखेत बाळगायचा. वैतागून तो त्या छडीने भिंतीवर फटके मारू लागला, एवढ्यात सैनिकांची एक तुकडी सैरावैरा पळत आत आली. "आपला सर्वांशी संपर्क तुटला आहे. अमेरिकन्स येत आहेत आणि त्यांना थांबविणे अशक्य आहे."

बरखने त्यांना जायला सांगितले आणि आकाशाकडे बघून तो सद्दामच्या नावाने शिव्या द्यायला लागला, 'तुझ्या योजनेमुळेच आमचा सर्वनाश झाला!' त्याने कोपर मारून खिडकीची काच फोडली, 'इला अन् इली खला सद्दाम!' असे म्हणून त्याने तिरस्काराने हातातील छडी फेकून दिली. मागे वळून त्याने सर्व कागदपत्रे जाळून टाकण्याचा आणि दारूगोळा नष्ट करण्याचा हुकूम दिला – 'सगळे जाळून टाका आणि निघा!'

सद्दामने कुवेत शहरातून माघार घेण्याचा हुकूम द्यायला फार विलंब केला. सगळीकडे घबराट पसरून प्रत्येकजण धावत सीमा ओलांडून बसऱ्याला पोहोचण्याच्या प्रयत्नात होता. मोहम्मदने रस्त्यात दिसलेली एका शाळेची बस पळविली आणि इतर गाड्यांच्या गर्दीत तो सामील झाला. मुख्य महामार्ग बॉंबफेकीमुळे निकामी झाला होता. त्यावर मोठे खड्डे आणि माणसांचे आणि वाहनांचे जळालेले सांगाडे पडले होते. त्यामुळे त्यांनी किनाऱ्यालगतचा रस्ता धरला. त्या रस्त्यावरही त्यांच्यावर बॉंबफेक झाली. क्लस्टर बॉंबमधील लहान लहान बॉंब जमिनीवर आपटून वर उडत आणि मग त्यांचा ग्रेनेडसारखा स्फोट व्हायचा. बस रस्ता सोडून खडबडीत जमिनीवरून नेण्यासारखी नव्हती. त्यामुळे त्यांनी ती सोडून दिली आणि उरलेले अंतर ते अंधारात पायी चालत गेले.

◆

८

नकाराचा योग्य क्षण

२००४च्या वसंत ऋतूतील उठावानंतर बगदादमध्ये प्रत्येकजण बाहेरपेक्षा घरीच जास्त वेळ राहू लागला. घरात असले की बाहेर होणाऱ्या स्फोटांमुळे खिडक्यांच्या काचा हादरायच्या, पण सुरक्षित वाटायचे. बाहेर बॉंब, काळ्या धुराचे आकाशात जाणारे लोट, अगदी खालून जाणाऱ्या हेलिकॉप्टरांचा अचानक येणारा आवाज, रस्त्यावर गस्त घालणाऱ्या चिलखती गाड्या यांना तोंड द्यावे लागायचे. डॉ. हसनचे एक मित्र व सहकारी डॉ. लैथ, ज्यांनी १९८३मध्ये जेव्हा डॉ. हुसेनना अटक झाली होती, त्या वेळी त्यांच्या बाजूने शब्द टाकला होता, ते आता नव्याने स्थापन झालेल्या एका धर्मनिरपेक्ष पक्षाचे सक्रिय सभासद होते, त्यांच्यावर त्यांच्या घराजवळून जाणाऱ्या पुलावर गोळ्या झाडण्यात आल्या होत्या. त्यांनी कार तिथेच सोडून बाजूच्या एका रस्त्याने पळ काढला. नंतर ते जेव्हा पुन्हा कारकडे गेले तेव्हा त्यांना कारमध्ये सात ठिकाणी गोळ्या लागल्याची छिद्रे दिसली; पण तेच त्या गोळ्यांचे लक्ष्य होते की दुसऱ्या कोणावर होणाऱ्या गोळीबारात ते सापडले होते, याबद्दल त्यांना खात्री नव्हती.

डॉ. लैथ यांचे घर प्रशस्त आणि सुसज्ज होते. ''माझ्या घराच्या गल्लीत तुम्ही वळलात की मला मोबाईलवरून फोन करा म्हणजे मी येऊन गेट उघडेन. बेल जनरेटरला जोडलेली नाही आणि तुम्ही कारमधून उतरून दार वाजवायला मला नको आहे, आम्ही अधमियामधे आहोत आणि काही शेजारी तुम्हाला बघतील. खरं तर शेजारी कोण राहतं हेही मला माहीत नाही. घरातील दिवाणखाना मोठा आणि खुला होता; सोफासेट, साईड टेबल्स, राखी रंगाची मखमल आणि सोनेरी मुलामा अशी रंगसंगती होती. पॉलिश केलेल्या कॉफी टेबलवर चांदीच्या फ्रेममधे पाश्चिमात्य देशात सुरक्षित असलेल्या त्यांच्या मुलांचे फोटो होते. स्वयंपाकघरातून एक सुंदर

पायघोळ डगला आणि त्याला मॅचिंग असा हेडस्कार्फ घातलेली त्यांची पत्नी बुशरा, माझ्यासाठी काचेच्या ग्लासात संत्र्याचा रस घेऊन आली. मला जरा बरे नव्हते आणि मी दमले होते. तिने माझ्याबद्दल सहानुभूती दाखविली. 'हल्ली सगळेच शिणलेले आणि आजारी असतात,' असे म्हणत ती समोरच्या आरामखुर्चीत बसली. डॉ. लैथ आणि पूर्वी जनरल असलेला बुशराचा भाऊ, कुटुंबीयांचे ढीगभर फोटो उपसत बसले होते. मी त्यांना गेलेल्या काळाबद्दल विचारले आणि त्या स्मृती चाळवल्या गेल्या होत्या.

फोटो : कृष्णधवल, गाढवावर बसून मेंढ्यांचा लहानसा कळप हाकणारा, सुरकुतलेल्या चेहऱ्याचा, डोक्याला चौकडीचा स्कार्फ गुंडाळलेला एक वृद्ध वयातीत अैरब बेदू.

डॉ. लैथ हे डॉ. हसनप्रमाणेच दक्षिणेकडील गरीब शिया घराण्यातील होते. त्यांचे वडील एक निरक्षर शेतकरी होते. त्यांनी शाळेत असतानाच १९६१मध्ये बाथ पक्षात प्रवेश केला. त्या पक्षाच्या समाजवादामुळे त्यांना त्यांच्या गरिबीवर फुंकर घातल्याप्रमाणे वाटायचे, अरब राष्ट्रवादातून त्यांना अस्मिता मिळाली. १९६३मधे त्यांच्या खेड्यात वीज आली. त्यांच्याकडे ग्रामोफोन होता; पण तो मोडला. डॉ. हसनप्रमाणे डॉ. लैथसुद्धा वैद्यकीय शिक्षणातील फी-माफीसाठी सैन्यात दाखल झाले होते.

फोटो : १९६०-६१च्या सुमारातील फॅशनप्रमाणे काळ्या तंग सुटात आणि अरुंद टाय लावलेले तीन इराकी तरुण. तलवारकट मिशा, बसल्या बसल्या हसत आहेत. टेबलावर बिअरच्या तीन बाटल्या!

"मला वाटतं की मिलिटरी कॉलेजमधून पदवी घेऊन बाहेर पडल्यावर मी माझ्या घरच्यांसाठी पहिला रेडिओ घेतला आणि मग १९७० नंतर पहिला टीव्ही."

फोटो : मिलिटरी हेरगिरी संस्थेतून उत्तीर्ण होऊन बाहेर पडणारे अधिकारी. डॉ. लैथ त्यांपैकी एक. सर्व तरुण एका ध्वजाखाली नागरी कपड्यांत स्पोर्ट्स जॅकेट, चौकटीचा शर्ट असे रांगांमधे बसलेले. ध्वजावर '१९७७, हे चांगले सैनिक क्रांतीचे आणि पक्षाचे सुपुत्र आहेत,' असे वचन.

डॉ. लैथ यांचा मानसशास्त्र हा विशेष प्राविण्याचा विषय होता. इराण-इराक

युद्धाच्या काळात ते आणि डॉ. हसन यांनी मानसशास्त्रीय प्रयोग, मनोधैर्य, भाषणे, घोषणा आणि गाणी यांवर एकत्र काम केले होते. त्या दोघांनी मिळून बनविलेली पत्रके इराणी सैन्यावर विमानातून टाकण्यात आली होती.

''या जुन्या गोष्टी, जुन्या आठवणी यांची मजा वेगळीच असते.'' जनरल उद्गारले.

त्यांनी डार्क सूट घातला होता. पांढरे केस, धारदार नाक यांच्यामुळे त्यांची ढब एखाद्या आजोबांप्रमाणे होती. मैत्रीपूर्ण, किंचित खिन्न अशी. त्यांनी एकदा मला सांगितले होते की १९८७मधे कुर्दांच्या विरुद्धच्या अनफल मोहिमेत त्यांनी एका तुकडीचे नेतृत्व केले होते आणि तोफांचा आणि बंदुकींचा मारा करून खेडी रिकामी करण्याचा हुकूम दिला होता. त्यांना अजूनही गदारोळात मूल हरवलेली एक स्त्री रडत, ओरडत इतस्तत: धावत असलेली आठवत होती. तिच्या डोळ्यांमधील भीतीने त्यांना दीर्घ काळ अस्वस्थ केले होते.

फोटो : उन्हाळ्यातील फॅमिली पिकनिक. पोहण्याच्या पोषाखातील मुले, सॅलेड्सने भरलेले टप्परवेअरचे वाडगे, कागदाच्या प्लेट्स. बुशरा उन्हाळी पोषाखात, उघड्या खांद्यापर्यंत आलेले सोनेरी केस. गवतात हुंदडणाऱ्या धाकट्या मुलीच्या दिशेने पुढे केलेला हात.

डॉ. लैथ नि:शब्दपणे भूतकाळात गेले. त्यांनी सिगारेट पेटविली आणि डोळे पुसले. सत्तरचे दशक, सोनेरी काळ.

''मला व्हिस्की घेऊन रडावंसं वाटतंय. ऐंशीचे दशक आणि तिथून सुरुवात झालेल्या अधोगतीपर्यंत आम्ही आल्यावर,'' डॉ. लैथ बोलायला लागले, ''काहीतरी चुकतंय असं आम्हाला वाटायला लागलं. सगळीकडे एक प्रकारची अंदाधुंदी होती. ते खोटेपण मला जाणवत होतं; पण बोलायची सोय नव्हती. त्यांनी माझा गळा कापला असता. एखाद्याला मृत्युदंड झाला तर त्याच्या कुटुंबीयांकडेही वेगळ्या दृष्टीने बघितले जायचे. क्वचित त्याचा मुलगा मारला जायचा किंवा त्याची मालमत्ता जप्त व्हायची. जणू काही माझी दोन व्यक्तिमत्त्वे झाली होती. एक अधिकारी म्हणून मी माझे कर्तव्य उत्तम प्रकारे बजावण्याची पराकाष्ठा करायचो आणि घरी आल्यावर सरकारवर टीका करायचो. सर्वच इराक्यांचे दोन किंवा अधिक स्वभाव असतात. दबावाखाली इतका काळ टिकून राहण्याचा तोच एकमेव मार्ग होता.''

त्या वेळी मी मान डोलविली; पण मी त्यांना त्यांच्या स्वत:च्या सहभागाविषयी सांगण्यास सांगितले. मी बगदादमधे सलग सहा महिने काढले होते आणि येणारा प्रत्येक आठवडा आधीच्या आठवड्यापेक्षा वाईट होता – आणखी बॉंब, आणखी

हत्या, आणखी गोळीबार. हिंसा अशी हळूहळू वाढत होती की मी 'घाबरलेली' आहे हे माझ्या लक्षातच आले नाही आणि त्या भीतीचे रूपांतर हँगओव्हर, ताप, खांदेदुखी आणि मन बधीर होण्यात झालेले समजण्याइतकीही बुद्धी मला राहिली नाही. दोन महिन्यांत मी एकही पुस्तक वाचू शकले नव्हते. मी थकून गेले होते. मी लक्ष केंद्रित करण्याचा प्रयत्न करीत तुटकपणे, मूर्खपणे विचारले, ''पण या सगळ्यात तुम्ही सहभागी झालातच कसे?''

''तुमची भूमिका पाश्चात्त्य व्यक्तीची आहे.'' डॉ. लैथ व्यावसायिक परीक्षणाचा पडदा उघडत म्हणाले, ''तुम्हाला इराकमधील जगण्याचा अनुभव नाही. इराकी लोक सबबीचा संरक्षक ढाल म्हणून उपयोग करतात. मी जनरल असेल आणि मला अमुक एका खेड्यावर हल्ला करायचा हुकूम देण्यात आला, तर मी त्याच्यावर हल्ला करेन, वाटेत येणाऱ्या सर्वांना मारून टाकीन आणि मग घरी येईन आणि प्रार्थना करीन. त्याचा प्रतिष्ठेशी काहीही संबंध नसतो, भीतीशी असतो. इराकी अधिकारी दोन प्रकारचे असतात. एक म्हणजे जे आपल्या हुकमाची अंमलबजावणी करतील आणि म्हणतील 'मला अधिकार नाही, हे माझ्या हातात नाही.' मग ते घरी जातील आणि प्रार्थना करतील. दुसऱ्या प्रकारचे अधिकारी त्यांना दिलेला हुकूम पाळतील, घरी जातील 'मला अधिकार नाही, हे माझ्या हातातले नाही.' असे म्हणतील आणि अर्धी बाटली व्हिस्की पितील. दोघेही गाढ झोपतील.

डॉ. लैथनी आघाडीवरील सैनिकांच्या मानसिक स्थितीवर अहवाल लिहिले. त्यांचे प्रथम आणि सर्वांत महत्त्वाचे उद्दिष्ट स्वत:चे रक्षण करणे हे होते. ''आम्ही सत्य वाकवायचो. आम्हाला काहीही म्हणायची भीती वाटायची.'' लिहिलेली प्रत्येक ओळ ते पुन:पुन्हा तपासून पुन्हा लिहायचे, प्रत्येक शब्द तोलून-मापून वापरायचे, प्रत्येक वाक्यात वस्तुस्थिती आणि खपेल असे वाटणारे पण निरर्थक असे विश्लेषण यांचे संतुलन साधावे लागायचे. त्यांना कटु वार्ता कशी द्यायची, हा खरा प्रश्न असायचा.

१९९१मधे डॉ. लैथ त्यांच्या पीएच.डी.च्या प्रबंधासाठी मानसिक भीतीवरील उपचारांवर संशोधन करीत होते; पण त्यांना परत बोलावून सैन्याच्या मनोधैर्यावर अहवाल देण्यासाठी कुवेतला पाठविण्यात आले.

अमेरिकन सेनेच्या येण्याची वाट बघत वाळवंटात तळ ठोकून असलेल्या एका मित्राबरोबरचे संभाषण त्यांना आठवले. तो अधिकारी त्यांच्याशी एकसुरात बोलत होता : 'माझ्यावर उद्या हल्ला होईल असं मला वाटतंय. या वाळवंटात माझ्याहून बलवान सैन्यापुढे मी कशी मदत मागू शकेन? सर्व संपर्क तुटणार याची मला खात्री आहे. माझ्याकडे थोडे दिवस पुरेल इतकीच रसद आहे. माझ्यावर माझ्या जवानांची जबाबदारी आहे. त्यांचे जीव मी कसे वाचवू? मी मनाने आधीच पराभव पत्करलेला

आहे आणि इतरही बहुतेक अधिकाऱ्यांची मन:स्थिती अशीच आहे. आम्ही जिवंत कसे राहायचे, याच विचारात आहोत.'

डॉ. लैथ यांनी त्यांच्या अहवालात लिहिले, 'सैनिकांचे मनोधैर्य जसे असावे असे आपल्याला वाटते तसे नाही.'

संध्याकाळी बसऱ्याच्या ऑफिसर्स क्लबमधील चर्चेतला छुपा मतप्रवाह कळून यायचा. जग बघत होते. अरब लीगमधील नेते वस्तुस्थितीवर आधारित राजकारण आणि त्यांच्या देशातील जनतेचा दडपलेला पाश्चात्त्यविरोधी संताप यांचे संतुलन साधण्याची कसरत करीत होते. कर्नल गद्दाफी यांनी लिबियातून 'अमेरिकेच्या उद्दाम आक्रमणाचा नाश करण्यात येईल,' अशी जाहीर घोषणा केली. डॉ. लैथ त्यांच्या सहकाऱ्यांशी बोलताना म्हणाले की युद्धभूमीपासून हजारो मैल दूर असलेल्या गद्दाफींची घोषणा म्हणजे पोकळ वल्गना आहे.

आपल्या नेत्याने अमेरिकनांशी सामना करून स्वत:चा नाश करून घेतला, तसाच तोही स्वत:चा नाश करून घेणार आहे, असे बोलल्याबरोबर त्यांना स्वत:च्या बोलण्याचा पश्चात्ताप झाला. त्यांचे बोलणे झाल्यावर थोडा वेळ शांतता पसरली. ब्रिगेडिअर बारींचे त्यांच्या बोलण्याकडे लक्ष होते की नाही हे बघायला त्यांना त्यांच्याकडे नजर टाकण्याचासुद्धा धीर झाला नाही. त्यांच्यात आधीच एक वाद झाला होता. साधारण दोन महिन्यांपूर्वी अमेरिकेने जेव्हा युद्ध करण्याची आधी धमकी दिली आणि बगदादमधील सर्व पेट्रोल पंप बंद झाले होते, तेव्हा डॉ. लैथनी कुठूनतरी वीस लीटर पेट्रोल मिळवून त्यांच्या घरी पाठविण्याची व्यवस्था केली; पण ब्रिगेडिअरने ते वाटेत अडवून स्वत:च्या वापरासाठी नेले होते.

गप्पा पुन्हा सुरू झाल्या; पण डॉ. लैथ दुसरीकडे बसले. नंतर सर्वांची पांगापांग झाल्यावर त्यांनी ब्रिगेडिअर बारींना छेडून बघितले, पण त्याचा काही उपयोग झाला नाही. आपण जे बोललो त्याचा अहवाल पाठविला जाणार याबद्दल डॉ. लैथ यांची खात्री होती; पण तो कागद पत्रांच्या पुरात नाहीसा होईल अशी त्यांनी आशा केली. युद्ध सुरू होते, इतर इतक्या महत्त्वाच्या गोष्टी होत्या, त्यात ही लहानशी गोष्ट कोणाच्या लक्षात येणार नाही...

जवळजवळ आठ लाखांचे सैन्य कुवेतच्या भयानक वाळवंटातून भुकेले, जखमी, विस्कळीत झालेले आणि पराभूत होऊन परतताना डॉ. लैथ बघत होते. ती माघार केविलवाणी होती. पळून गेलेले निरोपे, जिवाच्या आकांताने खरडलेले संदेश, रेडिओ स्टॅटिक. अनेक दिवस गोंधळलेले, दु:खी आणि संतप्त इराकी सैन्य हळूहळू चालत होते. हजारो सैनिक चालत होते. चालून चालून पाय सुजल्यामुळे अनेकांनी बूट काढून टाकले होते. अधिकाऱ्यांनी त्यांचे पददर्शक बिल्ले काढून

टाकले होते. त्यांची आणि त्यांच्या सैनिकांची ताटातूट झाली होती, आपल्या तुकड्या कुठे आहेत हे त्यांना माहीत नव्हते. बसऱ्यातील शवागार पूर्ण भरले होते; मृतदेह रस्त्यात रचून ठेवावे लागत होते. रस्त्यात बेवारशी प्रेतेही होती. सैनिक दुकानांमध्ये, कॅफेमध्ये बसले होते. बागांमध्ये पहुडले होते. दमून फुटपाथवर बसले होते. पाऊस पडत होता. हवेत गारठा होता. त्यांच्या डोळ्यातील वेदना जाणवत होत्या. तैग्रिस नदीवरील पूल बाँबहल्ल्यात उद्ध्वस्त झाले होते. फक्त एक अरुंद तरंगता पाँटून ब्रिज चालू होता, त्यावर रहदारी तुंबली होती. कोणाचेही कशावरही नियंत्रण नव्हते. सैनिक उघड उघड सद्दामला शिव्या देत होते.

अशा गोंधळाच्या आणि भ्रमनिरास झालेल्या स्थितीत डॉ. लैथ यांना स्पेशल फोर्सचे जनरल कमेल सचेत आणि त्यांचा एक वरिष्ठ सहकारी ऑफिसर्स क्लबमधील रिकाम्या बास्केटबॉल कोर्टावर येरझारा घालताना दिसले. कमेल सचेतने छत्तीस तासांपूर्वी कुवेत सोडले होते. अनेक जीप आणि ट्रक यांच्या तांड्याच्या अग्रभागी त्यांची पांढरी मर्सिडिज गाडी स्वत: चालवीत ते 'हायवे ऑफ डेथ'वरून निघाले होते. वॉकीटॉकीच्या शॉर्ट रेंजच्या 'हिस' अशा आवाजाव्यतिरिक्त संपर्कव्यवस्था बंद होती. बाँब, काळ्या धुराचे लोट, वाहनांचे सांगाडे यांच्यामधून वाट काढत जात असताना पहाटेच्या उजेडात वरून जाणारी F-16 विमाने चांदीप्रमाणे चमकत होती. धुळीने माखलेल्या आणि थकलेल्या अवस्थेत इराकच्या सरहद्दीवर पोहोचल्यावर कमेल सचेत यांनी त्यांच्या गणवेषावरील धूळ काळजीपूर्वक झटकली आणि त्यांच्या ड्रायव्हरला कार धुवायला सांगितले. या प्रवासात तो त्यांच्यामागे बसला होता. पराभवाची खूण म्हणून कुवेतची धूळसुद्धा त्यांना न्यायची नव्हती.

ऑफिसर्स क्लबच्या बास्केटबॉल कोर्टवर ते रागारागाने येरझारा घालत होते. ते अतिशय संतापलेले होते आणि त्यांचे बोलणे निर्भय होते. "त्यांच्यामुळे हा सगळा खेळ खतम झाला. आपण माघार घ्यायची नाही असं मला सांगितलं होतं आणि मग अचानक माघार घ्यायचा हुकूम दिला!" ते उघडपणे, संतापून, धक्का बसून बोलत होते. डॉ. लैथ न बोलता ऐकत राहिले. जनरल सचेत सद्दामने नेमलेल्या कुवेतच्या व्हाईसरॉयला – हसन अल-मजीदला – दोष देत होते. त्याचे आदेश चमत्कारिक असायचे. एका दिवशी 'दाढी असणाऱ्या प्रत्येकाला अटक करा' असा हुकूम आला, तर एके दिवशी अमुक एक प्रकारची कार चालविणाऱ्यांना अटक करा असा, तर दुसऱ्या दिवशी चौकडीचा रुमाल डोक्याभोवती गुंडाळलेल्या सर्वांना अटक करा. सगळा मूर्खपणा, अतिरेक...

परतत असताना वाटेत दिसलेल्या काळ्या धुराच्या लोटाप्रमाणे आत धुमसत कमेल सचेत बोलत राहिले. एरवी ते जरा अबोल होते; पण आता नामुष्कीच्या भावनेतून त्यांच्या तोंडातून बाहेर पडणारे शब्द बाँबमधील भेदक खिळ्यांप्रमाणे

वातावरणावर आघात करीत होते. 'त्यांनी आपल्या सैनिकांना जनावरांप्रमाणे मारलं.' डॉ. लैथनी शहरातील सैनिकांच्या मुलाखती घेतल्या. अनेकांनी उघडउघड सद्दामला दोष दिला. १ मार्च १९९१च्या रात्री इंतिफदाचा उद्रेक झाला. त्याच्या एक दिवस आधी डॉ. लैथ यांनी सैन्याच्या मनोधैर्यावर संरक्षणमंत्री साद अल्-जबुरी आणि त्यांचे उपमंत्री सुलतान हशेम यांना तोंडी अहवाल दिला.

त्यांनी शब्दांची निवड काळजीपूर्वक केली. सैनिकांमधे डिस्टेरियाच्या खुणा दिसत असून ते शिवीगाळ करीत आहेत, असे ते म्हणाले. सैनिक सद्दामला शिव्या देऊ लागले आहेत हे त्यांनी सांगितले नाही, कारण सर्वोच्च नेत्याला शिव्या देणे हा मृत्युदंडाची शिक्षा असलेला गुन्हा होता आणि नेत्याला दिलेल्या शिव्या ऐकूनसुद्धा ते वर कळवले नाही तर त्यांनासुद्धा त्या गुन्ह्यात साथीदार म्हणून धरले असते.

सत्तेविरुद्धची बंडाळी सुरू झाली त्याच्या काही तासच आधी डॉ. लैथ शहरातून बाहेर पडले. ते बगदादला घरी गेले आणि खाली मान घालून त्यांनी संशोधनाचे काम पुन्हा सुरू केले. बसऱ्यातील घटना त्यांच्यापर्यंत पोहोचायला काही महिने लागले. २६ ऑक्टोबर १९९१ला लष्करी प्रशासनातील दोघेजण दुपारी चार वाजता त्यांच्या घरी गेले. 'जनरल खाझेमना तुम्हाला भेटायचंय,' असं त्यांनी सांगितलं. जनरल खाझेम त्यांचे मित्र होते आणि हे बोलावणे नेहमीप्रमाणे असणार, असे त्यांना वाटले. त्यांनी लष्करी गणवेष घातला आणि ते गाडीत बसले. गाडीच्या काचा काळ्या होत्या आणि हे नेहमीप्रमाणे नव्हते. गाडीत ड्रायव्हर, एक अधिकारी आणि एक अंगरक्षक होता, हेही नेहमीप्रमाणे नव्हते. तरीही डॉ. लैथ यांनी उगीच चिंता करायची नाही, असा विचार केला. ते जनरल खाझेमच्या ऑफिसात पोहोचले. ते त्यांच्या चांगल्याच माहितीचे होते. अंगरक्षक आणि अधिकारी यांनी डॉ. लैथना स्वागतकक्षात सोडले आणि ते फोन करण्यासाठी निघून गेले. तेव्हा डॉ. लैथनी काहीतरी काळेबेरे आहे असे ओळखले. काही मिनिटांतच रबराच्या तुकड्याने त्यांचे डोळे बांधण्यात आले. त्यांना कधामिया येथील इस्तिखबरातच्या ऑफिसात नेले आणि महिनाभर एकान्त कोठडीत टाकण्यात आले.

डॉ. लैथ बोलता बोलता थांबले. वर बघून ते मला म्हणाले की काही दिवसांपूर्वीच त्यांना ब्रिगेडिअर बारी रस्त्यात दिसले होते.

"त्यांनी तुम्हाला बघितलं का?"

"हो, मला वाटतं. मला त्यांना जाब विचारायचा होता, त्यांनी चूक केली अशी कबुली घ्यायची होती. जेलमधे टाकलेल्या लोकांपैकी काहीजण त्यांच्यावर जुलूम करणाऱ्यांकडून आता नुकसानभरपाईची मागणी करीत आहेत; पण मला वाटतं इराकमधे आता थोडा उदारपणा दाखविण्याची, क्षमावृत्तीची गरज आहे आणि क्षमेची

सुरुवात जे आपल्या चुकीची कबुली देतील, त्यांच्यापासून करायला हवी.

डॉ. लैथ एक महिना एकान्त कोठडीत होते. त्यानंतर त्यांची केस एका न्यायाधीशापुढे आणली गेली. योगायोगाने तो न्यायाधीशसुद्धा त्यांच्या मित्रांपैकीच होता, त्यामुळे त्याला या केसचा न्यायनिवाडा करण्याची इच्छा नव्हती. त्यामुळे त्याने केसमध्ये राजकीय भाग आहे म्हणून ती त्याच्या अधिकारकक्षेच्या बाहेर आहे, असे कारण देऊन केस क्रांतिकारी न्यायालयाकडे (रिव्होल्युशनरी ट्रायब्युनल) वर्ग केली. डॉ. लैथना रमादीजवळ असलेल्या जुन्या बराकीतील तुरुंगात हलविण्यात आले. तिथे इराणी युद्धकैदी ठेवले जात असत. त्या तुरुंगाचा कमांडंटसुद्धा त्यांच्या मित्रांपैकीच होता. त्यामुळे तिथे त्यांना वातानुकूलित खोली मिळाली. वाचायला पुस्तके दिली गेली आणि शुक्रवारी बाहेरच्या लोकांना भेटण्याची परवानगी देण्यात आली. तीन-चार महिने कायद्याचा काथ्याकूट करून झाल्यावर केस पुन्हा पहिल्या न्यायाधीशाकडे पाठविण्यात आली. या प्रकरणात कोणा 'पॉवरफुल' व्यक्तींना रस दिसत नाही, हे लक्षात घेऊन त्याने डॉ. लैथना त्यांनी तुरुंगात जितका काळ काढला तितक्याच दिवसांची शिक्षा सुनावली. काही काळाने त्या न्यायाधीशाने डॉ. लैथना उपकार झाल्यासारखे वाटावे अशा प्रकारे दिलगिरी व्यक्त केली; पण तुरुंगवासामुळे डॉ. लैथमधे बदल झाला होता. त्यांनी त्याच्या लक्षात आणून दिले की त्यांची केस राजकीय प्रकारची आहे, असे म्हणून क्रांतिकारी न्यायालयाकडे पाठविली होती. तिथे त्यांना मृत्युदंडाची शिक्षा झाली असती.

त्यांचे डोळे उघडले होते, परिस्थितीचे नव्याने मूल्यमापन करीत ते घरी गेले. काही आठवडे गेल्यावर जुने मित्र आणि सहकारी नोकरी, बढती, जास्त पगार अशा ऑफर घेऊन येऊ लागले – बगदाद शासनाचे प्रमुखसुद्धा स्वत: त्यांना भेटायला आले; पण त्यांनी सगळ्यांना नकार दिला. त्यांना आपण आपल्या कंपूच्या बाहेर एकटे आहोत असे जाणवले. धास्तीमुळे त्यांना झोप येईनाशी झाली; पण तरीही त्यांनी प्रतिकार केला. एकदा अटक झाल्यावर एखाद्याला पुन्हा त्याचा हुद्दा आणि प्रतिष्ठा दिल्याने तो माणूस कायमचा दबलेला राहतो, हे त्यांनी बघितले होते.

"त्याला अतिशय गुंतागुंतीचे असे मानसशास्त्रीय कारण आहे." डॉ. लैथ यांनी अनेक वर्षे स्वत:चा अभ्यास केला होता. त्यांच्या पूर्वीच्या 'बाथी' जीवनाचा मोह त्यांनी का टाळला होता? मी या लोकांबरोबर का गेलो? मी काय केले होते? या प्रश्नांची उत्तरे मला द्यावी लागली होती.

"१९७९पासून – सद्दाम हुसेनच्या सुरुवातीपासून – गटबाजी पूर्णपणे बंद झाली होती आणि माझी विचार करण्याची कुवत कमी झाली होती. भीती वाटायची. ठरावीक कंपूच्या बाहेर पडणे अशक्य होते, कारण तसे करून तुम्ही शत्रू झाला असता आणि तुमचा जीव धोक्यात आला असता. जे त्या कंपूतून बाहेर पडले,

त्यांना बाहेर ढकलले गेले किंवा धक्क्याने बाहेर काढले गेले. ते सद्दाम हुसेनचे तंत्र होते. धक्का देऊन कंपूच्या बाहेर काढायचे आणि मग तो तुम्हाला पुन्हा आत ओढणार आणि ते तर आणखी वाईट. कारण आता व्यक्ती जास्त भयग्रस्त व्हायची. व्यक्ती परत कंपूत सामील झाली तर भीतीचे जिणे जगणार आणि हुकमाचे आदर्शपालन करणार.''

पुन्हा त्या कंपूत जावेसे न वाटण्यामुळे त्यांना जरा नैतिक दिलासा मिळाला. 'फक्त त्या क्षणी मी जरा धीटपणे वागलो.' त्यांना झोप येत नव्हती. आपल्याला पुन्हा अटक करतील असे त्यांना वाटत होते; पण हा धीटपणा दाखविल्यामुळे ते वाचले. त्यांना १९९६मध्ये इराकच्या बाहेर पडण्यात यश मिळाले. त्यांचे देशाबाहेरचे जीवन कमी प्रतीचे आणि खडतर होते. ते लिबिया, सीरिया आणि शेवटी लंडनला राहिले. त्यांची प्रतिष्ठा आणि पैसा दोन्ही गेले होते. त्यांची पत्नी बुशरा हिला दमास्कसमध्ये एकटीने राहावे लागत होते. तिने बुरखा वापरणे सुरू केले.

''मला हरवल्यासारखे वाटायचे.'' ती म्हणाली, ''मी कुराणचा आसरा घेतला.''

फोटो : १९७०च्या दशकात लैथ आणि बुशरा एका पार्टीत. लैथच्या अंगात रुंद रेघांचा कोट आणि रुंद टाय, बुशराच्या अंगावर पिसासारखा मऊ सॅटिनचा ईव्हिनिंग गाऊन, डोक्यावर पार्टी हॅट्स, दोघांच्या चेहऱ्यावर स्मित. टेबलावर शँपेनची बाटली.

''मी आतून बदललेली नाही.'' बुशरा पुढे म्हणाली, ''मी लोकांशी बोलते; त्यांच्याबरोबर हसते. मी पार्ट्यांना जाते, नाचते. या गोष्टी करायला बंदी नाहीये; पण माझे बाह्य रूप बदलले आहे.''

''मी 'हिजाब'च्या विरुद्ध आहे.'' तिचा नवरा खेदपूर्वक म्हणाला.

''मलाही तो आवडत नाही.'' बुशराने खांदे उडवत सहमती दाखविली, ''पण देवानेच तो आमच्यावर लादला आहे.''

''त्याचा इस्लामशी संबंध आहे.'' डॉ. लैथने समजविण्याचा प्रयत्न केला, ''माझी पत्नी आता हिजाब वापरते, तिला त्याचा धार्मिक आधार वाटतो. तिचे वडील धार्मिक वृत्तीचे होते; पण मुलगी असूनही त्यांनी तिला तो वापरायला लावला नाही. एवढेच नाही तर ते तिला फॅशनेबल कपडे आणायचे. १९६०-७०च्या काळात आम्ही बगदादमध्ये हिंडायचो तेव्हा दिवसभरात क्वचित एखादी बाई काळा हिजाब घातलेली दिसायची आणि ही वेडीबिडी आहे की काय असे आम्ही तिच्याकडे बघायचो; पण अरब देश आणि इस्लामी देश दबावाखाली आहेत. कम्युनिझम, बाथिझम वगैरे तत्त्वज्ञानांनी त्यांच्या समस्या सुटत नाहीत हे त्यांनी बघितले. ते पुन्हा

धर्माकडे वळले. सुरक्षिततेसाठी. ते तोडग्याच्या शोधात आहेत.''

''तोडगा कशावर?''

''हा धर्म आम्हाला पिंजऱ्याप्रमाणे वाटतो. १९५०-६०पासून आमची आर्थिक स्थिती खालावत आहे. या संपूर्ण विभागात सुरक्षितता नाहीये. समस्यांवर तोडगे नाहीयेत. पॅलेस्टाइन, सुरक्षितता, शासन अशा अनेक समस्या आहेत.

फोटो : लैथ स्वच्छ पांढऱ्या दिशदशामधे, मक्केत हजसाठी, १९७३.

''पूर्वेकडील समाजातसुद्धा एक प्रकारचे वैफल्य आले आहे आणि तेही त्यांच्या धर्माकडे वळत आहेत असे मला समजते.''

''आत्मविश्वासाचा अभाव? नैतिक अध:पतन हे त्यामागचे कारण असेल का?''

''निश्चितच.''

डॉ. लैथ खुर्चीत मागे सरकून बसले आणि जर्मनीत, अमेरिकेत शिकलेल्या, समृद्धीत असणाऱ्या पण दूर असणाऱ्या मुलांचे फोटो दाखवू लागले.

''पण मी एक गोष्ट केली.'' ते आठवण झाल्याप्रमाणे मला सांगू लागले, ''आणि नंतर मला सार्जंट मोहम्मद आणि इराकमधून बाहेर पडून पुन्हा उभे राहू पाहणाऱ्या इतर अधिकाऱ्यांची आठवण आली.'' डॉ. लैथ पुढे म्हणाले, ''मी नकार दिला ही एक फार चांगली गोष्ट केली.''

◆

९

उठाव

सद्दामने त्याची सर्व ताकद आणि खोटा गर्व एकत्र करून एक मोठी लाट निर्माण केली होती. ती फुटून त्या ऊर्जेतून पाण्याचे शिडकावे, वर्षाव, बराच फेस, आवाज आणि गोंधळ निर्माण झाला होता.

कमेल सचेत बसरामधे होते. थकलेले सैनिक इतस्तत: हिंडत होते, वरिष्ठ अधिकारी वाट बघत होते, लोक संतापाने खदखदत होते. १ मार्च १९९१ला, अध्यक्ष बुश यांनी युद्धविराम जाहीर केल्याच्या दुसऱ्या दिवशी एका इराकी रणगाड्यातील सैनिकाने सद्दामच्या मोठ्या चित्रातून तोफ डागली : भीतीच्या भिंतीला भगदाड पडले. कमेल सचेत सरकारी नंबर प्लेट असलेल्या त्यांच्या पांढऱ्या मर्सिडिजमधे होते. त्यांचा नेहमीचा ड्रायव्हर, त्यांचा पुतण्या अब्दुल कादीर गाडी चालवीत होता. पुढच्या सीटवर एक निष्ठावान लेफ्टनंट होता. ते शट् अल अरबच्या किनाऱ्याजवळ पोहोचत होते, इतक्यात हुल्लडबाजी करणारा एक जमाव पुढे आला, त्यांनी गाडीवर दगडफेक केली; गाडीच्या काचांना तडे गेले. गोळीबार झाला. कमेल सचेतने गाडी सोडून पळायला सांगितले. पिस्तुलाने गोळ्या झाडत ते पुढे जाऊ लागले. त्यांच्या मागे गाडीतील दोघेजण होते. ते कोपऱ्यावर वळले, बाजूच्या एका छोट्या रस्त्याने जात, एक चौक पार करून रिपब्लिकन पॅलेस संकुलाच्या प्रवेशद्वारापाशी पोहोचले; पण पॅलेसचे अजून बांधकामच चालू होते आणि आत लष्कर नव्हते. त्यांनी दरवाजा ठोठावला, 'उघडा', 'उघडा' म्हणून ओरडा केला. आतील गार्ड भांबावला. कमेल सचेत ओरडले, ''मी जनरल आहे. दार उघडा. आम्ही संकटात आहोत.'' पण गार्डने दरवाजा उघडेपर्यंत जमाव त्यांच्यापर्यंत येऊन पोहोचला होता. एकाएकी चमत्कार व्हावा त्याप्रमाणे रणगाड्यांचे एक पथक कोपऱ्यावरून त्यांच्या दिशेने वळले. दंगेखोरांची पांगापांग झाली आणि ते गल्लीबोळातून पळून गेले. टँक

कमांडरने त्या तिघांना उचलून त्याच्या रणगाड्यात घेतले. त्याने कमेल सचेतकडे आदेशाकरिता बघितले. ''तुमच्या हेडक्वार्टरला परत चला. तिथे आपल्याला जास्त माहिती मिळेल.'' त्यांना गोळीबाराचा आवाज ऐकू येत होता आणि इमारतींच्या मधल्या जागेतून अधूनमधून काळा धूर दिसत होता. रणगाडा हळूहळू उलट्या दिशेने वळून मोकळ्या रस्त्यातून जाऊ लागला. जमावाचा आवाज कुठून येत आहे याचा ते अंदाज घेऊ लागले; पण आवाज विखुरलेला होता. ते मर्सिडिजजवळून गेले. तिच्या काचा फुटल्या होत्या. तिला पेटवून देण्यात आले होते.

उठावाच्या पहिल्या काही दिवसांत जनतेच्या खऱ्या आणि उत्स्फूर्त क्षोभाचा आणि नैराश्याचा प्रत्यय येत होता. कोणीही काहीही करावे अशी स्थिती. सैनिकांतील असंतोष आणि त्याच्या जोडीला दक्षिणेतील शियांमध्ये साचलेला द्वेष ('ते टिक्रीतीचे लुटारू, सुन्नी धेंडांना बरोबर घेऊन स्वत:चे खिसे भरत आहेत,' अशीच प्रतिक्रिया होती.). या उठावाचे लोण बसऱ्याहून नसिरियेला, तेथून अमारा, कूट, करबला, नजफ इथपर्यंत पोहोचले. पार्टीची ऑफिसे जाळण्यात आली, ज्यांच्याबद्दल असंतोष होता त्या अधिकाऱ्यांना टांगण्यात आले. ऑफिसे लुटली गेली आणि मग भिंतींवर लिहिलेल्या सद्दामविरोधी घोषणांवर अयातोल्ला खोमेनीची पोस्टर्स दिसू लागली. शिया बद्र ब्रिगेड, सुप्रीम काउन्सिल फॉर इस्लामिक रिव्होल्यूशन इन इराक यांचे 'सैनिक' काळ्या शर्टात फिरू लागले, मिनारांवरून मुल्ला घोषणा देऊ लागले आणि इराणी सैनिकांनी सरहद्दीवरून गुपचूप येऊन चौक्या उभारल्या.

बसरात सर्वत्र उठाव झाला पण उठाव करणाऱ्यांना शहरावर संपूर्ण नियंत्रण मिळविता आले नव्हते. बसरा हे कुवेतच्या मोहिमेचे केंद्र होते आणि त्यामुळे शहरात आणि सभोवार अनेक तळ होते. संरक्षणमंत्री, लष्करप्रमुख आणि इतर अनेक वरिष्ठ सेनाधिकारीसुद्धा बसऱ्यात होते. सुरुवातीच्या काळात कमेल सचेत बसऱ्यालाच दहाव्या बटालियनच्या हेडक्वार्टरमधे राहात होते. तळाभोवती उंच भिंतीची तटबंदी होती आणि कुवेतला न गेलेल्या ताज्या दमाच्या हजारएक सैनिकांच्या तुकड्या होत्या. त्यामुळे तळ अगदी सुरक्षित होता. अब्दुल कादीरने मला सांगितले की त्यांना मोडकी खिडकी असलेली एक रिकामी खोली मिळाली आणि ते तिघे तिथे लपून राहिले. तो भात शिजवायचा आणि सूपचे टिन साफ करायचा. गोळीबार जोरात पण अधूनमधून! कमेल सचेत शांत होते.

हमदानी माघार घेताना जखमी झाले होते (पायात एक वरवरची जखम; अमेरिकन बॉंबमधील खिळे.). ते वाळवंटातील एका तळावर पोहोचले. ते माघारीत एकत्र येण्याचे ठिकाण होते. काही काळाने ते बगदादला पोहोचले. घटना घडत होत्या. क्रिया आणि प्रतिक्रिया असेच त्यांचे स्वरूप होते. एकसंध अशी योजना नव्हती. प्रत्येकजण एकमेकाला विचारायचा, 'काय चाललंय?' ते म्हणाले. त्या

वेळी अनेकजण कमेल सचेतसारखे लोंबकाळलेल्या स्थितीत असतील.

राष्ट्राध्यक्ष जॉर्ज बुश यांनी व्हॉईस ऑफ अमेरिकावर भाषण करून उठावाला उत्तेजन दिले. 'इराकी सेना आणि इराकी जनतेने सूत्रे आपल्या हातात घ्यावी,' असे आवाहन त्यांनी केले. आकाशात अमेरिकन जेट विमाने टेहळणीची उड्डाणे करीत होती, जमिनीवर आघाडीची पथके आणि रणगाडे यांनी वाळवंटातून पळणाऱ्या इराकींचा पाठलाग केला आणि इराकी सैन्य स्वत:च्याच शहरांवर तोफगोळ्यांचा मारा करताना बघत थांबले; पण इराणी परिस्थितीचा फायदा घ्यायला लागले आणि दक्षिणेतील शियांमधे त्यांचा हात उघडपणे दाखवू लागले. त्यामुळे इराण्यांनी दक्षिण भागावर नियंत्रण मिळविण्याचा धोका अमेरिकेला पत्करायचा नव्हता. इराण्यांपेक्षा ओळखीचा इराकी सैतान बरा, असा त्यांनी विचार केला. अमेरिकेने त्यांच्या आघाडीच्या तुकड्या वाळवंटातच ठेवल्या असत्या आणि थेट हस्तक्षेप केला असता तर उठाव यशस्वी होण्याची शक्यता होती; पण त्यांच्यात बगदादपर्यंत पुढे जाण्याची राजकीय इच्छाशक्ती नव्हती. त्या वेळचे संरक्षण सचिव डोनाल्ड रुम्सफेल्ड नंतर म्हणाले, 'आम्ही बगदादपर्यंत गेलो असतो तर आजही आमची सेना तिथे अडकून पडली असती. आम्हाला देशाचा कारभार चालवायला लागला असता. आम्हाला आमच्या पूर्ण सेनेला बाहेर येऊन घरी परतणे शक्य झाले नसते.'

त्या बंडाळीच्या काळात कमेल सचेतच्या मनात कोणते विचार येत होते, ते मला माहीत नाही. अब्दुल कादीरने मला सांगितले की त्याच्या काकांबद्दल उठाववाल्यांना सहानुभूती होती; बंडखोरांमधे त्यांचेही अनेक सैनिक निश्चित होते; पण सैन्याचा विनाश, पराभवाची नामुष्की आणि एकूणच त्या सर्व प्रकारचा मूर्खपणा यावर ते अतिशय संतापलेले होते, तरीही सैन्यातून पळून जाणे त्यांना अजिबात मंजूर नव्हते. त्या सगळ्या गोंधळात सैनिक आणि अधिकारीसुद्धा गणवेषावरील पट्ट्या ओढून टाकताना आणि गणवेष देऊन दिशदशा घेताना त्यांना दिसले. ''मी कधीही माझ्या खांद्यावरील हुद्द्याचे चिन्ह काढणार नाही.'' ते म्हणाले. त्यांना इराणने फूस देऊन निर्माण झालेली अंदाधुंदीसुद्धा सहन होत नव्हती. त्यामुळे राष्ट्राच्या सुरक्षेलाच धोका निर्माण होत होता. हमदानी म्हणाले की कमेल सचेतच्या मते, उठाव आणि इराणचा हस्तक्षेप झाला नसता तर सैन्याने आणि रिपब्लिकन गार्डनेसुद्धा सद्दाम हुसेनच्या विरोधात मोठी चळवळ केली असती.

अधिकारी इतस्तत: विखुरलेले होते. ते वाळवंटातून चालत घरी गेले, गणवेष काढून टाकून दारू पीत किंवा प्रार्थना करीत घरी बसले, काहीजण नातेवाइकांच्या घरांमधे लपले, कामावर हजर होण्याच्या बोलविण्याकडे त्यांनी दुर्लक्ष केले. ते अस्वस्थपणे खालच्या आवाजात आपापसात बोलू लागले. सद्दामने त्याच्या अगदी जवळचे अली हसन अल्-मजीद आणि त्याचा चुलतभाऊ आणि जावई हुसेन कमेल

यांच्या साहाय्याने उठाव मोडून काढला. त्यांनी मिळतील ते अधिकारी गोळा केले, मुखबरातचे गुंड आणि अंगरक्षक यांना वापरून सापडतील ते सैनिक घेऊन सैन्य उभे केले. ते म्हणाले, ''हे काही यादवी युद्ध नाही.'' इराकच्या अठरा प्रांतांपैकी चौदा प्रांतांमधे बंडाचा उद्रेक झाला होता. मोसूल आणि बगदाद सोडून इतर सर्व महत्त्वाच्या शहरांमधील पार्टीची ऑफिसे आणि सैन्याच्या छावण्या उद्ध्वस्त झाल्या होत्या. त्यांनी त्याला 'देशद्रोह! पाठीत खंजीर खुपसणारा देशद्रोह!' म्हटले. उठाव हा एक अमेरिकन-इराणी डाव होता आणि ज्यांनी त्यात भाग घेतला ते देशद्रोही होते.

इराकी लोक मला अनेकदा गमतीने म्हणायचे की इराकी 'शिरुगीं'चा ('मठ्ठ' या अर्थी बोलीभाषेतील शब्द) बेबंद समुदाय आहे आणि त्यांच्यावर नियंत्रण ठेवण्यासाठी 'डंडा' आणि कोणीतरी कडक माणूसच लागतो. सद्दाम हा खुनी आणि हलकट माणूस होता; पण तो परिणामकारक होता, लोक त्याला मानायचे. तो स्वत:ची तुलना सलादिन या विजयी योद्ध्याशी करायचा. त्याने त्याचे नाव बाबिलोन येथील नेबुचनझरच्या राजवाड्यावर कोरले होते. उठाव झाला तेव्हा त्याने टेबलावर मूठ आपटली आणि त्याच्या संतापाचे अस्त्र सोडले.

एकदा बगदादला असताना त्याच्या संतापाच्या प्रतिनिधीशी माझी गाठ पडली. एमद हा त्या सत्तेतील एक 'आदर्श' माणूस होता. तो सद्दामच्या अंगरक्षक रेजिमेंटमधे होता. तो त्याच्या मालकाची प्रतिकृती होता. 'मला खुनी म्हणतात' असे तो अभिमानाने सांगायचा. 'मला चक्रम म्हणतात... मला मिस्टर मिशावाल म्हणतात,' एमदला सद्दाम म्हणजे देवाच्या खालोखाल बलवान वाटायचा. 'माझे त्याच्यावर खूप प्रेम होते, अजून आहे. खरं म्हणजे तो आतून फार चांगला माणूस होता. फक्त ते टिक्रीटी दुष्ट होते आणि ते सर्वत्र होते. त्याला पकडलं तेव्हा मी रडलो. त्यांना त्याला असं भोकात कधीच पकडता आलं नसतं. ते काहीतरी दुसरंच होतं. ड्रग, चलाखी. त्याने नजर खाली वळविली. 'दुसऱ्या दिवशी तो 'तो' नव्हताच असं कळलं, मी फसलो होतो. मी इतक्या गोळ्या हवेत झाडल्या की विचारू नका. मी जवळजवळ पाच पट्ट्या संपविल्या.'

एकदा सद्दामच्या एका नातेवाइकाने बायकोला घटस्फोट दिला आणि तो एका तरुण मुलीच्या मागे लागला होता; सद्दामला ते आवडले नाही आणि त्याने त्याला बोलविले. सद्दामने त्याला पुन्हा बायकोबरोबर राहायला सांगितले. त्याला त्याने नकार दिला. सद्दामने पिस्तूल काढले आणि त्याने एका सेकंदात निर्णय घेतला चुटकीसरशी! एमदने ही गोष्ट सांगितली. त्याला असा ठामपणा आवडायचा. त्याला तो शूरपणा वाटायचा. त्याने त्याच्या दोन डोळ्यांच्यामधे गोळी घातली.

त्या मार्चमधे हुसेन कमेलच्या 'खास शासना'तील एका तुकडीला घेऊन एमद शियांच्या करबला या पवित्र शहरातील बंडाळी मोडून काढायला गेला. त्यांनी भरपूर पैसे बरोबर घेतले. ते रस्त्यावरच्या मुलांना देऊन बंडखोर कुठे लपले आहेत, हे विचारायला लागले. ते घराघरात गेले आणि मारत सुटले. एमद म्हणाला की एका घरात त्याने एका माणसाचा गळा कापला आणि सोफ्यावर बसलेल्या एकाला गोळी घातली. आई आणि तिची मुले आत असलेल्या एका घरात त्याला आर.पी.जी. ग्रेनेड फेकायचा हुकूम देण्यात आला, तो मानायला त्याने नकार दिला. त्याच्यावरचा अधिकारी संतापला आणि त्याने हुसेन कमेलला हे फोनवर कळविले.

हुसेन कमेलने त्याला बोलावून घेतले – "मिस्टर मूछवाले, इकडे या. तुझी मर्जी चालेल असं तुला वाटतं? मी राष्ट्राध्यक्षांचा भाऊ आहे."

एमदने त्याला सलाम केला.

"तू दिलेली आज्ञा पाळत का नाहीस?"

एमदचे गुडघे थरथरायला लागले. त्याने लहानसहान कारणांसाठी लोकांना गोळ्या घातलेल्या बघितले होते; पण त्याला मारून गोळी फुकट जाणार असे हुसेन कमेलला पटले आणि त्याला फक्त तुरुंगवासाचीच शिक्षा मिळाली.

तुरुंगात त्याला जबरदस्त मारपीट करण्यात आली. अंग सोलेपर्यंत फटके मारण्यात आले आणि मग मूत्राने भरलेल्या एका टाकीत त्याला टाकून दिले. त्याला सोडल्यावर त्याला उपचारासाठी शासनाच्या खास इस्पितळात पाठविण्यात आले आणि बरा झाल्यावर जणू काहीच घडले नाही असे दाखवून त्याला पुन्हा कामावर घेण्यात आले.

एमद हा काही सुशिक्षित नव्हता, पश्चात्ताप करणे, भावनात्मक विश्लेषण करणे हे त्याच्या स्वभावात बसत नव्हते; पण आपली प्रतिमा एक वाईट माणूस अशी आहे हे जाणण्याइतकी कल्पनाशक्ती त्याच्याकडे होती आणि आपल्याला थोड्या माणुसकीची दुसरी बाजूही आहे हे दाखवण्याचा त्याचा प्रयत्न होता. तो मला म्हणाला की त्याला सतत एक स्वप्न पडत होते, त्यात त्याला एक कामगिरी देण्यात आली; पण ती पूर्ण करणे त्याला शक्य झाले नाही आणि त्याने करबलाला एका माणसाला भोसकून मारले होते, ते दृश्य सतत त्याच्या स्वप्नात येत होते. एका धार्मिक शेखने 'तू क्षमेची प्रार्थना कर आणि एका बकरीचा बळी दे' असे त्याला सांगितले. पण ते करूनही त्याला शांतता मिळत नव्हती. 'मी संतापलो तर एखाद्याला बेसुमार मारू शकतो.' त्याचे वडील गेले तेव्हा त्याला बधीर झाल्यासारखे वाटले होते. त्यांचा मृत्यू होऊनही तो अलिप्तासारखा वागला होता; पण रस्त्यावर एखादा मुलगा भीक मागतोय अशा साध्या दृश्यानेसुद्धा त्याच्या डोळ्यात पाणी यायचे. १९९०च्या आसपास एमदला उदयच्या अंगरक्षक तुकडीत घातले गेले.

गाड्या, मुली, हिंसक मारामाऱ्या याचे सत्र सुरू झाले. त्याने एकदा उदयला एका माणसाचे डोळे त्याच्या बायको आणि मुलाच्या समोर फोडताना बघितले होते. उदयने एकदा मस्करी म्हणून त्याला स्विमिंग पूलमध्ये बुडवायचा प्रयत्न केला. एमदला हे सगळे सोडून द्यायचे होते; पण ते अशक्य होते. त्याने मला सांगितले की काही काळ मोकळीक मिळावी यासाठी त्याने स्वत:च त्याचा हात मोडून घेतला आणि तो जुळून यायला शक्य तितका जास्त वेळ लागावा यासाठी त्यावर मासा ठेवून बँडेज गुंडाळले.

'दुसऱ्यांचे हालहाल करणाऱ्या यंत्रणेचे मानवी भागसुद्धा त्याच्या बळींइतकेच असमाधानी दिसले. याचा अर्थ हाच की त्या यंत्रणेच्या अस्तित्वाला कोणतेही संयुक्तिक कारण नाही.' मी माझ्या वहीत नोंद केली.

कुवेतहून सैन्य परत आल्यावर कमेल सचेतच्या कुटुंबीयांना तीन आठवडे झाले तरी त्यांच्याबद्दल काहीच कळले नव्हते. मार्चच्या अखेरीस एके दिवशी संध्याकाळी अचानक ते थकलेल्या आणि खिन्न स्थितीत घरी आले. आल्यावर त्यांनी प्रत्येक मुलाचे चुंबन घेतले. ते स्वागतकक्षातच जमिनीवर बसले. उम ओमरने त्यांच्यासाठी काहीतरी खायला आणले. मुले त्यांच्याभोवती बसली. बोलत असताना त्यांच्या डोळ्यांत लाल छटा आली. थोपविलेल्या अश्रूंमधून संताप ओसंडू लागला. पूर्वी कधीही केली नाही अशा प्रकारे त्यांनी सद्दामवर टीका केली. सद्दामने त्यांना 'माघार नाही' असे सांगितले होते आणि मग शेवटच्या क्षणी खरं म्हणजे तो क्षण निघून गेल्यावर त्यांनी माघार घेण्याचा हुकूम दिला. 'आम्ही सहा महिने सहज टिकून राहिलो असतो!' पण आता सगळे काही संपले होते. 'आपल्याकडे जी लष्करी ताकद होती ती खतम झाली!' त्यांचे सैन्य गेले. ज्या लोकांना घेऊन ते इराण-इराकचे युद्ध लढले होते, ते किती शूर होते त्यांना माहीत होते. त्यांच्या लाडक्या शादवानने त्यांना कधीही पराभूत होऊन घरी आल्याचे बघितले नव्हते. त्यांनी थेट सद्दामवर टीका करतानाही तिने कधीच ऐकले नव्हते. 'त्यांना लाज वाटत होती.' ती मला म्हणाली, 'ते आमच्या डोळ्याला डोळा देत नव्हते.'

दुसऱ्या दिवशी सकाळी ते मोसुलला गेले. उत्तरेत कुर्दांनीसुद्धा पुन्हा गडबड करायला सुरुवात केली होती, पण थोड्याच दिवसांत पेशमर्गांना किर्कूक आणि एरबिलमधून हाकलून देण्यात आले. गॅसहल्ल्याच्या भीतीने लोक घरे सोडून डोंगरात पळाले आणि तुर्की सरहद्दीवर जाऊन अडकले.

कमेल सचेतने मोसूलमधे काय केले हे मला माहीत नाही आणि इंतिफदाच्या आधी महिनाभर ते कुठे होते, याबद्दल दुमत आहे. त्यांच्या एका जुन्या अंगरक्षकाने (त्यांचा एक नातेवाईक त्या भागाजवळ असलेल्या तुकडीत होता, त्याच्याकडून

त्याने ऐकले.) मला सांगितले की त्यांना इराणच्या सरहद्दीजवळील अमारा येथे बंडाळी मोडण्यासाठी पाठविले होते. अब्दुल कादीर म्हणाला की बंडाळीचा महिनाभर त्याने बसरात घालविला आणि त्याने त्या मोडक्या खिडकीत बसून राहण्याशिवाय दुसरे काहीही केले नाही.

कुवेतच्या फजितीनंतर अधिकारीवर्गात निर्माण झालेल्या बंडाच्या भावनेबाबत हमदानी म्हणाले ते बहुतेक बरोबर असावे. बंडखोरांना मोडून काढून सामूहिक थडग्यांमधे पुरल्यानंतरच्या आठवड्यांमधे अनेकांच्या मनात पश्चात्तापाची लाट पसरली. सद्दामने पूर्ण वरिष्ठ अधिकारी वर्ग साफ केला. ज्यांनी त्याच्या माघार घेण्याच्या आज्ञेवर टीका केली ते, बंडाळीच्या काळात ज्यांनी पूर्ण निष्ठा दाखवली नाही ते घरात लपले, ज्यांनी काहीतरी कारणे दिली ते अशा अनेकांचा त्यात समावेश होता. कमेल सचेतच्या कुवेतमधील साहाय्यकाला गोळ्या घातल्या गेल्या. बरखला गोळ्या घातल्या. स्पेशल फोर्स विसर्जित करण्यात आला. १९९१नंतर सद्दामने सेनेवरील लक्ष काढून घेतले आणि त्याऐवजी त्याचे आवडते रिपब्लिकन गार्ड आणि सद्दाम फिदायीन यांच्यावर तो खर्च करू लागला. त्याच्या आवडत्या एकनिष्ठ अधिकाऱ्यांना त्याने टोयोटा पिकअप ट्रक आणि अवमूल्यन होत चाललेल्या गुळगुळीत सद्दाम दिनारांच्या थैल्या दिल्या. सेनादिनाच्या दिवशी पायदळाने काडतुसे नसलेल्या बंदुका घेऊन इराण-इराक विजय स्मारकापुढे हातात पांढरे मोजे घालून संचलन केले (राष्ट्राध्यक्षावर गोळ्या झाडण्याचा मोह कोणाला झाला तर या शंकेने काडतुसे काढून घेतली होती.).

कमेल सचेतला चीफ ऑफ स्टाफबरोबर बैठकीसाठी बोलविले गेले. ते नशीबवान होते, त्यांना सेवानिवृत्ती देण्यात आली. बाहेर आपापल्या नशिबाची वाट बघत थांबलेल्या त्यांच्या सहकाऱ्यांनी त्यांचे अभिनंदन केले, त्याचा त्यांनी सस्मित स्वीकार केला, त्यांना सुटल्यासारखे वाटले. ते त्यांच्या नव्या मर्सिडिजमध्ये बसून हायवेने अबूघरीब पार करून वेगाने निघाले. त्यांना वेगाने गाडी चालवायला आवडायचे. आत वाळवंटात पोहोचल्यावर त्यांनी वर्तमानपत्रांवर पेट्रोल टाकून जाळ पेटविला आणि त्यांचा लष्करी गणवेष जाळून टाकला. कुवेतने त्यातील सन्मान धुवून काढला होता आणि हे छोटेसे कृत्य करून त्यांना किंचित दिलासा मिळाला. वाऱ्यामुळे धूर त्यांच्या दिशेने येऊन त्यांचे डोळे चुरचुरू लागले आणि उग्र वास नाकात भरला.

त्यानंतर ते त्यांचा बराच वेळ हिल्लाजवळच्या त्यांच्या शेतावर घालवू लागले. कधीकधी ते त्यांच्या मुलांनाही घेऊन जात; पण बहुतेक वेळा ते एकटेच असत. साधा दिशदशा घालून ते फळझाडांची पाने छाटायचे, शेताला पाणी पुरविणाऱ्या शेजारच्या छोट्या नदीच्या काठाने फिरायचे. प्रार्थना करायचे आणि त्यांनीच बांधलेल्या

मशिदीत जायचे. त्यांनी हजला जाण्यासाठी परवानगी मागितली; पण ती नाकारली गेली. त्यांना हाताने काम करायला आवडायचे. आपल्या आधीच्या आयुष्यातून ते पूर्णपणे बाहेर पडले आणि आपल्या शेताची मशागत करू लागले. मला अनेक लोकांनी सांगितले की त्या काळात त्यांनी सचेतना अगदी तणावमुक्त आणि समाधानी बघितले.

त्यांचा हा सुखाचा काळ फार टिकला नाही. जानेवारी १९९२मध्ये 'आर्मी' डेच्या दिवशी त्यांना राजवाड्यातून बोलावणे आले.

व्हीडियो दृश्य : राजवाड्यातील पांढऱ्या भिंतींवर सोनेरी वेलबुट्टी असलेला प्रशस्त दिवाणखाना, पदके लावलेल्या गडद हिरव्या गणवेषातील जनरल्सनी भरलेला, त्यात हुसेन कमेलही दिसत होते, छातीवर सोनेरी दोऱ्या. त्यात निळा सफारी सूट घातलेले कमेल सचेत विसंगत वाटत होते. ते सद्दामशी हस्तांदोलन करण्यासाठी पुढे जातात. भरदार मनगट आणि त्यावरील टरारलेल्या रक्तवाहिन्यांवरून त्यांच्या बलवान शरीराची कल्पना येते. त्यांच्या पकडीत जोर आहे. ते पुढे झुकतात, राष्ट्राध्यक्षांच्या खांद्यांवर प्रेमाने हात ठेवतात, मग जरा मागे होऊन सद्दामच्या हातावर आपला दुसरा हात ठेवून आपली एकनिष्ठा दाखवितात.

सद्दाम जोशपूर्ण आवाजात विचारतो, ''कमेल! तू नागरी पोषाखात का? आम्हाला तुला गणवेषाशिवाय बघायची सवय नाही!''

''मला आता निवृत्त करण्यात आले आहे.'' कमेल सचेत उत्तरतात.

सद्दाम त्याचे कोल्ह्यासारखे 'हे, हे, हे' असे हास्य करतो. ''तुला नागरी पोषाखात बघितलेले मला आवडत नाही.''

त्यानंतर थोड्याच दिवसांनी सद्दामने त्यांची गेसग प्रांताचे गव्हर्नर म्हणून नेमणूक केली.

◆

१०

भला खलिफ

बगदादमधील ब्रिटिश वकिलातीने पत्रकारांसाठी आयोजलेल्या सहलीबरोबर मी फेब्रुवारी २००५मध्ये मेसनला गेले. आम्हाला एकामागून एक हाडे खिळखिळी करणाऱ्या विमानांनी जावे लागले : ग्रीन झोन ते विमानतळ प्युमा हेलिकॉप्टरने, विमानतळावरून बसऱ्यापर्यंत C-130 मालवाहू विमानाने; बसरा ते अबू नजी (प्रांताची राजधानी अमाराच्या बाहेर असणारा ब्रिटिश तळ) सी किंगने. या प्रवासाला द्राविडी प्राणायामाचा प्रकार झाला, असे म्हणणेसुद्धा कमीच होईल. एका वर्षापूर्वी मी अमारातून बसऱ्याला कारने गेले होते. ते बगदादपासून फक्त दोन तासांच्या अंतरावर होते. आता इराकमधे कुठेही हायवेने जाणे अतिशय धोक्याचे झाले होते (कुर्दिस्तान सोडून) – उन्हाळ्यात माझ्या दोघा मित्रांचे अपहरण करण्यात आले होते आणि परदेशी पत्रकारांची किंमत तर खूपच जास्त झाली होती. अगदी बगदादमधेसुद्धा कोणत्याही भागात कारने जाणे अतिशय धोक्याचे होते. कोपऱ्या-कोपऱ्यावर बंदूकधारी बंडखोर होते. ते मुलाखतीचे आमिष दाखवायचे. अचानक बंदूकयुद्ध सुरू व्हायचे. कारबाँब, पिकअप ट्रक भरून वेगवेगळ्या प्रकारचे कॅमूफ्लाज घातलेले सैनिक, कानटोप्या, कलाश्निकोव बंदुका दिसायच्या. पोलीस, कमांडो, इराकी सेना, मेहदी सेना, मिलिशिया असे काहीही दिसायचे. मी नेहमी एक मोठा काळ्या तंबूसारखा अबाया घालून कारमधे मागे बसायचे, दर तासाला एका मित्राला माझा ठावठिकाणा एसएमएस पाठवून कळवीत राहायचे आणि कधीही रस्त्यातून चालायचे नाही, अशी काळजी घ्यायचे.

आता लोक त्यांच्या गावांना कसे परतत आहेत, दलदलीत पुन्हा पाणी कसे सोडले आहे, अशी 'यशोगाथा' प्रत्यक्ष बघण्यासाठी आम्हाला अमाराला आणखी एका हेलिकॉप्टरमधे घालून दक्षिणेकडे नेण्यात आले. वरून जाताना इराण-इराक

युद्धाच्या आणि सँक्शन्सच्या दशकातील लुटारूंच्या चकमकी यांच्या खुणा दिसत होत्या. जमीन एखाद्या सोडून दिलेल्या युद्धभूमीप्रमाणे दिसत होती; तिरपे-तारपे व्रण, खाचखळगे, खंदक, तोफांचे मोर्चे, प्रेते पुरलेली शेते, टायर ट्रॅक, झुडपातून सापाप्रमाणे जाणाऱ्या पायवाटा, तोफगाड्यांनी क्षितिजापर्यंत नांगरलेली जमीन, असे दृश्य होते. काही ठिकाणी जणू काही हाडाची भुकटी पसरलेली आहे की काय असे वाटावे असे जमिनीतून वर आलेले मीठ दिसत होते. हेलिकॉप्टरने उडविलेल्या धुळीच्या लोटात आम्ही खाली उतरलो आणि लँडरोव्हर्सच्या ताफ्यात जाऊन बसलो. मातीच्या घरांची खेडी, म्हशी आणि डोळ्यांभोवती माशा घोंघावणारी मुले यांच्यामधून धाडधाड जाऊ लागलो. विस्तीर्ण सरोवराच्या काठावर रिबिनींप्रमाणे खेडी मागे पडत होती. सरोवराच्या निळ्या पाण्यात, उतरणीला लागलेल्या सोनेरी प्रकाशात, हिरव्यागार जलपर्णींनी भरलेली सपाट बुडाची एक नाव अजून माझ्या डोळ्यांपुढे येते. आम्हाला पुन्हा हेलिकॉप्टरमधे कोंबून कँपला परत नेण्यात आले. टोस्टवर उसळ आणि जोडीला मॅरमाइटची छोटी पाकिटे भरविण्यात आली आणि एका पत्रकार परिषदेत सोडण्यात आले. आमचे मेंदू इतके हादरले होते की आम्हाला एखादा प्रश्नही धडपणे विचारणे कठीण झाले.

दुसऱ्या दिवशी आम्हाला वेल्श गार्ड्सच्या तुकडीच्या संरक्षणात अमाराच्या बाजारातील अरुंद गल्ल्यांमधून हिंडविण्यात आले. आम्हाला सक्तीने चिलखते घालावी लागली होती. दुकानदार आमचे परके गोरे चेहरे आणि आमच्या रक्षकांची रांग काहीशा संशयाने आणि मूकपणे न्याहाळत होते. काळे पागोटे, काळी दाढी आणि काळे स्मित असलेला आणि बघणाऱ्याकडे आरोपदर्शक तर्जनी रोखलेला मोक्तदाचा चेहरा असलेली पत्रके बाजाराच्या गल्ल्यांमधे सर्वत्र चिकटवलेली होती. आम्ही थांबून लोकांशी बोलण्याचा प्रयत्न केला; पण आमचे रक्षक त्यांच्या सबमशीनगनच्या घोड्यावर बोट ठेवून ती रोखूनच होते आणि कुठेही रेंगाळण्यापासून आम्हाला परावृत्त करीत होते.

हसतमुख शिया आणि पुन्हा मतदान करता येऊ नये म्हणून निळ्या खुणा केलेली त्यांची बोटे यांच्यामुळे लक्षात राहावीत अशी इराकी पार्लमेंटची पहिली निवडणूक होऊन दोन आठवडे झाले असतील. मोक्तदाच्या गटाने अमारामधील काउन्सिलवर नियंत्रण मिळविले होते आणि मोक्तदाच्या मेहदी सेनेचे त्या आधीच्या उन्हाळ्यात नगरपालिकेच्या 'पिंक हाऊस' या कार्यालयीन इमारतीवर हल्ला करून तिच्यात ब्रिटिश सेनेला अडकवून ठेवले होते, तरी ब्रिटिश वकिलातीतील महिला प्रसिद्धी अधिकारी 'खरं म्हणजे ते अतिशय चांगले तंत्रज्ञ आहेत,' असे आम्हाला सतत सांगत होती. आम्हाला माहिती देणाऱ्या ब्रिटिश अधिकाऱ्याने 'केंद्रित आणि निष्ठावान', 'न्याय्य आणि न्याय्य वागणूक', 'अचूक शस्त्रक्रियेसारखी कृती', 'खरं

म्हणजे निवडणुका अगदी विश्वास बसणार नाहीत इतक्या सुरळीतपणे पार पडल्या,' असे शब्द वापरून सर्व काही ठरलेल्या योजनेप्रमाणे घडत आहे, असे चित्र उभे केले. आम्ही त्या बंदुकबाज 'यांकीज'सारखे नाही, आम्ही कठीण परिस्थितीतही समजून-उमजून वागत आहोत, असे दाखविण्याचा त्यांचा प्रयत्न होता.

सोनेरी मुलामा आणि प्लॅस्टिकची फुले यांनी सजलेल्या ऑफिसात आमची गव्हर्नरशी भेट घालून देण्यात आली. चौकोनी हनुवटी, रुंद चेहरा, मिशा, चमकदार टाय यांनी नटलेले गव्हर्नर जबाबदार राजकारण्याची भूमिका पार पाडत होते. त्यांच्या एका बाजूला संरक्षण खात्यातील एक ब्रिटिश अधिकारी आणि दुसऱ्या बाजूला अमारातील वेल्श गार्ड्सचे कमांडर कर्नल बेन बाथर्स्ट होते. आम्ही पत्रकारांनी लोकशाही आणि निवडणुका यांच्याविषयी फुटकळ प्रश्न विचारले. गव्हर्नरने 'हे पहिले पाऊल आहे', 'राजकीय प्रक्रिया खूप खूप दीर्घ असते' असे शब्दप्रयोग वापरून मोघम उत्तरे दिली.

मी केव्हातरी ती निरुपयोगी विधाने माझ्या नोटबुकात लिहून घेणे बंद केले आणि ब्रिटिश कर्नलकडे बघितले. त्याचा गुळगुळीत दाढी केलेला पोरसवदा चेहरा किंचित सैल झाला होता; पण तो मोकळा आणि निर्भीड वाटत होता. त्याचे संस्कार आणि त्याचा जीवनाचा अनुभव यांनी त्याला वाजवी सभ्य वागणूक नि:पक्षपातीपणा, मर्यादशीलता आणि न्याय्यदृष्टी यांचे श्रेष्ठत्व शिकविले असावे. मी गव्हर्नरच्या डोळ्यांत बघितले. काळे डोळे आणि त्यात एक प्रकारची तैलयुक्त तरलता. त्यांनी त्याचे हात काळजीपूर्वक मांडीवर ठेवले होते. मन:शांतीचे प्रतीक म्हणून आम्ही त्या औपचारिकता आणि आदराच्या वातावरणात गुदमरत होतो.

मुलाखत संपल्यावर वेगवेगळे स्थानिक प्रतिष्ठित लोक आणि काउन्सिलचे सभासद आम्हाला भेटायला आले. मोक्तदाचे काउन्सिलर तरुण, विरक्त, गंभीर आणि काळजीपूर्वक दाढी कापलेले होते. ते आमच्याशी पुनर्निर्माण प्रकल्पांविषयी बोलले. डगले फलकारत आलेल्या स्थानिक शेखांनी अमेरिकनांबद्दल तक्रार केली आणि कंटाळवाण्या घोषणा दिल्या. मी स्त्री असल्यामुळे पागोटेधारी मुल्ला प्रयत्नपूर्वक माझी नजर टाळत होते आणि अगदी नम्रपणे आदराविषयी बोलले. इतरांपेक्षा जरा आनंदी आणि स्वतंत्र वाटणाऱ्या एका काउन्सिलरला मी निवडणूक कशी झाली म्हणून विचारले. त्याने नजर फिरवत काही 'शिया गट' आणि 'मतदान पेट्या भरणे' याचा उल्लेख केला आणि आपले बोलणे कोणी ऐकले तर नाही ना याची खात्री करवून घेण्यासाठी खांद्यावरून मागे दृष्टिक्षेप टाकला. मी त्याला दिलासा देण्यासाठी स्मित केले. तो अमारामधे अनेक वर्षे प्राध्यापक होता, असे म्हणाला. मी त्याला गव्हर्नर कमेल सचेत आठवतात का म्हणून विचारले. "हो, अर्थात!" स्मित करीत तो म्हणाला, "ते अमारामधे खूप लोकप्रिय होते. मेसनमधल्या गरीब शियांसाठी

त्यांनी अनेक गोष्टी केल्या.''

बगदादमधे २००४च्या वसंत ऋतूत स्पेशल फोर्समधील माजी अधिकाऱ्यांच्या मदतीने मी कमेल सचेतचे जवळचे मित्र आणि एकेकाळचे साहाय्यक मेजर नेजार यांना शोधून काढले. मेजर नेजार एक नमुनेदार सुन्नी अधिकारी होते : उंच, मजबूत बांधा, बारीक कापलेले केस, नीट इस्त्री केलेले शर्ट आणि पँट, मोठ्या मिशा, असे त्यांचे रूप होते. ते दरडावल्यासारखे मोठ्या आवाजात थेट जोर देऊन बोलत. भेदक नजर, समोरच्या माणसाकडे आरोप ठेवत असल्याप्रमाणे बोट दाखवून बोलण्याची ढब, प्रचंड उद्दामपणा आणि मग अतिशय मैत्री असल्याप्रमाणे श्वास सोडत हसणे. मला डिवचण्यासाठी ते हसत म्हणाले, 'मी काय केलं ते मी सांगितलं तर तुम्ही मला दहशतवादीच म्हणाल!' ते पुढे सांगू लागले की गेल्या वर्षीच ते सद्दामचा दक्षिणेतील कमांडर अली हसन अल-मजीद याच्या खांद्याला खांदा लावून ब्रिटिशांशी लढले. रणगाडा क्षेत्रातून लांब अंतर तोडत, वाळूची वादळे, उखडलेले हायवे यांचा सामना करीत अमेरिकन सैन्याला चकवीत, आतील रस्त्याने, प्रतिकार न केल्याबद्दल सैन्याला शिव्या देत ते बगदादला एकत्रच परतले. 'हां!' असे मोठ्याने ओरडून त्यांनी त्यांच्या धैर्याची फुशारकी मारली : 'मी बगदादला परतलो तेव्हा ते मला म्हणाले, 'त्याला तुम्ही मारून का नाही टाकत? पण मी त्याला कधीच दगा देणार नाही.'

गळ्यापुढे बोट आडवे ठेवीत नेजार म्हणाले, की कमेल सचेतना गव्हर्नर पदावरील नेमणूक नाकारणे अशक्य होते : त्यांच्या कुटुंबाने मागे बगदादला राहावे आणि त्यांनी आपल्या पदावर ताबडतोब रुजू व्हावे. पण त्यांनी त्यांचा लष्करी गणवेष जाळून टाकला होता. ते १९९१ नंतर प्रांताचे लष्करी गव्हर्नर होते. त्यामुळे ते आणि नेजार दुपारी बगदादमधील चोरबाजाराच्या पलीकडे लष्करी शिंप्यांच्या दुकानात गेले आणि त्यांनी गणवेषाची ऑर्डर दिली. आम्हाला मरून रंगाची बेरेट हवी होती; पण ती कुठेही मिळेना. नेजारना आठवले. त्यांना दयाला इथल्या त्यांच्या घरी जाऊन ती आणावी लागली.

ते अमाराला २८ एप्रिल १९९२ला संध्याकाळी पोहोचले. कमेल सचेतने मेयरला पदमुक्त केल्याचे सांगितले. त्याने गव्हर्नरच्या घरात प्रवेश केला, नेजारला गेस्ट हाऊसमधे ठेवले आणि दरवाजावर दोन पहारेकरी नेमले. काही दिवसांनी कमेल सचेतने सद्दामची दोघा बाथी अधिकाऱ्यांना गोळ्या घालण्याची आज्ञा अंमलात आणली. त्या दोघांनी तिसऱ्या एका बाथी अधिकाऱ्याची त्याच्या घराच्या पायरीवर, त्याच्या मुलांच्या देखत हत्या केली होती. हत्या झालेल्या अधिकाऱ्याच्या कुटुंबीयांना सूडाचे समाधान लाभावे, यासाठी त्यांना त्यांनी केलेल्या गुन्ह्याच्या ठिकाणीच गोळ्या घालाव्यात, असा सद्दामचा हुकूम होता आणि त्याप्रमाणे केले गेले. त्यानंतर बहुतेक सर्व काही सुरळीत होत गेले, असे नजार हसत हसत मला म्हणाले.

कमेल सचेतला कठीण प्रांत मिळाला होता. मेसनची जनता गरीब व शिया पंथाची होती आणि इंतिफदाच्या धाडींमुळे दबलेली होती; सीमेवरील पट्टा तस्करांचा प्रदेश होता आणि तिथे इराणचा पाठिंबा असलेली 'बद्र ब्रिगेड' घातपात घडवून आणायची. हायवे म्हणजे अपहरणाचे हायवे झाले होते आणि बेकायदा म्हणून घोषित केलेल्या मार्श जमाती, त्यांच्या धडाकेबाज 'मार्श राजकुमारा'च्या नेतृत्वाखाली लष्करातून पळून आलेल्या सैनिकांना गोळा करून सैन्याच्या चौक्यांवर हल्ले करायच्या. मार्श अरबांच्या कायद्याला न जुमानण्याच्या आणि बंडखोर वृत्तीमुळे संतापलेल्या सद्दामने सर्व दलदली भाग (मार्श) कोरडे करावेत, म्हणजे त्यांची वस्ती, त्यांच्या लपण्याच्या जागा, त्यांची उपजीविकेची साधने आणि वारसा नष्ट होईल, अशी आज्ञा दिली होती. इराणच्या पैशामुळे आणि चिथावणीमुळे होणाऱ्या हत्या आणि बंडाळी यांचा मेसनमधे मोठा प्रादुर्भाव होता. ही तारेवरची कसरत आहे, याची कमेल सचेतला चांगली जाणीव होती.

अमारा शहरात दिवसा बऱ्यापैकी सुरक्षितता असे, पण कूटला किंवा दुसऱ्या एखाद्या गावाला जायचे झाले तर कमेल सचेत सहा-सात कार आणि मशीनगन असलेल्या पिकअप व्हॅन अशा ताफ्यातून जात असे. रात्रीच्या वेळी लष्करी गस्त असूनसुद्धा रस्ते अतिशय धोकादायक होते, पार्टीची कार्यालये फोडली जायची, बॉंबस्फोट व्हायचे, आगी भडकायच्या. अमारा शहरातील बाथी पक्षाच्या एका विभागप्रमुखाची एके दिवशी संध्याकाळी तो घरी जात असताना हत्या झाली. इतर फुटकळ हत्या झाल्या होत्या; पण सरकारने त्या जाहीर केल्याच नाहीत.

नाहीतरी जे काही उरले होते ते 'सरकार' अमेरिकेचे बॉंबहल्ले आणि १९९१चे बंड यांच्यामुळे खिळखिळे झाले होते. दगड-मातीचे ढिगारे काढण्यात आले, बगदादमधील पडलेले पूल पुन्हा बांधण्यात येऊन त्यांचे मोठ्या गाजावाजात उद्घाटन केले गेले; पण देशाचे 'हवाईबंदी' (नो फ्लाय झोन) विभागात विभाजन करण्यात आले होते. अमेरिकन, ब्रिटिश व फ्रेंच विमाने आकाशात गस्त घालत होती आणि संयुक्त राष्ट्रांच्या निर्बंधांमुळे अर्थव्यवस्था कोलमडायला आली होती. राष्ट्र असे उरलेच नव्हते; फक्त डोक्यावर ट्रिल्बी हॅट आणि हातात पिस्तूल घेतलेला एक माणूस म्हणजे दि विझार्ड ऑफ ओझ, भव्य राजवाडे आणि प्रचंड मशिदी बांधण्याचा हुकूम देत होता. पंचवीस टक्के इराकी सरकारी क्षेत्रात काम करीत होते आणि त्यांचे पगार महिन्याला पाच डॉलर इतके खाली गेले होते. सॅटेलाइट टीव्ही नव्हता, इंटरनेट नव्हते. सरकारच्या नियंत्रणाखाली असलेला एकच सर्व्हर होता, त्यावर कडक देखरेख असायची आणि तो बहुतेक सर्वांच्या कक्षेच्या बाहेर होता; परदेशी वाङ्मयाला बंदी होती; विमानतळ बंद करण्यात आले होते; आयात जवळजवळ बंदच झाली होती आणि होती तिच्यावर कर लावण्यात आला होता;

अर्थव्यवस्था कोलमडली होती; समाजाची मुस्कटदाबी केली जात होती; लोक आपली दु:खे गुपचूप सोसत होते; कोणाचाही कोणावर विश्वास उरला नव्हता. कमी झालेल्या पगाराची भरपाई लोक लाच, देणग्या, बक्षिसे, घराणेशाही यांनी भरून काढत होते. पासपोर्ट विकले जात होते, लाच दिली की एक्झिट व्हिसा मिळायचा; अगदी तुरुंगातसुद्धा कैदी पैसे देऊन वेगळी कोठडी मिळवू शकत होते. राष्ट्राध्यक्षांची इच्छा हेच प्रमाण होते. त्यांच्याभोवती निर्दय आणि कपटी टिक्रीटींचे कोंडाळे होते, त्यांचीही आपापसात वैरे होती, कौटुंबिक मेजवान्यांमधे ते एकमेकांवर गोळीबार करीत. सद्दामने दहशतीचा चाबूक वापरून देशावर भीतीचे साम्राज्य प्रस्थापित केले होते. आता सत्तेवर पकड ठेवण्यासाठी त्याला शेख, इमाम यांना हाताशी धरून त्यांना खेळवून, प्रसंगी हत्या करून अधिकार, जमात, धर्म या जुन्या गोष्टींची कास धरावी लागत होती.

कमेल सचेतनेही मेसनमधे स्थानिक जमात संघटनेचा आधार घेतला. त्यांनी शेख लोकांना शस्त्रांचे परवाने दिले, त्यांच्या जमातीला लष्करी शिक्षा आणि अधिकारांचा उपद्रव होणार नाही, याची व्यवस्था केली. त्यांच्या मुलांना सक्तीची लष्करी सेवा माफ केली. त्या बदल्यात ते आपापल्या भागांवर नजर ठेवायचे. काही समस्या निर्माण झाल्या तर या चौकटीत वाटाघाटी करून सोडविल्या जात.

उदाहरणार्थ, दलदली कोरड्या करण्याचे काम! हे काम लष्कराच्या अखत्यारीत होते. ते कमेल सचेतच्या अधिकारक्षेत्रात येत नव्हते. हे काम सुरू करून वर्ष झाल्यावर सेनेतून पळून गेलेल्या लोकांनी खोदकाम करणाऱ्या एका तुकडीवर हल्ला केला आणि त्यांचे बुलडोझर मोडून टाकले. हल्ला करणारे हे लोक बहुतेक प्रिन्स ऑफ मार्शेसचे होते. जवळच्या लष्करी नाक्याने मेलेल्या लोकांची प्रेते नेण्यासाठी दोनदा पथके पाठविली आणि दोन्ही वेळेस त्यांच्यावर हल्ला झाला. मग त्यांच्या कमांडरने कमेल सचेतला हस्तक्षेप करून प्रेते नेता यावीत यासाठी मध्यस्थी करून तोडगा काढायची विनंती केली.

कमेल सचेत, अब्दुल कादीर, ड्रायव्हर आणि त्याची चिलखती मर्सिडिज, त्यांच्यामागे पंधरा-सोळा वाहनांचा ताफा, अंगरक्षक, पिकअप ट्रक, लष्करी सैनिकांची एक जीप आणि मारले गेलेले बुलडोझरचे ड्रायव्हर ज्या जमातीचे होते, त्या जमातीतील अल्बु ऐतान येथील काही प्रतिष्ठित लोक यांना घेऊन गेला. उन्हाने कडक झालेल्या चिखलाच्या रस्त्यावरून चाळीस किलोमीटर प्रवास करून ते कोरड्या केलेल्या दलदलीत गेले. वाटेत पडलेल्या वेताच्या झोपड्या, सोडून दिलेली खेडी, लष्करी तंबूंच्या छावण्या लागल्या. रस्ता उंच-सखल, खाचा-खळग्यांनी भरलेला होता. त्यामुळे सावकाश जावे लागत होते. ते पोहोचेपर्यंत संध्याकाळ झाली होती. रेडिओवरील स्टॅटिकचा आवाज येत होता. जळालेल्या

पिवळ्या बुलडोझर्समधील जळलेली काळी प्रेते उचलण्यासाठी सैनिक बुलडोझरवर चढले. जमीन कोरडी होती. कमेल सचेत दु:खी चेहऱ्याने क्षितिजाकडे बघत होते. दलदल कोरडी करण्याचा निर्णय त्यांना पटला नव्हता. हजारो लोक बेघर होणार, त्यांच्या उपजीविकेचे साधन जाणार, ही फार मोठी शिक्षा होती; पण त्या दलदली बंडखोरांचा तळ आणि जाण्या-येण्याचा पूल झाल्या होत्या आणि अशा प्रकारचा चढेलपणा चालू देणे सत्ताधाऱ्यांना शक्य नव्हते.

१९९०चे दशक असे होते की जेव्हा दु:ख हृदयाला झोंबायचे. इराणच्या युद्धातून निर्माण झालेली कटुतेची लाट कुवेतमधे मुडपली आणि बसराच्या किनाऱ्यावर आपटून तिचे पाणी उत्तर आणि दक्षिणेत पसरले, त्यात फक्त बगदाद हे एकमेव बेट उरले. बगदादमधे फार वीजकपात नव्हती, टीव्हीवरील प्रचार सुरू रहावा, इमारतीवर विजेच्या कमानी दिसाव्यात म्हणून जास्त वीज मिळायची. राष्ट्राध्यक्षांच्या वाढदिवशी मोठे सैन्य-संचलन केले जायचे; पण हा सगळा पडद्यामागच्या लहरीपणापासून उत्पन्न झालेला वेडेपणा आहे हे सर्वांना माहीत होते. कमेल सचेतला स्वत:विषयीचा व त्याचे पद, त्याचे पराक्रम, देश, देशभक्ती या सर्वांविषयीचा अभिमान लयाला गेला होता. त्यांची कर्तव्याची भावना कोमेजली होती. कुवेतमधून परतले तेव्हा ते संतप्त होते आणि आता अमारामधे एक नवा अध्याय सुरू करताना ते पश्चात्तापदग्ध होते. त्यांनी कुराण, सत्य आणि मुक्ती, सदसद्विवेकबुद्धीवर नियंत्रण ठेवण्यासाठी मनुष्यनिर्मित नाही तर देवाचे नियम यांची कास धरली. त्यांनी त्यांच्या पद्धतीने प्रायश्चित्त घेण्याचा प्रयत्न केला, असे मला वाटले.

कमेल सचेतने त्यांच्याभोवती असणाऱ्या माणसांवर तसेच अमारातील यंत्रणेवर शिस्त, नम्रता आणि पावित्र्य या त्यांच्या तत्त्वांचा पगडा बसविण्याचा प्रयत्न केला. त्यांनी त्यांच्या जमातीतील नातेवाइकांचे, जवळजवळ खाजगी असे अंगरक्षक पथक बनविले होते. त्यांना दिवसातून पाच वेळा नमाज पढणे सक्तीने होते आणि प्रार्थनांचे योग्य असे वेळापत्रक पाळावे, हे त्यांच्या मनावर बिंबविण्याचा त्यांचा प्रयत्न असे. रात्रभर काम केल्यावर प्रार्थनेसाठी पहाटे लवकर उठायला ते कुरकुर करीत; पण ती कुरकुर त्यांनी इतरांसमोर कधीही व्यक्त केली नाही. देवाच्या आज्ञेची टिंगल केली जात आहे असे दिसले, तर त्यांच्या रागाला पारावार राहात नसे. त्यांच्या ऑफिसात वर्तमानपत्रे, पुस्तके, कागदपत्रे, पत्रे आणि अर्ज यांचे ढीग पडलेले असत आणि त्यांच्यावर त्यांनी फ्रेम करून भिंतीवर टांगलेल्या कुराणातील श्लोकांची नजर असे. एका कोपऱ्यात कुराण वाचण्यासाठी एक चटई कायम पसरलेलीच असे आणि बैठकी चालू असल्या किंवा एखादे शिष्टमंडळ आलेले असले तरी प्रार्थनेच्या वेळी ते थांबायचे. त्याच्या कार्यालयातील कर्मचारीसुद्धा पाच वेळा नमाज पढायचे

(कर्मचाऱ्यांमधे बायका नव्हत्या, एखादी स्त्री भेटायला आलीच तर ते तिच्याशी हस्तांदोलन करायला आदरपूर्वक नकार देत असत.). कमेल सचेतने त्यांना प्रत्यक्ष हुकूम दिला नव्हता, तसा त्यांना द्यावाही लागत नसे, पण त्यांच्या अधिकारामुळे, त्यांच्या कक्षेतील प्रत्येकाने त्याचे अनुकरण करावे, हे सूचित होत असे. त्यांच्या कर्मचाऱ्यांमधे अंतर्गत हेर म्हणून नेमलेला मुखबरातचा माणूससुद्धा आपण अतिशय धार्मिक आहोत, अशी बतावणी करण्याची काळजी घ्यायचा.

ऑफिसची वेळ दुपारी चार वाजता संपायची; पण कमेल सचेत सहसा सहा किंवा सात वाजेपर्यंत ऑफिसमधे असायचे. उम ओमर मुलांबरोबर बगदादलाच राहिली. नवरा अमाराला होता त्या काळात तिने फक्त एकदा किंवा दोनदाच तिथे जाण्याचे धाडस केले. ओमर किंवा अली उन्हाळ्याच्या सुट्टीत वडिलांकडे जायचे आणि त्यांच्या उदाहरणातून नेतृत्व, अधिकार आणि जबाबदारीचे धडे घ्यायचे. ते असले की कमेल सचेत ऑफिस लवकर सोडत. पिस्तुलाचा नेम काळजीपूर्वक कसा धरावा ते बाटल्यांचा लक्ष्य म्हणून वापर करून मागच्या आवारात शिकवायचे. कधीकधी अंगरक्षकसुद्धा त्यांच्यात सामील व्हायचे आणि धडाडी दाखवत अभिमानाने त्यांच्या उत्तम नेमबाजीचे प्रात्यक्षिक द्यायचे. कधीकधी संध्याकाळी त्यांच्यापैकी कोणीतरी भट्टीत कबाब भाजायचे आणि सगळे एकत्र जमून कोण किती छान कबाब करतो आणि कबाबी, मझगूफ, टिक्का हा पुरुषांचा बारबेक्यू प्रांत कसा आहे आणि बायकांनी डोलमाच्या बारकाव्यांकडेच बघणे कसे योग्य अशा गप्पा करीत. ओमर त्या वेळी विशीच्या जवळ होता. वडील बाहेरगावी गेलेले असले की तो कार घ्यायचा आणि मुलींना बरोबर घेऊन ब्रुम ब्रुम करीत फिरत त्यांच्यावर इम्प्रेशन मारायचा. कमेल सचेतच्या अंगरक्षकांपैकी कोणीही त्याची चुगली केली नाही – कमेल सचेत आणि ओमर दोघांचाही राग कसा होता, हे त्यांना माहीत होते.

कमेल सचेत त्यांची जबाबदारी मन लावून पार पाडीत असत. आठवड्यातून दोन दिवस ते त्यांच्या प्रांतातील वेगवेगळ्या गावांना आणि खेड्यांना भेट द्यायचे. त्यांचा ताफा रस्त्यात मधेच थांबवून ते सामान्य गरीब लोकांशी बोलायचे. त्यांच्या तक्रारी ऐकून घ्यायचे. त्यांच्या एका अंगरक्षकाने मला एक आठवण सांगितली : एकदा ते एका खेड्याला भेट देऊन परतत होते, त्यांना फाटक्या वस्त्रातील एक म्हातारी बाई रस्त्याच्या कडेला पडलेली दिसली, ती त्यांना बघून हात हलवीत होती. ताफा थांबविण्यात आला, कमेल सचेत स्वत: कारमधून बाहेर पडले आणि त्यांनी तिला 'काय हवे' म्हणून विचारले. तिला लकवा झाला होता आणि चाकाची खुर्ची हवी होती. कमेल सचेतने एक पत्र लिहून तिला दिले : तिच्या कुटुंबीयांनी त्यांना त्यांच्या ऑफिसात येऊन भेटावे, त्यांना चाकाची खुर्ची आणि छोटेसे पेन्शन देण्यात येईल, असा त्या पत्राचा आशय होता.

त्यांचे अमारामधील वास्तव्य अशा लहान लहान गोष्टींनी भरलेले होते. डॉ. हसन अबुधाबीला ज्या हॉस्पिटलमधे काम करीत होते, तेथील त्यांच्या एका सहकारी डॉक्टरने मला सांगितले की त्यांना अमाराच्या हॉस्पिटलमधे कमेल सचेत अनेकदा दिसायचे. त्यांना अधूनमधून लघवीतून रक्त जाण्याचा त्रास व्हायचा, लहानपणी झालेल्या एका आजारामुळे असे होत होते. त्यांना डॉक्टर लोक आवडायचे, त्यांच्याबरोबर बसून गप्पा मारायला आवडायचे. कधीकधी ते रात्री उशिरा आजारी रुग्णांना, त्यांचे नातेवाईक निघून गेले की भेटायचे.

त्यांचा पुतण्या आणि ड्रायव्हर अब्दुल कादीरने मला सांगितले की एकदा अमारात त्यांचा ताफा रस्त्यात लाल दिव्यामुळे थांबला, तेव्हा रहदारीचे नियंत्रण करणाऱ्या पोलिसाने गव्हर्नरची गाडी जाऊ देण्यासाठी म्हणून हिरवा सिग्नल असलेली समोरून येणारी वाहने थांबविली. कमेल सचेत संतापले. त्यांनी त्या बिचाऱ्या पोलिसाची कानउघडणी केली आणि त्याला एक महिन्याच्या पगाराएवढा दंड करण्यात यावा, अशी वाहतूक खात्याला शिफारस केली.

एका जनाबी इस्तिखबार अधिकाऱ्याने मला सांगितले, की त्याने मित्र म्हणून कमेल सचेतना विचारले की एका हिवाळ्यात, अमारात, रस्त्यातील ड्रेन तुंबले होते ते मोकळे करायला पँट दुमडून, हातात फावडे घेऊन त्यांनी मदत केली असे त्यांनी ऐकले, ते खरे आहे का? ते खरे आहे असे कमेल सचेत म्हटल्यावर तो म्हणाला, 'पण तुम्ही जनरल आहात. असे कसे करू शकता?'

कमेल सचेत म्हणाले, 'इथे मला हुद्दा असेल; पण देवाकडे कोणताही हुद्दा किंवा पद नसते.'

कदाचित अशी सत्कृत्ये करून ते एकप्रकारे भरपाई करीत होते; पण त्याचबरोबर त्यांच्या 'निर्णयाचा दिवस' येईल तेव्हा त्याची देवाकडे मोजदाद होणार होती. प्रार्थना करण्याचे वेळापत्रक पाळल्याबद्दल इतके गुण, आजारी किंवा गरीब लोकांची काळजी घेतल्याबद्दल इतके गुण, असा त्यांचा हिशोब होता. इराणमधून घातपात करण्यासाठी पाठविण्यात आलेल्या पण आपणहून पोलिसांच्या स्वाधीन झालेल्या एका माणसाला त्यांनी दया दाखविली. गरीब आणि सामान्य लोकांच्या अंत्यविधीला हजर राहून ते आदर व्यक्त करायचे. गरजूंना पैशाची मदत करायचे. अल्ला आणि त्याच्या स्वर्गातील राज्याचे स्मरण करून ते आपल्या दोषांची भरपाई नम्रतेने करीत.

हॉस्पिटलमधे मृत्यूला सामोरे जाणाऱ्या एखाद्या वृद्धाचा हात हातात घेतला, की ते मनातल्या मनात 'दहा गुण' असे म्हणायचे. ते स्वत: कायम मृत्यूच्या छायेत वावरायचे. त्यांना मृत्यूची भीती वाटत नसे. आपला मृत्यू लिहिलेला आहे, ठरलेला आहे, हे त्यांना माहीत होते आणि त्यावर त्यांचा विश्वास होता; पण आपण दीर्घायुषी नाही, याची त्यांना कल्पना आली असणार. 'गुण' गोळा करण्याची त्यांची

पद्धत – किंबहुना वेड – ही त्याची तयारीच होती.

फोटो : रुबाबदार गडद हिरव्या गणवेषात, उजव्या खांद्यावर लाल दोरीचा पेड असे कमेल सचेत ताठ उभे, पण त्यांच्या नेहमीच्या सवयीच्या विरुद्ध, बाह्या कोपरापर्यंत दुमडलेल्या आणि ते, फाटक्या फडक्याने चेहरा झाकला आहे, डोक्यावर एक सैल मुंडासे आणि अंगात मळलेला दिशदशा अशा अवतारातील एका माणसाला हात पुढे करून सामानाने भरलेली एक प्लॅस्टिकची पिशवी, दान म्हणून देत आहेत. त्यांच्याभोवती अर्धवर्तुळात इतरही अनेक तसेच लंगडे, वाकलेले लोक आहेत. कोणी काठीच्या आधाराने उभे, कोणी आंधळे, कोणी लंगडे असे वेगवेगळ्या प्रकारचे लोक उभे आहेत. कमेल सचेतच्या मागे, जणू काही किळस वाटतेय अशा चेहऱ्याने बऱ्याच अंतरावर काही लष्करी अधिकारी आणि आरोग्य अधिकारी उभे आहेत.

दूर इराणच्या सीमेजवळ आकाशात घारी घिरट्या घालतात. अशा निर्जन ठिकाणी कुष्ठरोग्यांचे एक जुने हॉस्पिटल आहे, असे कमेल सचेतना समजले होते. त्यातील कर्मचाऱ्यांना इराण-इराक युद्धात युद्धाच्या कामासाठी इतरत्र पाठविण्यात आले होते, त्यानंतर ते कधीच परतले नव्हते. हॉस्पिटलच्या दारे-खिडक्या चोरांनी काढून नेल्या होत्या. जे कुष्ठरोगी उरले होते ते कुठे कुठे भीक मागून जगण्याचा प्रयत्न करीत होते. मेलेल्या कुष्ठरोग्यांची प्रेते तळघरात थप्पी लावून ठेवली होती, कारण त्यांना पुरण्यासाठी लागणारी हत्यारेही त्यांच्याकडे नव्हती आणि त्यांच्यात खड्डा खणण्याची शक्तीही उरली नव्हती.

कमेल सचेतना जेव्हा या हॉस्पिटलबद्दल समजले तेव्हा त्यांनी नगरपालिकेच्या आणि आरोग्यखात्याच्या अधिकाऱ्यांना गोळा केले, अमारातील बाथ पार्टीच्या ढेरपोट्या प्रमुखाला आणि स्थानिक महिलांच्या युनियनच्या प्रमुख महिलेला (तिला त्यांनी बुरखा घालायला लावला.), यांचा ताफा बरोबर घेऊन ते निघाले. आपण कुठे जात आहोत हे त्यांनी कोणालाही सांगितले नाही. ते हॉस्पिटल वाऱ्यावर सोडून इतके दिवस झाले होते की ते आहे हेसुद्धा कोणाला माहीत नव्हते.

ताफा हॉस्पिटलपाशी पोहोचल्यावर ते असामान्य दृश्य बघायला कुष्ठरोगी बाहेर आले; पण इतक्या मोटारी आणि मोठे लोक बघितल्यावर ते घाबरून हॉस्पिटलच्या पडक्या इमारतीला धरून उभे राहिले. स्तंभित झालेले, गडद हिरव्या गणवेषातील अधिकारी नाइलाज म्हणून आणि भीतिपोटी पांढऱ्या पोषाखातील कुष्ठरोग्यांच्या दुर्गंधीमुळे नाक दाबून उभे राहिले. रोग्यांनी डोक्यावर बँडेजप्रमाणे सैलसर पागोटी बांधली होती. खप्पड चेहरे, नाक झडलेले, कोणाचे डोळे गेलेले, कोणी शरमून, आपल्या थोट्या हाताने चेहरा झाकण्याचा प्रयत्न करतोय. रुग्ण स्त्रिया अबायाच्या

तंबूत जमिनीवर बसल्या होत्या.

कमेल सचेत पुढे गेले आणि हातातील पिशवीतून स्वच्छ कपडे काढून त्यांनी ते स्वत:च्या हाताने रुग्णांना वाटले. तुम्ही कोण, कुठले, कसे राहता, याची त्यांनी चौकशी केली. एकजण कुर्द होता. कमेल सचेतने त्याला तुझे कुटुंबीय शेवटी केव्हा भेटायला आले होते ते विचारले. तो म्हणाला की तो १९५७पासून त्या हॉस्पिटलमधे होता, तेव्हापासून त्याला कोणीही भेटायला आले नव्हते आणि बाहेरच्या जगात काय चालले आहे, हेही त्याला माहीत नव्हते.

ज्या रुग्णांना अशक्तपणामुळे स्वत: कपडे घालता येत नव्हते, त्यांना कमेल सचेत आणि नेजारने मदत केली. आरोग्य अधिकारी मागे सरले आणि त्यांनी मदत करायचे नाकारले. रुग्णांनी कुराणातल्या सुरा म्हटल्या. देवाची इच्छा नसेल तर कोणताही रोग होत नाही. गाड्यांमधून साबू, खाद्यपदार्थ, ब्लँकेटे काढून वाटण्यात आली. अब्दुल कादीरला बरोबर घेऊन कमेल सचेत हॉस्पिटलच्या इमारतीत गेले.

त्यांना एका खोलीत अंथरुणाला खिळलेली एक स्त्री दिसली. तिची अवस्था संसर्गजन्य असल्यामुळे तिला तिथे ठेवले होते. कमेल सचेतने खोलीचा मोडका दरवाजा उघडला. अब्दुल कादीरने मला सांगितले की तो अतिशय घाबरला होता. तो दाराबाहेरच उभा राहिला आणि ओकला. खिडक्यांच्या काचा फुटल्यामुळे त्यांच्या जागी पुठ्ठे बसविले होते. त्यामुळे खोलीत अंधार होता. न धुतलेल्या कपड्यांचा घाण वास येत होता. ते उन्हाळ्याचे दिवस होते. खोलीचे छप्पर पन्हाळी पत्र्याचे होते. खोलीत उष्णता धुमसत होती. अब्दुल कादीरने आवंढा गिळण्याचा प्रयत्न केला; पण तो त्याच्या घशातच अडकला. त्या स्त्रीचे वय सांगता येत नव्हते. एका डगमगणाऱ्या पलंगावर, गवताच्या ढिगात, केसांवर फडके लपेटलेल्या स्थितीत ती पडली होती. संपूर्ण अंग सुजले होते, चेहऱ्याला रोगाचा स्पर्श झाला नव्हता; पण तोही सुजलेला आणि गडद निळा झाला होता. कमेल सचेतने तिला नम्रपणे अभिवादन केले. 'सलाम अलेकुम' आणि त्यांनी खाद्यपदार्थ आणि कपडे तिच्या हातात दिले.

नंतर आरोग्यखात्याच्या तरतुदीतील काही पैसे वळवून त्यांनी कुष्ठरोग्यांसाठी अमारात एक नवे हॉस्पिटल बांधण्याचा आदेश दिला. या हॉस्पिटलात काम करणाऱ्या नर्सेसना दुप्पट पगार द्यावा आणि आठवड्यातून एकदा भेट देणाऱ्या डॉक्टरांनासुद्धा चांगले मानधन द्यावे, असा आदेशही त्यांनी दिला. हे मानवतेसाठी आणि देवाचे काम आहे असे सांगून त्यांनी सेनेतील स्वयंसेवकांना हॉस्पिटलची स्वच्छता करायला प्रवृत्त केले.

अठराव्या शतकातील एका महान व प्रसिद्ध खलिफाच्या नावावरून अमारातील लोक त्यांना 'अल्-खलिफा ओमर बिन अब्द अल्-अझीझ' म्हणायचे.

खलिफाच्या व कमेल सचेतच्या टोपण नावात बरेच साम्य होते. कमेल सचेतच्या जवळचे लोक त्यांना 'अबु ओमर' म्हणजे ओमरचे वडील म्हणायचे आणि त्यांचे पूर्ण नाव त्याच्या वडिलांवरून 'कमेल सचेत अझीझ' असे होते. खलिफाने अतिशय पापभीरू आणि दानशूर वृत्तीने राज्य केले होते. तो लाच घेत नसे. त्याने जमिनीचे पुनर्वाटप केले, धर्मांतर करून इस्लाम धर्मात आलेल्यांना त्याने कर माफ केला, शिया आणि सुन्नी यांच्यात तेढ निर्माण करणाऱ्या प्रथा बंद केल्या. तो साधेपणाने राहायचा, अंगमेहनतीचे काम करायचा आणि त्याने सरदार लोकांच्या लालसेला लगाम घालण्याचा इतका प्रयत्न केला की त्यांनी त्याला विषप्रयोग करून मारले.

घरी असताना कमेल सचेत एक साधा दिशदशा, डोक्याला पांढऱ्या-लाल चौकडीचा रुमाल लपेटलेला, त्याच्यावर सन्मानदर्शक 'अगल' (काळी दोरी) नाही, असे साध्या शेतकऱ्याच्या पोषाखात असायचे. उजव्या हातात प्लॅस्टिकच्या साध्या काळ्या मण्यांची माळ. बहुतेक लोक करतात त्याप्रमाणे ते माळ लक्ष न देता यांत्रिकपणे, वेळ जाण्यासाठी ओढत नसत. ते प्रत्येक मणी मोजून पुढे सरकवत आणि त्या आणि पुढच्या मण्याच्यामधील रिकामा दोरा बोटात पकडून प्रार्थना म्हणून नंतर आदरपूर्वक श्वास सोडत. गव्हर्नर म्हणून काम करताना त्यांनी रस्ते बनविले, पावसाचे पाणी नदीत जाण्यासाठी कालवे खणून घेतले, इराण-इराक युद्धात नुकसान झालेली सिवेज पाईपलाईन दुरुस्त करून घेतली. मेसनमधील मोठ्या सरकारी शेतातून मिळणारा फायदा एका वेगळ्या खात्यात ठेवून ते पैसे मशिदींचे नूतनीकरण करण्यासाठी आणि कुराणातील आज्ञेनुसार गरिबांना वाटण्यासाठी उत्पन्नातील एकदशांश वाटा 'जकात' म्हणून वापरला जाईल, याबाबत ते काळजी घ्यायचे. सामान्य जनतेची गाऱ्हाणी ऐकण्यासाठी, विद्यार्थ्यांना उच्च शिक्षणासाठी, शिष्यवृत्त्या देण्यासाठी आणि अपंगांना उपजीविका वेतन देण्यासाठी त्यांनी एक समिती नेमली. त्यांनी युद्धात कामी आलेल्या सैनिकांच्या विधवांना आणि स्थानिक नागरी कर्मचाऱ्यांना जमिनीचे वाटप केले. ते जेव्हा खेड्यांच्या दौऱ्यावर जात तेव्हा गरीब कुटुंबांना वाटण्यासाठी धान्याची पोती घेऊन जात. नवऱ्याचा व्यसनीपणा आणि त्याने केलेली मारहाण यांच्याबद्दल स्त्रियांना तक्रार नोंदविता यावी यासाठी, त्यांनी एक वेगळे कार्यालय स्थापन केले. सामान्य नागरिकांना त्यांची गाऱ्हाणी सांगता यावीत, यासाठी त्यांनी दर मंगळवारी 'जनता दरबार' नावाचा उपक्रम सुरू केला (पण प्रत्यक्षात संबंधित कर्मचारी लोकांची परस्पर बोळवण करीत असे.).

एकदा एक वृद्ध माणूस त्याच्या चार मुलांना झालेल्या फाशीच्या शिक्षेतून सूट द्यावी म्हणून विनंती करण्यासाठी आला होता. कमेल सचेतने त्या प्रकरणात लक्ष घातले आणि त्या मुलांना सोडून दिले. ते त्यांच्या सर्व आदेशांमधे राष्ट्राध्यक्षांचा

संदर्भ देत. उदाहरणार्थ, 'सद्दाम म्हणतात की अनेक शिक्षक आपल्या शाळा सोडून खाजगी शाळांमधे जात आहेत. त्यामुळे आपण आपल्या शिक्षकांचे पगार वाढविले पाहिजेत.'

आणि एक कुप्रसिद्ध गोष्ट म्हणजे त्यांनी त्यांच्या प्रांतातील सर्व बार आणि दारूची दुकाने बंद केली.

सद्दामचा दूरचा भाऊ, मेहुणा आणि राष्ट्रपतींच्या अंगरक्षकदलाचा माजी प्रमुख आर्शद यास्सीन अमाराला कामासाठी आणि खाजगी भेटीसाठी आला. कमेल सचेत बगदादहून येणाऱ्या बाथ पार्टीवाल्यांना भेटणे टाळत असत. एकदा मुद्दाम त्याला भेटण्यासाठी म्हणून आलेल्या इराकी असोसिएशन ऑफ आर्टच्या प्रमुखांना भेटायलाही त्यांनी नकार दिला (कला किंवा मनोरंजन यासाठी त्यांच्याकडे वेळ नव्हता.). आर्शद यास्सीनबद्दल त्यांचे मत चांगले नसले तरी तो राष्ट्राध्यक्षांच्या अगदी जवळच्या व्यक्तींपैकी असल्यामुळे त्याला टाळणे कठीण होते. कमेल सचेत त्याला त्यांच्या ऑफिसच्या बाहेरच्या खोलीत भेटले. ऑफिस मॅनेजरने चहा ओतला. बाहेर अंगरक्षकांचे दोन गट एकमेकांना जोखत होते. आर्शद यास्सीन कमेल सचेतना म्हणाला, 'अबु ओमर, तुम्ही तर इथे छोटे इस्लामी राज्यच स्थापन केले आहे!' उदयच्या ऑलिम्पिक समितीच्या अनेक अधिकाऱ्यांनी तसेच बाथ पार्टीच्या मेसनमधील प्रमुखाने (हा अझीझ साली अल्-नुमान दारूड्या होता, कमेल सचेत त्याला ओळखत होते आणि कुवेतच्या वेळेपासून तो त्यांना आवडत नव्हता.) राष्ट्राध्यक्षांच्या समोर त्यांच्या धार्मिक अतिरेकांबद्दल तक्रार केली होती. अर्शद यास्सीन दिलजमाई करण्यासाठी आला होता. 'बगदाद रोडवरील बार अजून चालू आहे तो तरी त्यांना ठेवू दे, अबु ओमर –'

पण कमेल सचेत म्हणाले, 'बार अजून चालू आहे? मी तो ताबडतोब बंद करवतो.'

काही काळ सद्दामने त्यांना पाठिंबा दिला; पण सरकारी शेतजमिनीचे मोठे भाग आपल्याला मिळावेत, बांधकामाची कंत्राटे मिळावीत अशी अपेक्षा असणाऱ्या बाथ पार्टीवाल्यांना चाप बसला आणि ते कमेल सचेतचे समाजकल्याण कार्यक्रम आणि धार्मिक अतिरेक यांच्याविरुद्ध ओरडा करू लागले. अझीझ सली अल्-नुमान हा त्यांचा प्रमुख विरोधक होता. मी ज्यांच्याज्यांच्याशी बोलले त्यांपैकी कोणीही अझीझ अली अल्-नुमानबद्दल चांगले बोलले नाही. त्याला मधुमेहाचा आणि सांधेदुखीचा त्रास होता आणि तो भयंकर संतापी होता. तो कुवेतचा कारभार बघणाऱ्या त्रिमूर्तींपैकी एक होता. त्याची आणि कमेल सचेतची मने एकमेकांविषयी आधीच कलुषित झाली होती. तो सद्दामच्या निकटच्या वर्तुळात होता आणि जवळजवळ त्याचीच प्रतिमा होता – तसेच कणखर स्मित, तशाच मिशा, काळी लष्करी बेरेट, तसाच जुलमी, धन्यापुढे हांजी हांजी करणारा, स्वत: शिया असलेला, पण राजकीय

असुरक्षिततेच्या भीतीतून दक्षिणेकडील शिया प्रांतांवर सद्दामच्या छळवादाची अंमलबजावणी करण्याचे साधन होऊन सद्दामचा विश्वास संपादन करणारा ही सगळी वर्णने त्याच्याबाबत खरी होती. त्याच्या भावाची हत्या झाली होती आणि आपलेही शेवटी तेच होईल अशी त्याला वाजवी भीती वाटत असे; त्याच्या हत्येसाठी कुवेतने बक्षीस जाहीर केले आहे, असा बोलवा होता. तो बहुतेक वेळ कूटमधेच असे; पण अमारात त्याचे एक किल्लेवजा घर होते. बुरूज, उंच कुंपण, संगमरवरी भिंती, असे त्याचे रूप होते. त्याच्या तळघरात तुरुंग आहे अशी अफवा होती. कमेल सचेतने नुमानच्या नातेवाइकांना कंत्राटे द्यायला नकार दिला, त्याऐवजी टेंडरे मागविली आणि त्याला सरकारी इमारती हव्या होत्या, त्या द्यायला नकार दिला. नुमानने अली हसन अल्-मजीद आणि हुसेन कमेलकडे तक्रार केली, बगदादमधे अफवा पसरवल्या. कमेल सचेत वहाबी आहे, असा प्रचार केला आणि वहाबींनी राष्ट्राध्यक्षांच्या नावे शिवीगाळ करणाऱ्यांना दया दाखविली होती.

कमेल सचेत आणि अझीझ सली अल्-नुमान एकमेकांना शक्यतो टाळायचे; पण एकदा सद्दामने पूर्वी मेसनला दिलेल्या भेटीचा वाढदिवस साजरा करण्यासाठी आयोजित केलेल्या एका मेजवानीच्या दिवशी एक घटना घडली होती. अझीझ सली अल्-नुमान आला आणि वेळेच्या आणि निरोपाच्या घोटाळ्यामुळे कमेल सचेत त्याचे स्वागत करायला येईपर्यंत पंधरा मिनिटे होऊन गेली होती. अशा प्रकारे शिष्टाचाराचा भंग करून त्याचा अनादर झाल्यामुळे तो अतिशय संतापला आणि इतर अधिकाऱ्यांच्या समोर तो कमेल सचेतवर ओरडला, 'आमचे योग्य प्रकारे स्वागत का केले गेले नाही? आम्ही मूर्ख आहोत?'

'आपण कोण आहोत हे माहीत आहे तर विचारता कशाला?' कमेल सचेतने संतापून उत्तर दिले आणि त्याचा हात पिस्तुलाकडे गेला. अझीझ सली संतापाने थरथरू लागला आणि त्यानेही पिस्तुलाला हात घातला. 'तुम्ही या पदाच्या योग्यतेचे नाही, मी राष्ट्राध्यक्षांचा प्रतिनिधी आहे. या अपमानाबद्दल मी योग्य ते करीनच!' अझीझ सली अल्-नुमान म्हणाला.

दुसऱ्या दिवशी त्या दोघांमध्ये एक अनौपचारिक शांतता बैठक झाली. तिच्यात नेजारने (तो कधी काळी अझीझ सली अल्-नुमानचा अंगरक्षक होता.) मध्यस्थाचे काम केले. टेबलावर तीन पेप्सीच्या बाटल्या होत्या आणि वातावरणात तणाव होता.

अझीझ सली अल्-नुमान पुढे झुकला आणि वरिष्ठाच्या भूमिकेतून बोलू लागला : 'तुम्ही गव्हर्नर आहात. तुम्ही लष्करात उच्चपदावर आहात. तुमचे सद्दाम हुसेनबरोबर घनिष्ट संबंध आहेत; पण माझं ऐका. मी तुम्हाला काय सांगणार आहे त्याला नेजार साक्ष आहे : असे वागू नका. एखादी गोष्ट बरोबर असेल, नाहीतर चुकीची असेल, तुमचा सद्दाम हुसेनवर शंभर टक्के विश्वास आहे; पण सद्दामला

सैन्यापेक्षा पक्षाची गरज जास्त आहे. इराण-इराक युद्धाच्या वेळी तुमची लष्कराचा एक सेनापती म्हणून त्याला गरज होती. त्याने तुम्हाला सोन्याची चावी असलेल्या कार दिल्या. त्याला तुमची कुवेतमधे गरज होती. तुमचे सद्दामबरोबरचे संबंध प्रामाणिक आहेत; पण त्याच्यावर शंभर टक्के विश्वास ठेवू नका. मी जर सद्दामला सांगितले की तुमचा प्रतिनिधी म्हणून मी गेलो असता मला ताटकळत ठेवण्यात आले, कमेल सचेतने मला अभिवादनही केले नाही, तर तो कुणाचा अपमान होईल? त्याचा! तुम्हाला गोळ्या घातल्या जातील.'

तो म्हणत होता ते खरे होते, याची सचेतला जाणीव होती, पण त्यांनी आपला ताठा कायम ठेवला : 'गोळ्या घालाव्यात असे मी काहीही केलेले नाही. ती एक प्रशासकीय चूक होती.'

कमेल सचेतना अमाराचा गव्हर्नर म्हणून दोन वर्षांपेक्षा थोडा जास्त काळ झाला असेल. त्यांच्याविरुद्धच्या तक्रारी वाढत गेल्या. अनेकांच्या अनेक तक्रारी. त्यामुळे त्यांना बगदादला परत बोलविण्यात आले. तिथे त्यांना राष्ट्राध्यक्षांच्या कार्यालयात सरकारी गाड्या विकण्याच्या कामावर नेमण्यात आले; त्या कामासाठी त्यांची शिफारस बगदादचे मेयर व जनाबी जमातीचे प्रमुख खलिद अल्-जनाबी यांनी केली होती. ते पद सद्दामच्या सोयीचे होते. त्यामुळे कमेल सचेतसारखा भांडकुदळ आणि स्वतंत्र बाण्याचा अतिरेकी बाजूला पडला असता आणि नजरेच्या टप्प्यात एका उपयोगी कामात गुंतलेला राहिला असता. सद्दामसाठी तर हे फारच सोयीचे होते. कारण त्या कामात नातेवाइकांशी संबंध यायचा; पण निष्कलंक चारित्र्याबद्दल प्रसिद्ध असलेल्या त्याच्या 'वॉर हिरो'वर त्याचा पूर्ण विश्वास होता (कमेल सचेत त्याच्या मुलांनासुद्धा त्याच्या अखत्यारीतील गाड्या विकत घेण्याची परवानगी द्यायचे नाहीत. उच्च प्रतीच्या चारित्र्याचा आदर्शच, पण त्यामुळे त्यांची मुले हताश होत.). ते लष्करी जबाबदारीपासून मुक्त झाले आणि त्यांच्याविषयी अतिशय आदर वाटणाऱ्या लष्करी अधिकारी वर्गापासून ते दूर झाले.

कमेल सचेतचे महान गुण, त्यांचे शौर्य आणि सज्जनपणा यांचे वर्णन करायला नेजार अगदी उत्सुक होता. आपण कमेल सचेतची स्मृती आणि कीर्ती यांचे रक्षण करू, असे नजर तिरपी करून तो म्हणाला, 'व्यक्तिगत बारीकसारीक गोष्टी बघू नका.' त्याने मला सल्ला दिला. 'मी कमेल सचेतबरोबरच वाढलो, त्यांनी माझ्यासाठी अनेक चांगल्या गोष्टी केल्या आणि मी त्यांच्याशी एकनिष्ठ आहे आणि (तरी) मी तुम्हाला त्या गोष्टी टाळा, असा सल्ला देईन. मी अनेकदा त्यांच्या घरी गेलो आहे. अनेकदा; पण त्यांच्या पत्नीची आणि मुलींची माझी कधीच भेट झालेली नाही.'

त्याने माझ्या डोळ्यात बघत त्या 'प्रकरणा'ची मला माहिती आहे की काय, याचा अंदाज घ्यायचा प्रयत्न केला. मी त्याच्या नजरेला नजर दिली. काही क्षणांनी त्याने नजर फिरविली आणि त्याने पुन्हा जनरलसाहेबांचे गुणगान सुरू केले.

'कमेल सचेतने अनेकदा सेवानिवृत्तीची विनंती केली. ती विनंती थेट राष्ट्राध्यक्षांना करू नका, असे मी त्यांना सांगितले, तसे केल्यास राष्ट्राध्यक्षांना विनाकारण काहीतरी संशय येईल. ती एक चूक त्यांनी केली.' नेजार थांबला. 'त्यांना सद्दाम हुसेनची भीती वाटत नसे. ते त्यांच्याशी एकनिष्ठ होते आणि तो त्यांना दगा देईल असे त्यांना कधीच वाटले नाही.'

त्यानंतर मी जेव्हा नेजारला भेटले तेव्हा आम्ही माझ्या हॉटेलच्या कॉफीशॉपमधे भेटलो. तो जरा विचलित आणि नर्व्हस वाटला. त्याच्या बढाईखोरपणाचे रूपांतर आक्रमकपणात झालेले दिसले. तो एप्रिल २००४चा दुसरा आठवडा होता. फलुजा उद्ध्वस्त झाले होते. मोक्तदाचे शिया कुफामधे बंड करीत होते आणि ही हिंसा म्हणजे लोकशाही आणि सुबत्ता यांच्या नव्या युगाची नांदी आहे, अशा भ्रमात कोणीही नव्हते. नेजारला आता अमारातील घटना आणि कमेल सचेतच्या तिथल्या कर्तबगारीबद्दल बोलायची इच्छा राहिली नव्हती. तो आता उदरनिर्वाह चालविण्यासाठी टॅक्सी चालवत होता; पण त्याचे पैसे संपत आले होते आणि ते त्याच्या अभिमानाला रुचणारे नव्हते. त्याला प्रतिष्ठा मिळवून देईल असे काहीतरी त्याला हवे होते. फारशी प्रस्तावना न करता त्याने मला विचारले की मी त्याला इराकच्या नव्या मुखबरातमधे एखादी नोकरी मिळवून देऊ शकेन का?

"अमेरिकनांसाठी काम करणार?" मी आश्चर्यचकित होऊन विचारले.

"मला काही गोष्टी माहीत आहेत." तो सूचकपणे म्हणाला, "मला नोकरी हवी आहे. माझ्या भविष्यासाठी." तो म्हणाला की त्याने अर्ज केला होता; पण त्याला बोलावणे आले नाही. त्याच्या पूर्वीच्या काही सहकाऱ्यांना बोलावणे आले होते आणि आपल्याला बोलवणार नाहीत, अशी काळजी त्याला लागली होती. मी कोणाशी तरी त्याच्याबद्दल बोलून यादीत त्याचे नाव वर जाईल असे करावे, अशी त्याची इच्छा होती. मी त्याला सांगितले की 'ग्रीन झोन'मधील कोणाही अमेरिकनाशी माझी ओळख नाही आणि त्यामुळे काही करणे शक्य नाही. तो एकदम गप्प झाला आणि त्याने पुन्हा विनंती केली. तो म्हणाला की आपल्या पुढील मुलाखती हे काम होण्यावर अवलंबून असतील. मी केवळ एक पत्रकार आहे आणि त्या बाबतीत काहीही करणे मला शक्य नाही, असे मी त्याला पुन्हा सांगितले. तोंड वाकडे करीत तो खुर्चीत मागे सरून बसला आणि बोटांनी चुटकी वाजवून त्याने वेटरला बिल आणायला सांगितले. त्यानंतर आमची भेट झाली नाही.

◆

११

मशीद

गव्हर्नर असताना ज्याप्रमाणे कमेल सचेत स्थितप्रज्ञ दिसायचे तसे राष्ट्रपतींच्या कार्यालयात नव्या पदावर नेमणूक झाल्यावर त्यांनी ते पदही तितक्याच निर्विकारपणे स्वीकारले. खरे म्हणजे त्यांना पर्याय नव्हता. अशा बाबतीतील मानापमानाची भावना त्यांनी आपल्या मनातून केव्हाच काढून टाकली होती आणि जगाला ती पदावनती झाल्यासारखी वाटली तरी त्यांना त्याची पर्वा नव्हती; पण सद्दामच्या दरबारातील मर्यादा आणि संशयाचे वातावरण यामुळे त्यांचे बोलणे कमी झाले आणि त्यांच्या मन:स्थितीवरही त्याचा परिणाम झाला. ते रोज ऑफिसला जायचे. सरकारी गाड्यांच्या विक्रीचे काम कार्यक्षमपणे सांभाळायचे आणि या प्रतिबंधांच्या दिवसांत सरकारला थोडे पैसे उभे करायला मदत करायचे आणि मोकळा वेळ मशिदी बांधण्याच्या कामात घालवायचे.

त्यांनी बांधलेली पहिली मशीद सैदिया, बगदाद येथे होती. ती त्यांच्या घराच्या जवळच होती. तिच्यासाठी जमीन खरेदी करण्यात शेख खलिद अल्-जनाबी यांनी मदत केली होती. त्यांनी एक साधा कॉंक्रीटचा ठोकळा बांधला – मिनार नसलेला. सजावटीमधे पैसा खर्च करणे म्हणजे पैशाचा अपव्यय असे ते मानत. त्या मशिदीला त्यांनी त्यांच्या एका विजयी लढाईचे नाव दिले – सादिक मशीद. ते त्यांनी अधिपत्य केलेल्या एका तुकडीचेही नाव होते.

केवळ उपयुक्तता हा निकष डोळ्यांपुढे ठेवून ती मशीद बांधली होती. साधेपणा आणि भक्तिभाव यांनाच कमेल सचेत महत्त्व देत. मशिदीच्या प्रांगणाचा मुख्य दरवाजा आणि मशीद यांच्यामधे अंतर राहावे, बाहेरच्या व्यवहारी जगातून आत आल्यावर आतील पवित्र वास्तूमधे जाण्याआधी भाविकांना क्षणभर उभे राहून श्वास घेता यावा, यासाठी त्यांनी रस्ता ठेवला. इतर मशिदींमधे असते त्याप्रमाणे पादत्राणे

काढून ठेवण्यासाठीचे रॅक त्यांनी मशिदीच्या आत ठेवले नाहीत, मशिदीमधे पादत्राणांचे काम नाही, ती हातात धरूनसुद्धा आणता कामा नयेत, ती दूर प्रवेशद्वारापाशी काढावीत, असे त्यांचे मत होते. मशिदीच्या आत, भिंतींवर लिहिलेल्या कुराणातील सुरा सोडल्यास भिंती साध्या, कोऱ्या होत्या, गालिचा यंत्रावर विणलेला होता, वातानुकूलन नव्हते – त्यासाठी जनरेटरचा आणखी खर्च आला असता. कमेल सचेतने इमाम म्हणून नेमणूक केलेले इस्लाममधील विद्वान हरीथ अल्-ओबेदी यांनी आत एक छोटी बाग करावी, त्या हिरवळीने प्रसन्न वाटेल असे सुचविले; पण कमेल सचेत म्हणाले की लक्ष विचलित होईल अशा गोष्टीवर पैसा खर्च करणे त्यांना आवडणार नाही.

"त्यांच्या धार्मिक वर्तणुकीवरसुद्धा लष्करी पद्धतीची छाप होती!" हरीथ अल्-ओबेदींनी माझ्याकडे तक्रार केली. मी त्यांना २००७मध्ये दमास्कसमधे – शहराच्या जुन्या भागातील एका रेस्टॉरंटच्या गच्चीवर चहापानासाठी भेटले. सद्दाम सत्तेवरून गेल्यावर ते पार्लमेंटचे सदस्य झाले होते आणि त्यांनी बगदाद नुकतेच सोडले होते. तोपर्यंत इराकमधे झालेल्या राजकीय विघटनाबद्दल मला त्यांनी समजावून सांगितले. सुन्नी राजकीय लाट आता शिया पक्षाशी सहकार्य करण्याच्या नाटकाच्या विरुद्ध गेली होती आणि त्यांचा सुन्नी गट मलिकी सरकारमधून बाहेर पडला होता. बॉंबस्फोट, खाजगी सैन्ये, इराणची महत्त्वाकांक्षा आणि अमेरिकेचा अदूरदर्शीपणा यांना कंटाळल्याचे त्यांनी हात करून दाखविले...

"ऑफिसर हा नेहमी ऑफिसरच असतो." ते पुन्हा एकदा आठवणींच्या जगात जात कमेल सचेतबद्दल म्हणाले, "एकदा मशिदीत प्रार्थनेसाठी आलेल्या माणसाने त्याचे जोडे आत आणले. ते त्यांनी फेकून देताना मी बघितले आहे आणि मशिदीची सफाई स्वत: करण्याबाबत ते फार आग्रही होते. दर गुरुवारी संध्याकाळी मशिदीत येऊन अगदी गुडघे टेकवून ते जमीन धुवून काढत. कधीकधी ते त्यांच्या मोठ्या मुलाला बरोबर घेऊन येत. आणि मशिदीच्या देखभालीसाठी देणग्या घेणे त्यांना आवडत नसे. ते म्हणायचे, 'आपल्याला गरज नाहीये. मी दानधर्म स्वीकारणार नाही.' जुने मोडकळीला आलेले फर्निचर बदलणेसुद्धा त्यांना पसंत नव्हते. त्यांच्या लेखी धार्मिक कर्तव्ये पार पाडणे, ही एकमेव महत्त्वाची गोष्ट होती."

हरिथ अल्-ओबेदी यांनी बगदाद युनिव्हर्सिटी स्कूल ऑफ शरियामधे शिक्षण घेतले, इस्लामी शास्त्र आणि तुलनात्मक अभ्यासात एम. ए. केले आणि 'शरियानुसार प्रवाशांसाठीचे नियम' या विषयावर प्रबंध लिहून पीएच. डी. मिळविली होती. ते स्वत:ला मवाळ, चर्चेच्या मार्गाने जाणारे म्हणवयाचे. त्यांना कमेल सचेतचा अतिरेकीपणा बंधनकारक वाटायचा. ते प्रत्यक्षात जवळजवळ 'सलाफी' होते. देव हा एकमेव निर्णयकर्ता, कुराण हे एकमेक मार्गदर्शक. त्यांच्याकडे सल्ला मागायला

आलेल्या किंवा घरगुती कटकटीवर तोडगा काढण्याची विनंती घेऊन आलेल्या लोकांना मार्गदर्शन करायला कमेल सचेतने बंदी केली होती. त्यांच्या मते, मशीद ही फक्त प्रार्थना करण्यासाठी होती. सामाजिक कार्यांसाठी नाही. कुराण म्हणणे आणि पाठ करणे याला ते फार महत्त्व देत. तरुण मुलांना शिकविण्यासाठी त्यांनी वर्ग बांधले; पण त्यांनी इतर मशिदी करायच्या तसे त्यांच्या मशिदीला तरुणांच्या फुटबॉल संघाचे प्रवर्तक होऊ दिले नाही. फुटबॉलचा आणि देवाच्या पूजेचा काहीही संबंध नाही असे ते म्हणत.

सादिक मशीद कमेल सचेतच्या स्वत:च्या कल्पनेप्रमाणे राहिली. त्यांना त्या मशिदीत शांत आणि तणावमुक्त वाटायचे. मशिदीचा उंबरठा ओलांडून आत आले की त्यांच्या चेहऱ्यावर प्रसन्न भाव यायचा : दैवाचा निवास, राजसत्तेपासून मुक्त अशी जागा म्हणजे मशीद, अशी त्यांची भावना होती. किंबहुना, ते आनंदी व्हायचे म्हटले तर वावगे होणार नाही. त्यांच्याभोवतीच्या लोकांना माहीत होते की त्या क्षणांमधे त्यांच्याकडे काहीही मागितले तरी ते देतील.

कमेल सचेतचे इस्लामशी त्यांनी निश्चित केलेले नाते होते, असे मी धरून चालले होते. वैयक्तिक दिलासा, अंतर्गत जग, आश्रयस्थान. इतरांपेक्षा जास्त टोकाचे असले तरी श्रद्धेच्या बाबतीत ते एकटे नव्हते. ऐंशी-नव्वदच्या दशकांमधे अरब जगात सनातनी इस्लाम अनुसरण्याची प्रथा होती. बायका डोके लपेटून घ्यायच्या, बार बंद होते, समाजात बेधडकपणे वागणे अयोग्य समजले जायचे आणि तसे वागणाऱ्या व्यक्तीची निंदा होत असे. एका प्रकारे राजा आणि भ्रष्ट अधिकारी यांच्या मनमानी आणि अन्याय्य शासनापासून लोकांना इस्लामचे संरक्षण मिळायचे : जॉर्डन, इराक, सीरिया, इजिप्त, सौदी अरेबिया, ट्युनिशिया, मोरोक्को, इंडोनेशिया अशा धर्मनिरपेक्ष देशांच्या विरुद्ध ही प्रतिक्रिया होती. तसेच साम्यवादासारख्या (जो स्वत:च्याच वजनामुळे कोसळला होता) पाश्चिमात्य उदाहरणांचा किंवा एकीकडे मानवी हक्काची भलामण करणाऱ्या पण प्रत्यक्षात जुलूम करणाऱ्या राजांना आणि हुकूमशहांना पाठिंबा देणाऱ्या युरोप आणि अमेरिकेतील लोकशाही राष्ट्रांना नकार होता. ही इस्लामची लाट एका नव्या प्रकारचा जागतिक अरेबिझम होती. त्यांच्या दृष्टीने ती संस्कृती, नैतिकता, मूल्ये, अस्मिता यांचे प्रतीक होती.

डॉ. लैथ यांची पत्नी बुशरा हिने हिजाब वापरणे उशिरा सुरू केले; पण तसे का ते तिला सांगता आले नाही. "ते आत कुठेतरी खोल असते, त्याचे स्पष्टीकरण देता येत नाही. तसे केल्याने जास्त बरे वाटते," असे ती म्हणाली. उम ओमर तिशीतसुद्धा पाश्चात्त्य फॅशनचे पोषाख वापरत होती. तिनेही नवऱ्याची इच्छा आणि स्वत:ची श्रद्धा यांच्यापुढे नमते घेतले. मी ज्या ज्या इराकी कुटुंबांच्या फोटोंचे

अल्बम बघितले, त्यात असे स्थित्यंतर असे : मिनीस्कर्ट, नंतर सत्तरच्या दशकातले झगे आणि तरंगणारे ड्रेसेस, मग हेडस्कार्फ आणि कोट; दोन दशकांपासून स्त्रिया अंग पूर्ण झाकणाऱ्या हिजाबच्या सुरक्षिततेत गेल्या होत्या.

सद्दाम स्वत: पोषाखाच्या बाबतीत फार दक्ष असायचा. सत्तरच्या दशकात तो उत्तम प्रकारे शिवलेले सूट आणि इटालियन बूट वापरणारा चोखंदळ आंतरराष्ट्रीय माणूस म्हणून प्रसिद्ध होता. ऐंशीच्या दशकात तो बहुतेकदा लष्करी गणवेषात असे. (गणवेष साधाच असे; नेपोलियन आणि स्टालिन हे दुसरे दोन नेते, जे प्रदर्शनाचे महत्त्व जाणत होते; पण सद्दामचा पोषाख त्यांच्यासारखा भपकेदार नसे.) नव्वदच्या दशकात त्याची छबी प्रसंगानुरूप असे (सिरॅमिक टाइल, पेंट, प्लास्टर, इंक स्क्रीन किंवा ब्राँझ शिल्पातील). युनिव्हर्सिटीच्या बाहेर पदवीधराची टोपी, हॉस्पिटलच्या बाहेर असेल तर गळ्यात स्टेथोस्कोप, अम्मानच्या महामार्गावर जमातीच्या पोषाखात, परेड ग्राऊंडजवळ युद्धाच्या वेषात आणि किर्कूकच्या प्रवेशद्वारापाशी कुर्दिश पोषाखातसुद्धा.

धार्मिक सनातनीपणाची लाट आल्यावर सद्दामने त्याची भाषणे आणि फोटो तिला धार्मिक समजुतींनुसार बदलले. बगदादला जगातील सर्वांत मोठी मशीद – मदर ऑफ ऑल बॅटल्स मशीद – बांधायचे काम सुरू केले; राष्ट्रध्वजाचे डिझाइन बदलून त्याच्यावर 'अल्ला हु अकबर' हे शब्द घातले. एक कुराण रक्तात लिहून घेतले (ते रक्त त्याचेच असल्याचा त्याचा दावा होता.). त्याला जणू सात समुद्रांवर राज्य करायचे होते. प्रार्थना सामुदायिक असते आणि शुक्रवारची प्रवचने मते व्यक्त करण्याच्या संधी असतात, असेही तो म्हणू लागला. धर्माच्या बाजूने लोकमताची लाट आल्यावर विरोधी लाटही आलीच. राजकारणात इस्लाम आला आणि सभांसाठी मशीद ही सोयीची जागा झाली.

शुक्रवारच्या प्रार्थनेला तरुण गर्दी करू लागले. तिथे इमाम मनुष्यनिर्मित धर्मनिरपेक्षतेपेक्षा श्रेष्ठ अशा देवाने निर्माण केलेल्या शरियात सांगितलेल्या धर्माचा प्रचार करू लागले. आठवड्यातील इतर दिवशी काम झाले की तरुण प्रार्थनेसाठी जाऊ लागले, प्रार्थना झाली की मशिदीच्या पटांगणात आपापसात बोलू लागले. ते इस्लाम, शरियावर बोलू लागले. कुराण आणि हडिथचा (कुराणाबरोबर असलेले प्रेषिताचे चरित्र) अभ्यास करू लागले. त्यांनी दाढ्या वाढवायला सुरुवात केली. ते परदेशी पँटच्या ऐवजी पारंपरिक दिशदशा वापरू लागले, काहीजण तर तो दिशदशाही प्रेषित महम्मदाच्या पूर्वीच्या अनुयायांप्रमाणे जरा आखूड असा वापरू लागले. सुरक्षा खाते सभेतील श्रोत्यांमधे आपले गुप्तचर पाठवू लागले. अल-ओबेदी हसले. 'पण सर्व लोक त्यांना ओळखायचे; कारण ते हमखास आखूड दिशदशा घालायचे आणि चेहऱ्यावर फक्त मिशाच ठेवायचे.'

१९९३च्या रमादानमधे कमेल सचेतने एका प्रसिद्ध पण वादग्रस्त इमामाला सादिक मशिदीत प्रार्थनेचे नेतृत्व करण्याचे आमंत्रण दिले. त्यांच्या आगमनाची वर्दी देणारी पत्रके सगळीकडे लावली गेली. त्या शुक्रवारी मशीद पूर्ण भरली होती. लोक रस्त्यावरसुद्धा उभे होते. त्यांनी प्रार्थनेसाठी आणलेल्या आपापल्या चटया रस्त्यात पसरल्या आणि लाउडस्पीकरवरून येणारे भाषण ऐकण्यासाठी ते रस्त्याच्या कडेला बसले. तो इमाम कमेल सचेतच्याच जातीचा होता, नुकतेच सकारने त्याची निंदा करून त्याला इस्लामिक समितीवरून काढून टाकले होते. त्यामुळे त्याची लोकप्रियता एकदम वाढली होती. त्याचे खणखणीत शब्द ऐकून श्रोते डोलत होते : एके दिवशी या धर्मनिरपेक्ष सत्तांचा अंत होईल. शरीयाचे पालन करणे, हे प्रत्येकाचे देवाने सांगितलेले कर्तव्य आहे! तरुणांनी मरगळ झटकून उभे राहायला हवे, आपल्या धर्माच्या आणि देवाच्या आज्ञेचे पालन करणे आणि प्रेषित महम्मदाचे उदाहरण डोळ्यापुढे ठेवून चालणे त्यांचे कर्तव्य आहे!

हरिथ अल्-ओबेदी म्हणाले की तेसुद्धा मशिदीतील व्यासपीठाचा आव्हान म्हणून वापर करू लागले. त्यांनी प्रार्थनेच्या सुरुवातीला सद्दाम हुसेनच्या आयुरारोग्यासाठी प्रार्थना करणे बंद केले आणि अनेकदा इस्लामिक समितीची आवश्यक असलेली परवानगी न घेताच भाषण देण्याचा धोका पत्करू लागले. 'मला दुसऱ्या कुठल्या मशिदीत भाषण द्यावयाचे असेल तर मी मुखबरातला टाळण्यासाठी भाषणाच्या वेळेवरच पोहोचतो आणि भाषण संपल्यावर लगेच निघून जातो.' पण हे फार धोक्याचे होते. अनेकदा मुखबरातचे लोक सादिक मशिदीत येऊन, घाबरविण्यासाठी प्रश्न विचारायचे –

तुम्ही राष्ट्राध्यक्षांसाठी प्रार्थना का करीत नाही?

चौकशीसाठी आमच्या ऑफिसात या.

तुमच्या मशिदीत इतके तरुण का येतात?

इतके लोक येतात हे कमेल सचेतला माहीत आहे का?

कोण लोक आहेत ते?

सूर्यास्त आणि संध्याकाळची प्रार्थना यांच्यामधे मशीद उघडी असता कामा नये.

अल्-ओबेदीने कमेल सचेतला त्यांच्याबद्दल सांगितले तेव्हा त्याने त्यांच्या हस्तक्षेपाबद्दल नापसंती दाखविली आणि त्यांना ते 'कुत्रे' असे म्हणाले.

विरोधकांचे आरोप आणि पूजेचे पावित्र्य राखण्याची गरज यांच्या सीमारेषेवरून चालणे फार कठीण होते, पण सद्दामसाठीही ते तितकेच धोक्याचे होते : 'लोकप्रिय इमामांच्या गाड्यांना अपघात होणे, त्यांच्यावर 'अज्ञात' लोकांकडून हल्ला होणे अशा प्रकारांमुळे दंगली झाल्या होत्या. कमेल सचेत निष्ठेचा मुखवटा ढळू देत नसे; पण दरबारी वर्तुळात अझीझ सली अल्-नुमान, हुसेन कमेल आणि अली हसन

अल्-मजीद हे कमेल सचेतचा वहाबी म्हणून उघडपणे उल्लेख करायचे. त्याचे सौदींबरोबर राष्ट्रद्रोही संबंध असून त्याच्या मशिदीसाठी सौदी अरेबियाकडून पैसा मिळतो, असे अहवाल बनविले गेले.

दोनएक वर्षांनी हरिथ अल्-ओबेदी यांनी सादिक मशिदीचा राजीनामा दिला. कदाचित त्यांना त्यातला धोका जाणवला असेल; कदाचित ते म्हणाले त्याप्रमाणे त्यांना कमेल सचेतचा हस्तक्षेप आणि त्यांच्या कडक अटींचा कंटाळा आला असावा. ''मला टोकाची भूमिका आवडत नाही,'' ओबेदी म्हणाले, ''कमेल सचेत त्यांची स्वत:ची वैयक्तिक मते माझ्यावर आणि मशिदीवर लादण्याचा प्रयत्न करायचे.'' रमादानमधे ज्या इमामाने भाषण दिले होते तो लवकरच देश सोडून गेला आणि त्याच्या गैरहजेरीत त्याला मृत्युदंडाची शिक्षा सुनावली गेली. कमेल सचेतच्या फायलीतसुद्धा प्रतिकूल रिपोर्टांची संख्या वाढत होती.

◆

१२

त्यांचे शेख

इतिहासपूर्व काळात, प्रेषित येण्याच्याही पूर्वी अरबस्तानात झुहेर बिन जनाब नावाच्या कवीच्या नेतृत्वाखाली कल्बी नावाची येमेनची ख्रिस्ती जमात होती. इस्लाम प्रस्थापित होऊन त्याची विजयी घोडदौड सुरू झाल्यावर कल्बी लोक उत्तरेला स्थलांतरित झाले आणि मुस्लिमांच्या सीरियावरील विजयात सामील झाले. सीरिया आणि इजिप्त जिंकणारा उमय्यद घराण्याचा संस्थापक आणि पाचवा खलिफा मोविया याची एक बायको कल्बी होती. करबला जिंकणारा आणि प्रेषिताचा नातू हुसेन याचा वध करणारा (आणि त्यामुळे सर्व शियांच्या दृष्टीतून खलनायक) याझीद याच्या बायकांमधेसुद्धा एक बायको कल्बी होती. याझीद नि:संतान अवस्थेत सन ६८३ मधे मरण पावला आणि ते घराणे दुसऱ्या एकाकडे गेले. कल्बी पत्नी नावडती झाली आणि ती युफ्रेटिस नदीच्या किनाऱ्याने दक्षिणेकडे गेली.

ही जमात अनेक शतके वाळवंटातील जीवनात हरवून गेली. हजारएक वर्षांनी कल्बी हेच 'जनाबी' जमात म्हणून ओळखले जाऊ लागले. भटके, मेंढपाळ, उंटांचा व्यापार करणारे, जिथे मेंढ्यांना चरायला गवत असेल तिथे राहणारे आणि भूप्रदेश कसा आहे आणि लढाया कुठे चालल्या आहेत हे लक्षात घेऊन स्थलांतर करणारे, अशी त्यांची ओळख होती. रमादी आणि फलुजा ते हिल्ला या भागात आणि दक्षिणेला महमूदिया, लतिफिया, इस्कंदरिया ते युफ्रेटिसच्या पश्चिमेला जुर्फा सक्र या प्रदेशांत ते पसरले. काहीजण बगदादला स्थायिक झाले आणि तेव्हापासून त्यांचा उल्लेख कागदपत्रांमधे सापडू लागला. काही लोक नजफ आणि करबला या धार्मिक ठिकाणांच्या जवळ स्थायिक झाले, त्यांनी लग्ने केली आणि शिया पंथात प्रवेश केला. एकोणिसाव्या शतकात त्यांनी ऑटोमान सेनांना अन्नधान्य पुरविले; विसाव्या शतकाच्या सुरुवातीला त्यांनी ब्रिटिशांना कालवे खणून दिले; सद्दामच्या काळात ते

सुरक्षादलात आणि इराकच्या सरकारी सेवांमधे भरती झाले. हळूहळू त्यांची संख्या वाढत गेली आणि अडीच लाखांवर पोहोचली.

पुराणकथा, काव्ये, लढाया, योद्धे, भांडणतंटे, लोककथा, वृद्ध लोकांच्या गप्पा यांतून इतिहास कळत गेला. घराण्यातील मुलाला दहा पिढ्यांची माहिती दिली जायची. जनाबींचे शेख अदनान जनाबी यांनी मला चौदा पिढ्या सहजपणे सांगितल्या. त्यांचे खरे नाव लांबलचक होते. 'अदनान अब्दुल-मुनीम रशीद अली खलप आवेद खट्टब महम्मद अलूश महम्मद नूफल महम्मद अली उगव...'

त्यांना त्यांच्या आजोबांचा शेवटचा उंट मेला ते आठवत होते – ते १९४५ साल होते. ते तेव्हा पाच वर्षांचे होते. उंट कशाने मेला ते त्यांना आठवत नव्हते, एवढेच की तो शेवटचा उंट होता. बरेच दिवसांपासून तो निरुपयोगी झालेला होता. त्याच्या मृतदेहाची जमिनीवर मोठी सावली पडली होती. नंतर त्यांचे आजोबा, बेदू परंपरेच्या विरुद्ध जमातीच्या बैठकींमधे उंटाचे खोगीर कोपराला आधार देण्यासाठी वापरू लागले. या बैठका परंपरेनुसार चालत आलेल्या एका वेताच्या झोपडीत होत.

त्यांनी मला वाडवडिलांकडून मिळालेल्या ब्राँझच्या एका प्रचंड ट्रेबद्दल सांगितले. त्या ट्रेमधे २५० किलो भात, चार पूर्ण बोकड आणि एक भाजलेला बैल एवढे मावायचे. अदनान यांना तो ट्रे दर वर्षी हजच्या ईदच्या दिवशी वापरायला आवडायचे– त्या दिवशी बळीच्या मेंढ्या कापून त्यांचे मांस ते गरिबांना वाटायचे. तो ट्रे उचलायला पंधराजण लागायचे, म्हणून त्यांनी एक खास ट्रॉली बनवून घेतली होती. अन्न ब्राँझच्या संपर्कात आले तर खराब होऊ शकते, म्हणून त्यांनी ट्रेवर क्रोमिअम प्लेटिंग करून घेतले होते.

अदनान हसून म्हणाले, "मी त्याला यांत्रिक केलं." त्यांनी डोके मागे करून 'नरघिला'चा एक मोठा घोट घेतला आणि ते वर्ल्ड कपमधील स्पेनविरुद्ध ट्युनिशियाचा सामना पुढे बघू लागले. तो २००६चा जून होता, आम्ही बैरुतला एका कॅफेमधे बसलो होतो; मार्बल आणि जुना आरसा, बॅकगॅमनमधील सोंगट्यांचा आवाज, फुटबॉल बघणाऱ्यांसाठी टीव्ही, दुधाळ अर्काचे ग्लास आणि पिस्त्यांची तबके असा जामानिमा होता. बगदाद फार धोक्याचे झाले होते म्हणून अदनान बैरुतला स्थलांतरित झाले; ते मवाळ होते. त्यामुळे मेसेपोटेमियातील अल् कायदाशी संबंध असलेले सुन्नी बंडखोर आणि त्यांची मेहदी सेनापथके, दोन्ही पक्ष त्यांचा तिरस्कार करीत. "मी सगळ्यांच्या मारण्याच्या यादीत आहे!" अदनान शेखप्रमाणे दिसत नव्हते, त्यांचे पोट इराक्यांसारखे नव्हते, तसेच डाय केलेले काळे केस, मिशा आणि इराक्यासारखा तोरा नव्हता. त्याऐवजी बारीक बांधा, डोक्याला टक्कल, गुळगुळीत दाढी केलेला, एखाद्या वृद्ध ऋषींसारखा बुद्धिमान चेहरा असलेले अदनान हिरवळीवर इकडून तिकडे पळणारे फुटबॉल खेळाडू लक्ष लावून बघत होते. "आता स्पेन पुन्हा

मुसंडी मारेल बघा. ट्युनिशियनांना फार लवकर गोल मिळाला, स्पेनचा संघ बलवान आहे आणि तेच जिंकणार!'' अदनानच्या समोर वाईनचा ग्लास होता, त्यातील वाईनची पातळी खाली गेली होती आणि त्यांनी आणखी एक बाटली मागवली आणि स्वत:ची टिंगल करत ते म्हणाले, ''चाळीस वर्षांपूर्वी मी कम्युनिस्ट होतो!''

खरं म्हणजे अदनान हे अपवादात्मक इराकी होते. कोणताही कार्यक्रम, ध्येयवाद, हेवेदावे नसलेले नेते होते. इराकमधे शिगेला पोहोचलेल्या हिंसेबद्दल त्यांना असाहाय्य वाटत होते. शक्य असेल तेव्हा त्यांनी अपहरण प्रकरणांमधे मध्यस्थी करण्याचा, अत्याचारांचा मागोवा घेणाऱ्या पत्रकारांना संरक्षण देण्याचा प्रयत्न केला. संयम बाळगा, हातमिळवणी करा, वाटाघाटी करा, असे सांगून पाहिले – पण रक्तपात अवाक्याबाहेर गेला होता. वर्तमानपत्रे रोज वाटेल ती मृतांची आकडेवारी प्रसिद्ध करीत होती : २३, ४२, ५९, १३०, १६८ असे इतके वेगवेगळे आकडे प्रसिद्ध होत होते, कशाला काही अर्थच उरला नव्हता. कारबॉंबस्फोटाची दृश्ये – काळा धूर, पांढरी रुग्णवाहिका, रस्त्यात लाल रक्ताचे थारोळे ही दृश्ये इतकी नित्याची झाली की अशा अनेक स्फोटांची माहिती छापून येईनाशी झाली. वर्तमानपत्रांचे मथळे बीभत्स होऊ लागले. कचऱ्याच्या काळ्या प्लॅस्टिकच्या पिशवीत छाटलेले मुंडके, कचऱ्याच्या ढिगाजवळ टाकलेली, हात बांधलेल्या, डोक्यात भोक पाडलेल्या स्थितीतील प्रेते; सरकारी कार्यालयातून पळवून नेलेले शंभरपेक्षा जास्त कर्मचारी; अपहरणासाठी धाडसी हल्ला; विषारी क्लोरीन वायूचे ढग सोडणारा नव्या प्रकारचा कार बॉंब अशा अनेक बातम्या प्रसिद्ध व्हायला लागल्या.

अदनानने परिस्थितीचे अगदी योग्य असे विश्लेषण केले; जेव्हा हिंसेची क्षमता फक्त देशाच्या सरकारच्या हातात एकवटलेली असते, तेव्हाच कायदा आणि सुव्यवस्था शिल्लक राहते. इराकमधे प्रत्येकाकडे पिस्तूल आहे, प्रत्येक राजकीय नेता, शेख आणि स्थानिक दादाकडे अंगरक्षक/लष्कर आहे. त्याचेच हे अराजक हे फलित आहे आणि जोवर अमेरिकन्स, कुर्द, सुन्नी, शिया हे आपल्या ताकदीचा त्याग करायला तयार होणार नाहीत, तोपर्यंत हे अराजक असेच चालू राहील. 'मी वास्तववादी आहे. या धकाधकीच्या आयुष्यामुळे मी वास्तववादी राहायला शिकलो.'

वर्ल्डकपच्या काळात बैरुतला अनेक देशांचे ध्वज लावून सुशोभित केले होते. बाल्कन्यांमधे ब्राझीलचा ध्वज, सेंट जॉर्जचा क्रॉस असलेला इंग्लंडचा ध्वज यांच्याबरोबर टांगलेला फ्रान्सचा तिरंगी ध्वज, लाल, पांढऱ्या, हिरव्या रंगात उजळलेली पिझ्झा रेस्टॉरंट्स, रात्री सामने संपल्यावर जेव्हा बारमधून गर्दी बाहेर पडायची, तेव्हा उत्सवाचे वातावरण निर्माण व्हायचे. अर्जेंटिनाचा निळा-पांढरा ध्वज किंवा मोरोक्कोचा लाल ध्वज किंवा सौदींना पाठिंबा देणाऱ्या सुन्नींचा हिरवा ध्वज फडकावीत मोटारी डाऊनटाऊन भागात पळत होत्या. विभाजन झालेल्या बैरुतमधे मी आणि अदनान

बगदादमधील सांप्रदायिक दंग्यांची चर्चा करीत असताना आमच्या खिडकीपुढून त्या गाड्यांचा काफिला हॉर्न वाजवत गेला, हा एक विनोदच होता. बगदादमधे २००४मधे अशुराच्या स्मरणार्थ लावलेले शियांचे काळे झेंडे कधीच काढले गेले नाहीत, एकप्रकारे हा प्रदेश कोणाचा हे त्यावरून जाहीर व्हावे हा त्यामागील उद्देश असावा, हे मी त्यांना सांगितले.

आम्ही थोडे थांबलो, ते अगदी उघड आणि स्पष्ट होते. आम्ही माना हलविल्या आणि आणखी वाईन घेतली. हे कसे थांबविता येईल? ते थांबविणे अशक्य होते. जिथे पंधरा वर्षांपूर्वीच्या यादवी युद्धातील गोळ्यांच्या खुणा इमारतींवर अजून दिसत होत्या, अशा शहरात आम्ही बसलो होतो. गोंधळावर नियंत्रण करणे शक्य नव्हते, तो आपल्या आपणच नाहीसा व्हायला हवा. फुटबॉलचा सामना संपला, स्पेन खरोखरीच जिंकला होता. एक वाद्यवृंद जुनी लेबनीज गाणी वाजवू लागला, सर्वजण भावुक झाले, प्रेमाची आणि युद्धाची गाणी गाऊ लागले, लाल लिपस्टिक लावलेल्या दोन भरदार लेव्हंटाइन स्त्रिया नितंबाला हेलकावे देत नाच करू लागल्या, त्या धुरकट हवेतून गोड उदासवाणा सूर आपल्या बोटांनी हवेत पकडू लागल्या. आम्ही टाळ्या वाजविल्या. मिड्ल ईस्टमधील एक नशिला आनंदी कोपरा मध्यरात्रीला मागे टकत होता. तीन आठवड्यांनी हिजबोल्ला आणि इस्त्राइल यांचे युद्ध सुरू झाले. आणखी बाँब, आणखी बळी.

अदनान कमेल सचेतना चांगले ओळखत होते. कमेल सचेतचे कुटुंब जनाबी जमातीच्या अल्बू हसून विभागातील होते. लहान जमिनीचे तुकडे, अल्पसंख्या, अभिमान आणि आक्रमकता यांसाठी त्यांच्या जमातीची प्रसिद्धी होती. अदनानने मला सांगितले की अगदी थोड्याच काळापूर्वी पन्नासच्या दशकात युफ्रेटिस नदीच्या मार्गबदलामुळे जमिनीची जी पुनर्विभागणी झाली त्यावरून भयंकर अशा गराघल लोकांशी अल्बु हसूनांचे तुंबळ युद्ध झाले होते. दोन्ही बाजूचे अनेक लोक मारले गेले; पण अल्बू हसून लोकांनी गराघलांना नमविले, असे लोक मानतात. जनाबींना आपल्या मुली लग्नात अल्बू हसून कुटुंबामधे देणे आवडायचे – त्या जमातींच्या युतीमुळे सुरक्षितता अगदी पक्की होत असे. जनाबीने नेहमी अल्बू हसून अंगरक्षक ठेवावा, नाही तर तो लुटला जाईल असे म्हणत. "अल्बू हसूनच्या वाटेला जाऊ नये!" अदनान हसले. "पण जनाबी लोकांसाठी कमेल सचेत हे मोठे हिरो होते."

कमेल सचेतचे हिल्ला येथील शेत अदनानच्या वडिलांच्या जमिनीपासून जवळ होते. अदनान त्यांना १९८०पासून ओळखत होते. कमेल सचेत अनेकदा त्यांच्याकडे यायचे, एका हातात चहाचा ग्लास, कोपरापाशी लाल बेरेट; ते इतर पाहुणे जायची शांतपणे वाट बघत बसायचे. ते शेखशी एकटे असताना बोलणे जास्त पसंत करायचे. ते स्वतंत्र आणि एकलकोंडे होते, असे अदनानचे मत झाले. त्यांची

काळजीपूर्वक आणि स्पष्ट बोलण्याची पद्धत, जबाबदारीची जाणीव आणि नम्रता यांची अदनानवर छाप पडली होती. कमेल सचेतना त्यांचे शेत, पाणीपुरवठा आणि पिके, खजुराचे पीक, पाण्याचे हक्क यांवर बोलायला आवडायचे. शेख त्यांना जमातीशी संबंधित गोष्टी, राष्ट्राध्यक्षांच्या यंत्रणेत वरच्या पदांवर असलेल्या जनाबी अधिकाऱ्यांच्या किरकोळ भानगडी यांबद्दल सांगायचे आणि ते माहीत असलेले लोक, कमांडर्स यांच्याविषयीच्या कथा, अडचणी, बढत्या यांविषयी गप्पा मारायचे. कमेल सचेत शक्य असेल तेव्हा कोणाही जनाबीला मदत करण्याची तयारी दाखवीत. मृत्युदंड झालेल्या एका अधिकाऱ्याच्या मुलीला विद्यापीठात फार्मसीच्या कोर्सला जाण्यासाठी त्यांनी आर्थिक मदत केली. ते सैनिकांना अंत्यविधी आणि लग्नासाठी रजा देत आणि जर सैनिक रजा न घेता गैरहजर राहिला तर त्याचा जीव वाचावा, म्हणून अधिकृत माफीपत्र देत. ही 'वास्ता' म्हणजे 'संबंधा'ची, जमातीच्या छत्राची पारंपरिक पद्धत होती.

कमेल सचेतची धार्मिक गोष्टींचे पालन करण्याची वाढती वृत्ती सगळ्यांच्या लक्षात येत होती. त्यांनी अनेक धार्मिक पुस्तके वाचून काढली, बरेचदा ते धार्मिक प्रवचने ऐकायला जायचे; पण ते कोणा विशिष्ट गुरूच्या मागे होते, असे दिसले नाही, असे अदनानचे निरीक्षण होते. उपवास करावा असे सांगितले असेल त्या दिवशी ते उपवास करीत, वेळापत्रकानुसार प्रार्थना करीत; पण अतिउपवास करणे, रात्रभर प्रार्थना करणे अशा गोष्टी त्यांना मान्य नव्हत्या, ते धर्मवेड आहे असे त्यांचे मत होते. त्यांचे वडील वारले तेव्हा कमेल सचेत त्यांच्या अंत्यविधीला उपस्थित राहिले नाहीत, अशा कारणासाठी लोकांनी जमणे त्यांना आवडत नसे, तो खरा इस्लाम नाही, असे त्यांचे मत होते. हडीथमधे लिहिले आहे की दफनविधी डामडौल न करता, साधा आणि त्वरित करावा. अदनानचा मोठा भाऊ खलिद त्या वेळी बगदादचा मेयर होता, त्याच्या वडिलांच्या नंतर तो शेख झाला, त्याने सद्दाम हुसेनने पाठविलेल्या प्रतिनिधींचे यथोचित स्वागत करता यावे म्हणून कमेल सचेतला कार पाठविली. कमेल सचेतने नाइलाजानेच या राजकीय शिष्टाचाराला मान्यता दिली; पण त्याने त्याच्या भावांना स्पष्ट केले की 'लोकांकडून सांत्वना स्वीकारणे तुमचा अधिकार आहे; पण मी इथे उपस्थित आहे तो सामाजिक कर्तव्य म्हणून सांत्वना स्वीकारायला नाही.'

आमच्या एका चर्चेच्या दरम्यान मी अदनानना म्हणाले की कमेल सचेतचा धार्मिकपणा ही काही प्रमाणात नैतिक दिवाळखोरी होती. अदनानने मान डोलवून सहमती दर्शविली. 'त्यांचा संघर्ष अंतर्गत होता, स्वतःचा आणि सरकारचा समन्वय कसा साधावा याबद्दल ते नेहमी संभ्रमात असत. ते जनरल म्हणून, एक अधिकारी म्हणून आपले कर्तव्य बजावत होते. ते संन्यासी किंवा बंडखोर झाले नाहीत. ते ओसामा बिन लादेन किंवा संत झाले नाहीत. स्वर्ग मिळावा म्हणून सत्कृत्ये करणारे

ते दुबळे नव्हते; पण ज्या ज्या भ्रष्ट सरकारी कारभारात ते महत्त्वाची व्यक्ती होते तिथे आपले नैतिकतेचे तारू हाकारण्यासाठी त्यांना भक्कम आधार हवा होता.'

कमेल सचेत त्यांचे स्थान आणि त्याला अनुषंगून येणारे कर्तव्य यांच्या कात्रीत सापडले होते.

अदनानने आयुष्यभर 'शेख' पद न मिळावे असा प्रयत्न केला. साठच्या दशकात ते लंडनला अर्थशास्त्र शिकत होते आणि १९६३मधे बाथ पक्षाने अल्पकाळ सत्ता काबीज केली, तेव्हा मानवी हक्कांचे उल्लंघन आणि राजकीय कैदी यांच्यावर लक्ष ठेवणाऱ्या हद्दपार केलेल्या इराकी गटात होते. सत्तरच्या दशकात ते इराकला परतले आणि नव्या तेलखात्यात त्यांनी पद स्वीकारले. तिथे त्यांनी इराकी तेलाचे राष्ट्रीयीकरण करण्याच्या कामात मदत केली. ते त्यांचे स्वप्न होते; पण लवकरच त्यांना उपराष्ट्राध्यक्ष सद्दाम हुसेनची नाराजी पत्करावी लागली. १९७३मधे इस्राइलबरोबरच्या ऑक्टोबरमधील युद्धावर प्रतिक्रिया म्हणून ओपीइसीने तेलावर निर्बंध घातले. बाथ पार्टीच्या प्रादेशिक नेतृत्वाच्या नकळत, निर्बंध मोडून सद्दाम तेल विकत असल्याचे अदनानला दिसून आले; पण ते कसेबसे सद्दामच्या रागापासून वाचले आणि आपल्या गावी गेले.

'मी दिशदशा घातला आणि शेतकरी झालो. माझ्याकडे मिड्ल ईस्टमधील सर्वांत मोठे फिशफार्म होते आणि त्या धंद्यातून मी खूप श्रीमंत झालो.'

त्यांनी सत्ता आणि तिच्यामुळे येणाऱ्या फायद्यांपासून दूर राहण्यासाठी सर्व काही केले. त्यांचा भाऊ खलिद त्यांच्या अगदी उलट होता. खलिदने सद्दामशी सूत जमवले, तो अनेकदा त्याच्याबरोबर शिकारीला जायचा. तो पक्षाच्या संघटनेतून वर चढत बगदादचा मेयर झाला – अदनान त्याची कानउघडणी करायचे, त्याला समजविण्याचा प्रयत्न करायचे; पण त्याचा काहीही उपयोग झाला नाही. अदनानना त्यांच्या गावी त्रास न देता राहता आले याचे एक कारण म्हणजे खलिदने सद्दामकडे त्यांच्या बाजूने केलेली रदबदली हे आहे, हे अदनान जाणून होते; पण अनेक वर्षे बाजूला राहिल्यावर ते नकळत त्या दलदलीत ओढले गेले. १९९५मधे खलिदचे रोममधे निधन झाले. कदाचित विषप्रयोगामुळे असेल किंवा कदाचित सद्दामच्या हुकमावरून असेल. अदनान जनाबींचे नवे शेख झाले आणि त्यांना बोलावणे आले.

त्यांच्या बगदादच्या घरी कार पाठविण्यात आली. आपल्याला कुठे नेत आहेत, हे त्यांना माहीत नव्हते आणि ते विचारण्याचीही सोय नव्हती. ते एका सरकारी इमारतीपाशी आले, त्यांना एका खोलीत थांबायला सांगण्यात आले. साधारण अर्ध्या तासाने त्यांना दुसऱ्या कारमधे बसविण्यात आले. एका चौकीमधून ते रिपब्लिकन पॅलेसच्या प्रांगणात पोहोचले. त्यांना बाह्यकक्षात नेण्यात आले, तिथे त्यांचे ओळखपत्र पुन्हा तपासण्यात आले आणि एका टेलिफोनमधे त्यांचे नाव

सांगण्यात आले. तिथल्या अधिकाऱ्यांनी स्मित केले. ते आदबपूर्वक वागत होते. 'आपल्याला फार वेळ थांबावे लागले नाही ना? घरचे सगळे ठीक ना, इन्शाअल्ला? आज हवा जरा गरम आहे, नेहमीपेक्षा जास्त गरम आहे.' अशा प्रकारचे संभाषण ते अधिकारी करीत होते. त्यांनी अदनानना खिशातील सर्व वस्तू काढायला सांगितल्या – पाकीट, घराच्या किल्ल्या, छोटी डायरी. त्या सर्व घेऊन त्यांनी एका छोट्या पिशवीत ठेवल्या. मग पांढऱ्या कोटातील एक डॉक्टर खोलीत आले, त्यांनी त्यांना हात उघडून तळहात वर असलेल्या स्थितीत पुढे करायला सांगितले आणि हात पाहून भविष्य सांगणाऱ्या ज्योतिषाप्रमाणे बोटांनी त्यांच्या हातांचे तळवे चाचपले. त्यांना मनगटावरील घड्याळ काढून ठेवायला सांगितले. नंतर सर्व कपडे काढायला सांगण्यात आले. दोघेही अधिकारी आदराने वागत होते. 'अदनाननी अंतर्वस्त्रे काढून ठेवली. अधिकाऱ्यांनी त्यांचे कपडे काळजीपूर्वक तपासले. त्यांनी प्रत्येक शिवण चाचपली आणि त्यांच्या चकचकीत बुटांचा आतला भागसुद्धा काळजीपूर्वक तपासला. या उघडउघड उपमर्दकारक प्रकारामुळे त्यांना धसका बसला – हे सर्व वर्णन करताना अदनान मधूनमधून तिरस्कार आणि शरमेने ओठ दाबून धरत होते.

त्यांना कपडे घालायला सांगण्यात आले आणि पुन्हा पूर्ण पोषाख करून झाल्यावर त्यांना दरवाजावर दोन सैनिक असलेल्या एका मोठ्या खोलीत सोडण्यात आले. तिथे एका मोठ्या टेबलाच्या मागे राष्ट्राध्यक्ष सद्दाम हुसेन बसलेले होते. अदनान त्यांच्यासमोर उभे राहिले, बसायला खुर्ची ठेवलेलीच नव्हती; सद्दाम खुर्चीत मागे सरकून बसला, त्याने घसा साफ केला आणि 'हे, हे हे' असे त्याच्या मते मैत्रीपूर्ण हास्य केले.

'शेख' या नात्याने अदनानचे स्थान डळमळीत आणि सुरक्षितही होते. त्यांनी स्थानामुळे येणारी कर्तव्ये, ज्यासाठी सर्व शेखांना बोलविण्यात येत असे आणि पैशाच्या पाकिटाचे वाटप या गोष्टी टाळण्याचा प्रयत्न केला – 'अगदीच दयनीय रक्कम, एक हजार डॉलरपेक्षाही कमी. मी ती एकदा घेतली, तेही दरबारातील एका जनाब्याने 'ती घेतलीच पाहिजे' असे सांगितले म्हणून; नंतर ते पैसे मी धर्मादाय संस्थांना देऊन टाकले.' जवळजवळ सर्व इराक्यांप्रमाणेच त्यांनी शक्य तेवढा सांभाळून राहायचा प्रयत्न केला आणि इराकची सद्दामपासून सुटका होण्याच्या दिवसाची वाट पाहू लागले.

शेवट झाला तो परदेशी हल्ल्याने. अमेरिकन्स! 'इराक मुक्ती मोहीम!' 'सार्वत्रिक विनाशाची अस्त्रे' (वेपन्स ऑफ मास डिस्ट्रक्शन.) 'दहशतवादावर हल्ला!' 'ध्येय साध्य केले,' अशा घोषणा होत होत्या. वाळवंटातून येणाऱ्या रणगाड्यांच्या रांगा बघून सर्वांना धक्का बसला होता. सर्वत्र युद्धाचा दरारा भरून राहिला होता. सर्वत्र होत असलेल्या संहारामधे इराक्यांसाठी आशेचा एक क्षीण किरण होता. परसत्तेने

व्यापले असताना मुक्तपणे व्यवहार कसे करायचे, हे कोडेही होते. अमेरिकनांनी बगदादच्या फिरदोस चौकातील सद्दामचा पुतळा पाडला. त्याच्या दुसऱ्या दिवशी १० एप्रिल २००३ला अदनान यांनी बगदादमधील, जनाबींची मोठी संख्या असलेल्या, लतिफिया येथे जमातीची बैठक बोलावली. त्यांनी वृद्धांना, जमातीतील न्यायाधीशांना आणि संलग्न अशा इतर लहान जमातीच्या नेत्यांना त्यांची पुढे काय करण्याची इच्छा आहे ते विचारले. इराकचा सन्मान पायदळी तुडवला जात आहे, त्यामुळे आपण लढायला हवे, असे अनेकांचे म्हणणे पडले. अदनानने सर्वांचे ऐकून घेतले आणि मग म्हणाले, 'जर सर्वांचे 'लढावे' असे एकमत झाले तर मी तुमच्याबरोबर लढेन आणि आपण सगळे मिळून लढू; पण प्रथम परिणामांचा विचार करा. हे अमेरिकन आहेत. त्यांच्याकडे संहार करणारे बॉंब आहेत. आपण लढलो तर ते प्रतिहल्ला करतील. अमेरिकन सैन्य आपली भूमी बळकविण्यासाठी आले आहेत असे मला वाटत नाही, त्यांना साम्राज्य करण्याची इच्छा नाहीये. ज्याच्यावर त्यांचा थोडासा प्रभाव राहील असे सरकार ते स्थापन करतील असे मला वाटते – आणि अमेरिकेचा प्रभाव नाही असे या जगात एकतरी सरकार आहे का? कदाचित थोडे थांबावे आणि सहकार्य करावे म्हणजे आपल्याला आपल्या कुटुंबाचे, आपल्या जमातीचे जास्त चांगल्या रीतीने रक्षण करता येईल.'

सुरुवातीला जमातीतील नेत्यांनी ह्याला संमती दिली आणि प्रतिकार किरकोळ राहिला. हिल्ला येथील अमेरिकन कमांडर आठवड्यातून एकदा अदनानशी सल्लामसलत करण्यासाठी त्यांच्या निवासस्थानी येत असे. कोणत्या जनाबींना अटक करायचा त्यांचा इरादा आहे, याचा अदनान अंदाज घेत आणि कधीकधी अटक केलेल्या काही जनाबींची सुटकाही करवीत; पण सहा महिन्यांनी अटकसत्र आणि मध्यरात्रीचे छापे वाढले आणि खोटे साक्षीदार आणि काहीतरी लाभाच्या उद्दिष्टाने विनाकारण छापे पडायला लागले. जमातीतील प्रतिष्ठितांनासुद्धा कोणतेही कागदपत्र किंवा सुनावणी न करता अटक करून अबूघरीबला पाठविण्यात येऊ लागले. त्यांना वकील नाकारला जाई. अमेरिकन त्यांची 'चौकशी' करीत, कित्येक दिवस काहीही न करता नुसते डांबून ठेवत; त्यांचे कुटुंबीय बंद दरवाजांसमोर दाद मागण्यासाठी जात. हिल्लाचा अमेरिकन कमांडर बदलत असे आणि नव्या कमांडरवर आपला काहीही प्रभाव पडत नाही, असे अदनानना दिसू लागले. बगदादमधे स्थानिक कमांडरचीसुद्धा भेट मिळणे त्यांना अशक्य झाले.

लोक संतप्त झाले, अस्वस्थ झाले. एका जनाबी इमामाने शुक्रवारच्या प्रार्थनेच्या वेळी अदनानचा धिक्कार केला : 'आपला शेख : फितुर!' जमात सभेने त्या इमामाला हाकलून दिले, इतर इमामांनी त्याला प्रवचने द्यायची बंदी केली. अदनानने त्याला समोरासमोर चर्चा करण्यासाठी भेटीला बोलावले. तो इमाम त्याला म्हणाला,

‘तुम्ही मदत करण्याचा प्रयत्न करताय, हे मी कबूल करतो; पण हे सगळे जमाती पुढारी निरुपयोगी आहेत. इथे नवी परिस्थिती निर्माण झाली आहे. ते फक्त त्यांच्या बकऱ्यांची काळजी घेत आहेत.’

अमेरिकेने ताबा घेऊन काही महिने झाले असतील. अदनान, त्याची बायको आणि दोन मुले एके दिवशी संध्याकाळी टीव्ही बघत बसले होते. त्यांना एक मोठा स्फोट झाल्याचा, दारे-खिडक्या खडखडल्याचा आणि मग आरडाओरड्याचा आवाज ऐकू आला. त्यांच्या घरावरच हल्ला झाला होता. अनेक अमेरिकन सैनिक आत घुसले. चिलखते, काडतुसे वगैरे लढाईच्या सामग्रीमुळे प्रचंड फुगल्यासारखे दिसणारे, स्टॉर्मट्रुपर्ससारखी हेल्मेट घातलेले, धातूच्या जबड्याप्रमाणे दिसणाऱ्या रात्रीच्या अंधारात दृष्टी देणाऱ्या दुर्बिणी आणि शस्त्रांनी लादलेले असे त्यांचे अवतार होते. अदनान निषेध करण्यासाठी उभे राहिले; पण मागून कोणीतरी त्यांची मानगूट पकडून त्यांना पुढे ढकलले आणि ते गालिच्यावर पालथे पडले.

आम्ही बैरूतला एका शांत बारमधे बसून बोलत होतो. अदनान व्हिस्कीचा आस्वाद घेत होते. वरील हकिकत सांगत असताना ते माझ्याकडे बघतही नव्हते. त्यांची नजर त्यांच्या ग्लासात, खरं तर कटु स्मृतींमधे होती.

‘त्यांना आमच्या संस्कृतीबद्दल काहीही कळत नाही, काहीही नाही.’ त्यांचा उद्वेग बाहेर पडत होता. मी काहीतरी सहानुभूतीचे बोलले. अभिमान चुरडला गेला की कसे वाटते ते मी समजू शकते – आपल्या पत्नी आणि मुलांसमोर कुटुंबाच्या प्रमुखाला अशी अपमानास्पद वागणूक मिळावी याची भीती नाही (कोणीही इराकी आपल्याला भीती वाटते/वाटली असे कबूल करणार नाही), पण अपमान वाटणे साहजिक आहे.

अदनाननी मला थांबविले. “नाही, तसे नाही.” परक्या सत्तेने देशाचा ताबा घेतल्यामुळे मानहानी सहन करणारे ते सामान्य नागरिक नव्हते. ते शेख होते. नेता होते. “ते अगदी असत्य होते.” ते जोर देऊन म्हणाले, “पूर्णपणे अस्वीकार्य.”

जे झाले ते अदनानने कोणालाही सांगितले नव्हते. त्यांनी अपमान गिळला आणि राजकीय प्रणालीच्या चौकटीत राहून राज्यघटना लिहिणे, सार्वभौम इराकी सरकार आणण्याची तयारी करणे, अशा कामात अमेरिकनांच्या बरोबर काम करीत राहिले. ते बिनखात्याचे मंत्री म्हणून सरकारमधे सामील झाले आणि अयाद अल्लावी यांच्या बाजूला राहिले. अमेरिका अल्लावींना, सर्वांना एकत्र आणू शकेल असा धर्मनिरपेक्ष इराकी नेता म्हणून उभे करीत होती. मार्च २००४च्या अखेरीस चार अमेरिकन कंत्राटदार फल्लुजातून जात असताना त्यांच्यावर हल्ला झाला आणि अमेरिकनांनी गावाला रणगाड्यांचा वेढा घातला, तेव्हा अदनान यांनी अमेरिका आणि स्थानिक बंडखोरांचा नेता, यांच्यात समेट घडवून आणण्यासाठी मध्यस्थी

केली. तो जनाबी होता. बंडखोरांच्या नेत्याने युद्धविरामाच्या बदल्यात आपले सैनिक काढून घ्यायचे कबूल केले; पण स्थानिक जहाल जिहादी लोकांनी त्याला देशद्रोही ठरविले आणि कोणताही समझोता करायला नकार दिला. ''मवाळांचा काही काळाने हमखास पराभव होतो!'' अदनान खेदपूर्वक म्हणाले. त्यांनी त्या जहाल लोकांना समजविण्याचा प्रयत्न केला; पण ध्येयवादाचा हवाला देऊन त्यांचे म्हणणे फेटाळले गेले. सागराला पुन्हा भरती येऊ लागली होती. पत्रकार परिषदांमधे हिंसा आलीच होती आणि जरी कोणी मान्य केले नाही तरी बंडखोरीमुळे कोणत्याही राजकीय प्रक्रियेचा उपयोग होत नव्हता.

हद्दपार झालेले शिया पक्ष, दावा आणि इराणपुरस्कृत सुप्रीम काउन्सिल फॉर द इस्लामिक रेव्होल्यूशन इन इराक यांची चलती होती. स्थानिक शिया गट (जास्त करून मेहदी सेना) पोलीसदलात दाखल होऊन सशस्त्र झाले. मग त्यांनी तंटा उकरून काढला आणि त्यातून बंडाचा भडका उडाला. सुन्नी नाराज झाले, संतापले आणि अमेरिका पक्षपात करीत आहे, अशी तक्रार करू लागले; पण त्याचा कोणताही दृश्य परिणाम झाला नाही.

जानेवारी २००५मधे पहिल्या निवडणुकांच्या थोडेसेच आधी मी अदनानना भेटायला त्यांच्या घरी गेले. ग्रीन झोनला लागून पहारा असलेल्या मंत्र्यांच्या वसाहतीतील हे घर त्यांनी भाड्याने घेतले होते. तुम्हाला आणण्यासाठी दोन अंगरक्षकांसह मी कार पाठवितो, असे ते म्हणाले. मला ते जदरिये पुलाच्या खाली भेगा पडलेल्या डांबराच्या रस्त्यावर भेटले. पूर्वी नवरे आपल्या बायकांना कार ड्रायव्हिंग शिकविण्यासाठी तिथे येत. आता ती जागा म्हणजे दारूच्या दुकानांवर बॉंब टाकणाऱ्या शिया सैनिकांना न जुमानता मोकळेपणे बोलण्याचे ठिकाण झाले होते. संध्याकाळ होत होती. एका बंदूकधारी गार्डने हाताने खूण करून मला आत यायला सांगितले. नदीकाठच्या कॉंक्रीटच्या कट्ट्यावर, हातात बीअरचे कॅन घेतलेले किंवा समोर अरॅकचा छोटा चंबू ठेवलेले लोक टैग्रीस नदीवर जांभळट धूळ बसताना, डोरा पॉवर स्टेशनवरून आकाशात जाणाऱ्या काळ्या धुराच्या पार्श्वभूमीवरच सूर्यास्त बघत बसले होते.

अदनानच्या अंगरक्षकांनी आम्हाला शोधून काढले आणि हाताने खूण करून त्यांच्यामागे यायला सांगितले. आम्ही ग्रीन झोनच्या कडेने, बारा फूट उंच कॉंक्रीटच्या स्फोटरोधक भिंतीच्या बाजूने जाऊ लागलो. एका ठिकाणी भिंतीत खुली जागा होती तिथे आत वळून आम्ही तपासणी गेटपाशी थांबलो. आमच्या पुढच्या कारमधील अंगरक्षकांनी पास दाखविले आणि आम्हाला आत सोडण्यात आले. दुसऱ्या वळणावर आम्ही पुन्हा थांबलो. पुढे इराकी लष्करातील सैनिक एक कार तपासत

होते. त्या कारमधील दोघेजण तपासणीसाठी, दोन्ही हात बाजूला वर करून उभे होते. आमच्यावर स्टिल्ट्सवर वाळूच्या पोत्यांनी मजबुती आणलेला वॉच टॉवर होता. आम्ही कारमधून बाहेर पडून आमची ओळखपत्रे दाखविली आणि आमच्या बॅगा तपासणीसाठी पुढे केल्या. मी वर बघितले. काँक्रीटच्या त्या उंच भिंतीच्या वर धारदार वायरची भेंडोळी होती, पुढच्या कारमधील माणसांची तपासणी संपली, सैनिकांनी त्यांची शस्त्रे त्यांना परत दिली – एक कलाश्निकोव आणि एक पिस्तूल. पिस्तूलवाल्याने ते पाठीमागे पँटच्या पट्ट्यात खोचले. आम्हाला त्यांनी जुजबी तपासले. एक सैनिक छातीवर हात ठेवत मस्करीत म्हणाला, ''सद्दाम हुसेन, मी सद्दाम हुसेन.''

''आः, तुझ्या मिशा तेवढ्या मोठ्या नाहीत.''

सैनिकाने त्याच्या छातीवरील बिल्ल्याकडे बोट दाखविले. त्याचे नाव सद्दाम हुसेन होते. आम्हाला अदनान संतापलेले दिसले. त्यांनी नुकताच मंत्रिमंडळाचा राजीनामा दिला होता.

''ओह, डी. ओ. डी.च्या स्वत:च्या वेगळ्याच कल्पना आहेत. ते सगळ्यांची डोकी तुडवितात. जे जे काही व्हायला नको ते सर्व झाले. जितक्या म्हणून चुका करणे शक्य आहे त्या सगळ्या चुका त्यांनी केल्या. ते म्हणतात ते बरोबर. आम्ही अमेरिकेचे 'चमचे' आहोत.'' सगळा गलथानपणा आणि बनवाबनवी याच्या निषेधार्थ आणि दोन दिवसांपूर्वी पंतप्रधानांना भेटायला जात असताना ग्रीन झोनच्या प्रवेशद्वारापाशी एका उद्धट आणि स्वत:ला फार मोठा समजणाऱ्या अमेरिकन सार्जंटने त्यांना अटक केली होती, त्याच्या निषेधार्थ त्यांनी राजीनामा दिला होता. सार्जंटने त्यांचा पास बघितला आणि तो आता चालणार नाही असे सांगितले. अदनानने त्याच्या कमांडिंग ऑफिसरची भेट मागितली, तेव्हा तो आणखीन उद्धट झाला. अदनाननी त्याचे आणि त्याच्या तुकडीचे नाव विचारले. सार्जंट बेफिकीरपणे आणि वैतागल्यासारखा चेहरा करून त्याच्या सैनिकांना म्हणाला, ''याला अटकच करायला पाहिजे.'' त्यांनी त्यांच्या निषेधाची पर्वा न करता ताबडतोब त्यांचे हात पाठीमागे करून हातात प्लॅस्टिकच्या बेड्या घातल्या.

आता त्यांना (अमेरिकनांबरोबरच्या आणि सरकारमधील) सहभाग घेतल्याचा पश्चात्ताप होऊ लागला. त्यांच्या अनेक नातेवाइकांना पळवून मारून टाकण्यात आले होते. ते अंगरक्षक किंवा शस्त्रे न घेता स्वत: ड्राइव्ह करायचे. आता ते तीस बंदूकधारी रक्षकांसह पाच गाड्यांच्या ताफ्यातून जाऊ लागले ''आणि तरीही मी सुरक्षित नसतो.'' ते भीतीने नाही, तर वैतागून म्हणाले.

अनेक दिवस यादवी युद्धाला 'सांप्रदायिक हिंसा' म्हटले जात होते. ते युद्ध

विखुरलेले, लुटालुटीवर आधारलेले ठाव घेण्यास आणि नियंत्रण करण्यास कठीण असे होते. बगदादमधील भाग म्हणजे छोट्या छोट्या शस्त्रधारी टोळ्यांची राज्येच झाली; अडथळे, रोडब्लॉक, तपासणी नाके, निवडून हत्या करणे. कुटुंबांना (त्यांच्यापैकी अनेक मिश्र असत, कारण अनेक शिया आणि सुन्नी विवाह होत असत.) निवडले जाई आणि बंदुकीच्या धाकाने घराबाहेर काढले जाई. ऐतिहासिक काळापासून बगदादच्या दक्षिणेला, लतिफिया आणि महमूदियाच्या आसपास शिया आणि सुन्नींचे मिश्रण झाले होते. शियांना त्यांच्या गाड्यांमधून खेचून बाहेर काढून गोळ्या घातल्या जात होत्या. खेड्यांमध्ये बदला, सूड, धमकावणे यांचे सत्र चालू होते. मेसोपोटेमियामधे स्थानिक बंडखोरांमधे अल् कायदाने शिरकाव केला होता. जी काही नव्याने उभारलेली इराकी सेना होती, तिच्यात शिया गुंड आणि भाडोत्री कुर्द यांचा भरणा होता. त्या भागाला 'मृत्यूचा त्रिकोण' असेच नाव पडले होते.

अदनान हिंसेला कंटाळले होते. "अमेरिकन्स जनाबींचे शिरकाण करीत आहेत आणि जनाबी, मग ते शिया असोत की सुन्नी, एकमेकांचे मुडदे पाडत आहेत!" त्यांनी व्हिस्कीचा घोट घेतला. "आणि जनाबी तर सर्वांत वाईट!"

इस्राइलचे बॉंबहल्ले आणि नागरी अशांतता हे लक्षात घेऊनसुद्धा बैरूत शांत होते. २००७च्या उन्हाळ्यात जेव्हा मी अदनानना भेटले, तोपर्यंत ते हद्दपारीत बऱ्यापैकी स्थिरावले होते. मी त्यांना कॉफीसाठी 'पॉल'मधे भेटले. आमच्या सभोवार उच्चभ्रू लेबनीज वर्गातील लोक होते. त्यात लॉकर लावून उंच केलेले केस, उंच धनुष्याकृती भुवया, लिप लायनर, वक्षस्थळांच्या मधील भागावर ब्राँझचा स्प्रे मारलेल्या, मनगटावर कार्टिअर घड्याळे, हातात लोंबकाळणाऱ्या 'प्राडा' बॅगा अशा 'मयूरी स्त्रिया'ही होत्या. ही सगळी भपकेबाजी बघून मी आणि अदनान एकमेकांकडे बघून हसलो आणि माझ्या लक्षात आले की अदनान स्वत:सुद्धा सुट्टीतील पोषाखात होते – टाय नसलेल्या चुरचुरीत लिननच्या सफारी सुटात.

"मला 'शेख' असण्यापेक्षा 'चिक'– छानछोकी होणे आवडेल." त्यांचे नवे गॉगल्स दाखवीत ते म्हणाले, "तुम्ही बघतच आहात की सध्या मी अगदी आराम करतोय, अक्षरश: काहीही करीत नाहीये." धोरण आणि कायद्यांच्या कल्पनांना मूर्त रूप देण्यासाठी उपयुक्त असा तांत्रिक अनुभव इराक सरकारला पुरविणाऱ्या एका नव्या चिंतनगटाचे (थिंक टँक) नाव असलेले कार्ड त्यांनी मला दिले. "बुद्धीला थोडे काम आणि वेळेचा उपयोग," ते खांदे वर करीत म्हणाले.

यादवी युद्धाचे खाजगी युद्धात रूपांतर झाले होते. बातम्या सतत भयंकर असायच्या. अदनान म्हणाले की बातम्या बघायची आता इच्छाच होत नाही, मलाही तसेच झाले आहे, असे मी म्हणाले. त्याबद्दल बोलण्यातसुद्धा काही अर्थ नव्हता.

त्याऐवजी मी त्यांना त्याचा मुलगा सलाम याच्याबद्दल विचारले. त्यांनी पुन्हा एकदा त्यांच्या घड्याळाकडे बघितल्याचे माझ्या लक्षात आले.

"तो एअरपोर्टवर आहे. थोड्याच वेळात तो अम्मानच्या विमानात बसलेला असेल; पण विमानांना हल्ली नेहमी उशीर होतो. सुरक्षेचा इशारा असेल तर कधी कधी रात्रभर एअरपोर्टवर बसून राहावे लागते."

"पण तो एअरपोर्टवर आहे म्हणजे रस्त्यावर कुठे न अडकता पोहोचला आहे." मी त्यांना धीर देण्यासाठी म्हणाले.

"हो, हो, पण आज सकाळी मला जरा काळजी वाटत होती."

'जी' वर्गाचा पासपोर्ट मिळविण्यासाठी सलाम गेले चार महिने बगदादमधे होता. तो पासपोर्ट असला की प्रवास करता येत असे. हे नवे 'जी' वर्गाचे पासपोर्ट म्हणजे इराकमधे सोनेच होते. त्या वर्षात लोकांचे लोंढेच्या लोंढे इराकच्या बाहेर जात होते, हजारो लोक घरदार सोडून सर्वांत सोपी अशी सरहद्द ओलांडून सीरियात गेले होते.

सलामने सूज्ञपणे पासपोर्ट ऑफिसात कोणाला तरी लाच दिली होती; पण त्या माणसाला अटक झाली होती. त्यामुळे सलामचे नाव एखाद्या ब्लॅक लिस्टमधे येऊन लाच देण्यासाठी आणखी कोणाला शोधून काढावे लागेल की काय, अशी काळजी त्यांना वाटत होती. अखेरीस तीनच दिवसांपूर्वी त्याचा पासपोर्ट त्याच्या हातात आला. अदनान म्हणाले की गेल्या पूर्ण चार महिन्यांत सलाम तीनपेक्षा जास्त वेळ घराच्या बाहेर पडला नसेल.

"आधी इराकी गोंधळ होता," मी म्हणाले, "पण आता त्यात अमेरिकेच्या गोंधळाची भर पडली आहे असं दिसतंय."

अदनाननी मान डोलविली. मी चर्चेचा अवाका जरा वाढविला. मी म्हणाले, "समाजाचा विनाश, नैतिक ऱ्हास, रानटीपणा, हुकूमशाही या सगळ्या गोष्टी पुस्तके वाचून समजून घेण्याचा मी प्रयत्न करतेय. आताच्या उलथापालथीत लिहिलेली पुस्तके नाही तर वेगळ्या काळात, वेगळ्या ठिकाणी लिहिलेली – स्टॅलिनचा रशिया, नाझींच्या पाडावानंतर इतिहासातील जुनी युक्ती, तुलना करायची; वेगळे विरोधी काय आहे ते शोधायचे." मी सोलझेनित्सिनचा उल्लेख केला.

"तुम्हाला सांगू, मी 'गुलाग आर्किपेलॅगो' संपवू शकलो नाही." ते म्हणाले.

मी म्हणाले, "मलासुद्धा पुरे करता आले नव्हते. म्हणजे मी वाचलं ते. पण मला ते सलग संपूर्ण वाचता नाही आलं. ते फार लांब आणि फार भयंकर आहे."

आम्ही तशा आणखी उदाहरणाबद्दल बोललो; पण आरसा फार चकचकीत असल्यामुळे त्यात बघता येत नव्हते. मी त्यांना म्हणाले, "गुलाग आर्किपेलॅगो'मधील माझ्या कायम लक्षात राहिलेला भाग म्हणजे तो जेव्हा वर्णन करतो की बहुतेक लोक– अधिकारी, मधल्या थरातले, ज्यांना ती यंत्रणा कशी आहे हे माहीत होते,

कारण ते त्या यंत्रणेचा भागच होते. ते मॉस्कोतील त्या नव्या निष्ठावंतांच्या अपार्टमेंट ब्लॉकमधे बसून त्यांचे शेजारी बेपत्ता होताना, आजूबाजूचे फ्लॅट रिकामे होताना बघायचे, ते स्वत:ला अटक होण्याची वाट बघत घरी बसून राहायचे, ते कुठल्यातरी छोट्या गावात जाऊन लपायचा किंवा अदृश्य व्हायचासुद्धा प्रयत्न करायचे नाहीत. जेव्हा दारावर थाप पडायची तेव्हासुद्धा ते पळायचा किंवा खिडकीतून उडी मारायचा प्रयत्न करायचे नाहीत...''

''होय,'' अदनान म्हणाले, ''१९७४ मधे मला जेव्हा सद्दामचे बोलावणे आले, तेव्हा मी काय केले माहीत आहे? बंदी असताना तेल विकण्याच्या व्यवहाराबद्दल मी अहवाल लिहिल्यावर मला सद्दामचा कॉल आला आणि त्याने मला थेट धमकी दिली. नंतर मी ताबडतोब ऑफिसातून निघालो. मी माझ्या बायकोला तिच्या विद्यापीठ आवारातून घेतले. किंडरगार्टनमधून सलामला घेतले, त्या वेळी तो लहान होता आणि अनेक तास गाडीने नुसते फिरत राहिलो. माझी बायको म्हणाली, 'तुम्ही जे काही ठरवाल त्याला माझा पूर्ण पाठिंबा राहील. मला एकतर कुठेतरी दूरवर जाता आले असते किंवा कुर्दिस्तानला जाता आले असते. तिथल्या विरोधकांमधील काही लोक माझे मित्र होते. त्या वर्षी बंड झाले होते आणि तो भाग सरकारच्या नियंत्रणाखाली नव्हता. पण मी घरी गेलो.'' ते थांबून विचार करू लागले. ''ती नकळत शरणागती होती. मला त्याचे स्पष्टीकरण देता येत नाही, अगदी आतासुद्धा. मी घरी गेलो आणि दोन आठवडे घरीच राहिलो.''

अदनान म्हणाले की सद्दामच्या धमकीचा परिणाम काय होतो याचा त्यांना पूर्ण अनुभव होता. त्यामुळे त्यांना त्यांचे वागणे गूढ वाटले. ते पूर्वी कम्युनिस्ट पक्षात होते. त्यांनी १९५६ मधे बगदादमधे झालेल्या हिंसक चळवळीत भाग घेतला होता. त्यांच्यावर गोळीबार झाला होता. १९६३ मधे बाथींचा जेव्हा इराकमधे पहिला उठाव झाला तेव्हा ते खून, बलात्कार आणि छळाच्या घटनांच्या साक्षीदारांच्या जबान्या नोंदवत होते; त्यांचा मित्र असलेल्या एका जनाबीच्या हत्येचा संदर्भात सद्दामचे नाव आले होते. इराणमधे शहाला असलेल्या विरोधाची त्यांना कल्पना होती, त्यांचे अल्जिरियन नॅशनल लिबरेशन फ्रंटशी (ANLF) संबंध होते. इराकमधे असताना १९६१ आणि १९६२ मधे ते उत्तरेत कुर्दांना भेटले होते. त्यामुळे मला तो खेळ माहीत होता. मला भूमिगत लोक आणि त्यांच्या हिंसेबद्दल माहिती होती; पण १९७४ मधे मला जेव्हा धमकी मिळाली तेव्हा मी घरी गेलो. का ते मला माहीत नाही. मला खरोखरीच सांगता येत नाही. मी माझ्या त्या वागणुकीचे स्पष्टीकरण शोधायचा प्रयत्न करीत असे; पण आता त्याचा काही उपयोग आहे असं वाटत नाही.

त्यांना जरा दिलासा देण्याच्या उद्देशाने मी त्यांना स्टॅन्ली मिलग्रॅम आणि त्याच्या स्टॅनफर्डच्या तुरुंगाच्या प्रयोगाविषयी सांगू लागले. स्टॅन्ली मिलग्रॅम हा येलला

सामाजिक मानसशास्त्रज्ञ होता. त्याने १९६०च्या सुमारास अधिकाराचे आज्ञापालन करण्यामागील मानवी स्वभावावर संशोधन करण्यासाठी एक प्रयोग तयार केला. त्याने जवळच्या न्यू हॅवन गावातून प्रयोगाविषयी काहीही कल्पना नसलेली काही माणसे स्वयंसेवक म्हणून गोळा केली. कामगार वर्गातील पुरुष, मध्यमवर्गीय स्त्रिया, एक पाद्री, काही विद्यार्थी असे अनियमित मिश्रण. शिक्षेचा शिकण्यावर कसा परिणाम होतो यावर संशोधन करायचे आहे, असे कारण त्यांना सांगितले. त्या सर्वांना एका खोलीत नेण्यात आले, तिथे विजेची बटणे बसविलेला एक बोर्ड होता. पांढरा कोट घातलेल्या एका माणसाने त्यांना काय नि कसे करायचे ते समजावून सांगितले. शेजारच्या खोलीत खुर्चीला बांधलेला दुसरा एक माणूस होता. तोही त्यांच्यासारखा स्वयंसेवक आहे, असे त्यांना सांगितले गेले. त्यांना अनेक प्रश्न लिहिलेला एक कागद देण्यात आला. त्यातील प्रश्न त्यांनी त्याला विचारायचे आणि त्याने चुकीचे उत्तर दिले तर त्याला विजेचा धक्का द्यायचाच, असे त्यांना सांगितले. बोर्डावर काही बटणे होती; एकावर '१५ व्होल्ट, हलका धक्का', दुसऱ्यावर '३७५ व्होल्ट, धोका : प्रखर धक्का.' आणखी एका बटनावर '४५० व्होल्ट...' असे लिहिलेले होते. जशी चुकीची उत्तरे वाढतील तसा जास्त व्होल्टचा धक्का द्यायचा.

शेजारच्या खोलीतला माणूससुद्धा स्वयंसेवक आहे, असे त्यांना सांगितले होते. पण प्रत्यक्षात तो संशोधकांच्या गटातलाच होता. त्याच्या बोटांना विजेचा प्रवाह लावलेलाच नव्हता, त्याने नुसता अभिनय करायचा होता. त्याने काही उत्तरे चुकीची दिली आणि त्याला विजेचे 'धक्के' बसत गेले. जसे धक्क्याची तीव्रता वाढत गेली तसा तो जास्त वेदना होत आहेत असे दाखवत गेला. तो ओरडला, मग किंचाळला, मग 'मला खुर्चीतून मोकळे करा' म्हणून विनवणी करू लागला, मग हुंदके देऊ लागला, मग 'माझे हृदय कमकुवत आहे' म्हणून सांगू लागला, मग प्रचंड वेदना होत आहेत, असे दाखवू लागला. मग अचानक शांत झाला आणि शेवटी ४५० व्होल्टला तो निपचित पडला.

प्रयोगाचे उद्दिष्ट हे होते की प्रत्येक व्यक्ती प्रयोगात किती पुढेपर्यंत सहभागी होते हे बघायचे. बहुतेकजण (सर्वजण नाही) कोणत्यातरी पातळीला डळमळू लागतात. मग ते पांढरा कोटवाल्या माणसाकडे बघून 'त्या माणसाला वेदना होत आहेत, तरी आणखी किती पुढे जायचे?' असे विचारणार. मग तंत्रज्ञ त्यांना आश्वासन द्यायचा की शॉकमुळे वेदना होत असल्या तरी कोणत्याही स्नायूला कायमची इजा होणार नाही आणि मग तो क्रमाने चार वाक्ये बोलायचा, 'चालू ठेवा', 'तुम्ही पुढे जात राहणे प्रयोगासाठी आवश्यक आहे', 'तुम्ही पुढे जात राहणे अतिशय आवश्यक आहे' आणि शेवटी 'तुम्हाला पर्याय नाही, तुम्ही पुढे गेलेच पाहिजे.'

या प्रयोगात एखाद्या स्वयंसेवकाने पुढे जायला नकार दिला तर त्याला सक्ती

करण्यात येणार नव्हती. त्याला 'तुम्हाला प्रयोगात भाग घेण्याबद्दल कबूल केलेले मानधन दिले जाईल,' असे सांगितले जायचे. अनेक आठवडे हा प्रयोग केल्यावर मिलग्रॅमला दिसून आले की न्यू हॅवनच्या सामान्य आणि भल्या माणसांपैकी साठ टक्क्यांपेक्षा जास्त माणसे, खुर्चीतला माणूस बेशुद्ध होत आहे असे दिसले तरी सर्व बटणे संपेपर्यंत जास्तजास्त शक्तीचे अनेक धक्के देत राहात आणि ४५० व्होल्टचा धक्का तीन वेळा दिला गेला.

मिलग्रॅमने प्रयोगासाठी वेगवेगळे संच व व्यवस्था लावली. त्याने 'शिक्षक' आणि 'शिकणारा' यांच्यातील अंतरे बदलली; त्याने खोलीत तंत्रज्ञ आणि ज्याच्यावर प्रयोग करायचा तो यांच्याव्यतिरिक्त तिसरा जास्त सहानुभूती असणारा माणूस ठेवला; येल विद्यापीठाच्या प्रसिद्ध नावामुळे कशात फरक पडत असेल तर ते टाळण्यासाठी त्याने प्रयोगाचे स्थान येल विद्यापीठाच्या बाहेर नेले. प्रत्येक फरकामुळे दिसणाऱ्या परिणामात थोडा फरक दिसायचा. विजेचा धक्का देणारा आणि धक्का बसणारा यांच्यातील अंतर वाढविले की धक्का देण्यास न कचरणाऱ्या लोकांची संख्या वाढायची. उदा. धक्का बसणाऱ्याला भिंतीच्या मागे किंवा आवाज येणार नाही अशा खोलीत ठेवले की असे व्हायचे. जर खोलीतील इतर स्वयंसेवकांनी प्रयोग पुढे चालू ठेवण्याच्या गरजेविषयी प्रश्न उपस्थित केला की त्यांच्यातील जास्त लोक प्रयोगात सहभाग चालू ठेवायला नकार द्यायचे आणि तोसुद्धा फार पुढे न जाता द्यायचे.

मिलग्रॅमला असे दिसले की सामाजिक संदर्भ – सहकाऱ्यांनी एकत्र प्रतिक्रिया देण्याचा, अधिकाऱ्याची आज्ञा पाळण्याचा जो सामान्य स्वभाव असतो त्याच्यावर होतो; पण गेल्या अनेक वर्षांत हा प्रयोग वेगवेगळ्या देशांत आणि समाजांमधे, वेगवेगळे वयोगट आणि सामाजिक, आर्थिक गट घेऊन करण्यात आला. मतचाचणीत विचारले असता, केवळ कोण्या पांढऱ्या कोटातील माणसाने सांगितले म्हणून कोणीही 'शिकणाऱ्या'ला विजेचे धक्के देत राहील, यावर विश्वास ठेवणार नाही. एवढेच काय, पण न्यू हॅवनचे येलमधील प्रयोगातील आज्ञापालन करण्याचे साठ टक्के एवढे प्रमाण जागतिक क्रमवारीत कमी निघाले. फिलिप झिंबार्डोने 'ल्युसिफर इफेक्ट' समजून घेण्यासाठी केलेल्या प्रयत्नात मिलग्रॅमचे संशोधन पुढे नेत आणखी एक मुद्दा मांडला. त्याला दिसले की मिलग्रॅमच्या स्वयंसेवकांपैकी एकानेही मुळात तो प्रयोग करायलाच नकार दिला असे झाले नाही; त्या सर्वांनी 'शिकणाऱ्या'ला वाढत्या व्होल्टचे धक्के देण्याची क्रिया बटने दाबून सुरू केली आणि ज्यांनी दुसऱ्या व्यक्तीला वेदना होतील अशा कोणत्याही कृतीत सहभाग देण्यास ठामपणे नकार दिला, त्यांपैकी एकही माणूस 'शिकणाऱ्या'च्या मदतीला गेला नाही किंवा वरच्या अधिकाऱ्यांकडे जाऊन हा प्रयोग थांबवावा असा आग्रह धरून, त्याने त्यात हस्तक्षेप केला नाही.

मी मिलग्रॅमचा वृत्तान्त वाचल्यावर अधिकाऱ्याची आज्ञा पाळणे हा जवळजवळ प्रत्येक समाजात आढळणारा 'गुण' आहे, या कल्पनेने प्रभावित झाले.

''प्रयोगावरून हे स्पष्ट दिसते की!'' मी अदनानना म्हणाले, ''काही लोक एखादी गोष्ट, केवळ ती त्यांना करायला सांगण्यात आली याच कारणावरून करतात.''

ते आश्चर्यचकित होऊन ऐकत राहिले आणि त्यांनी मान डोलविली. ''या कल्पनेचा मला थोडे आत्मपरीक्षण करायला उपयोग होतोय!''

''आणि कल्पना करा, इराकी म्हणजे चक्रम अरब नाहीत, हे मला आता समजू लागलंय,'' मी हसत म्हणाले, ''ते सामान्य मनुष्यप्राणीच असू शकतील.''

अदनान हसत म्हणाले, ''हो, पण ते काही असलं तरी ते चक्रम अरबच आहेत.''

''सोल्झेनित्सिन म्हणतो की चांगले आणि वाईट यांना वेगळे करणारी एक रेषा असते आणि ती प्रत्येक माणसात असते.''

''होय,'' गंभीर होत अदनान म्हणाले. वैश्विक स्थिती जशी असते तशी कदाचित एक वैश्विक नैतिकताही आहे, या नव्या विचाराचा साक्षात्कार होऊन माझ्याप्रमाणेच त्यांनाही जरा हलके वाटले असावे. ''मानवी स्वभाव सारखाच असतो.'' ते म्हणाले, ''लोक भले असतात ते काही त्यांना शाळेत चांगले व्हायला शिकवले म्हणून नाही, त्यांच्यावर अनेक पिढ्यांचा सांस्कृतिक प्रभाव पडत असतो, काही गोष्टी निषिद्ध आहेत, या नियमांना सत्ताधाऱ्यांची मान्यता आहे... इराकी लोक दबलेले आहेत; त्यांना हिंसेला तोंड द्यावे लागत आहे. आता जे काही घडतंय ते नवीन नाही. अमेरिकन्स हे राजसत्तेचे प्रतिनिधी नाहीत आणि ते म्हणजे फुटकळ हिंसा अशी इराक्यांची भावना आहे.''

त्यांनी मला सांगितले की दोन दिवसांपूर्वी बगदादमधे ग्रीन झोनच्या शेजारच्या सुरक्षित व्हीआयपी संकुलात असलेल्या त्यांच्या घरावर अमेरिकन सैनिकांनी छापा घातला; अदनानचा एक माणूस, जो तिथे नव्हता, त्याला ते शोधत होते. सैनिक त्यांचे लॅपटॉप, कागदपत्र घेऊन गेले आणि त्यांच्या एका अंगरक्षकाने इथे सुरक्षित राहतील म्हणून ऑफिसात ठेवलेले त्याच्या आयुष्याची कमाई असलेले सात हजार डॉलर चोरले.

''मला वाटतं,'' मी त्यांना म्हणाले, ''अमेरिकन्ससुद्धा इराकींइतकेच असंस्कृत आहेत.'' अदनाननी स्मित केले आणि त्यांनी टेबलापलीकडून हात पुढे करून माझे हात कृतज्ञतापूर्वक हातात घेतले. ''होय,'' ते म्हणाले, ''आपण सगळे सारखेच आहोत.''

◆

१३

शरम

अदनानच्या त्याच्यापूर्वी शेख असलेल्या मोठ्या भावाला खलिद म्हणत; कमेल सचेतच्या एका भावाचे नावसुद्धा खलिद होते. त्याच्याबद्दल कोणीही, कधीही चांगले बोलले नाही. मोठ्या भावाच्या जिवावर जगणारा, सुमार क्षमतेचा, लोकांना भुरळ घालणारा, अशी त्याची संभावना होत असे. "तो फार प्यायचा," एका जनाबी इस्तिखबरात अधिकाऱ्याने मान हलवत मला सांगितले, "त्याचं सगळं त्याच्या भावाच्या विरुद्ध होते. खलिद म्हणजे वेडा होता."

१९९९च्या अखेरीस खलिद जॉर्डनला पळून गेला, त्याने जाहीरपणे देशत्याग केला; आपण मुखबरातमधे अधिकारी होतो (इस्तिखबरातमधील जनाबी म्हणाला की तो फक्त ड्रायव्हर होता) आणि जॉर्डनच्या हेरखात्याला आणि पश्चिमी पत्रकारांना सद्दामच्या सरकारविरुद्ध माहिती देऊ शकतो, असे त्याने जाहीर केले.

एके दिवशी कॉम्प्युटरवर बसले असता मी असेच गुगलमधे अदनानच्या भावाचा रोमला जो मृत्यू झाला त्याबद्दल काही माहिती मिळेल, या आशेने 'खलिद जनाबी' हे नाव टाईप केले. अदनानना वरिष्ठांकडून, अफवांमधून संशयावर आधारलेली माहिती मिळाली होती, पण त्याला या बाबतीतील त्याच्या माहितीबद्दल बोलायला आवडत नसे. त्याऐवजी त्यांनी खलिद सचेतने 'रेडिओ फ्री इराक'वर दिलेल्या मुलाखतीचा मजकूर दाखविला. हा रेडिओ अमेरिकेच्या लिबर्टी रेडिओ नेटवर्कचा भाग होता आणि त्याच्यावर त्याने त्याचे जमातीतील टोपण नाव खलिद अल्-जनाबी या नावाने मुलाखत दिली होती.

खलिद अल्-जनाबीने सांगितले की १९९८च्या उन्हाळ्यात अबूघरीब तुरुंगातील गर्दी कमी करण्यासाठी क्युसेने ज्या पथकाला दोन हजार कैद्यांना ठार मारण्याचा हुकूम दिला त्याच्यात तो होता. कैद्यांना पाच कोठड्यांमधे एकामागून एक फाशी

दिले गेले; पण संख्या इतकी होती की त्यांनी काही कैद्यांची खास तुकडी बनवून काहीजणांना एका वेगळ्या खोलीत गोळ्या घालायला सांगितले. वरिष्ठ लष्करी अधिकाऱ्यांच्या बायका आणि मुलींवर लैंगिक आरोप ठेवून मुखबरात अधिकाऱ्यांना कसे ब्लॅकमेल करीत असे, याचे सविस्तर वर्णनही त्याने केले.

खलिद : अधिकारी घराबाहेर गेला की ते आत जातात आणि दिव्यांच्या झुंबरात कॅमेरा बसवितात. अर्थात, तुम्हाला या गोष्टी माहीत असतीलच. तो कॅमेरा माशांच्या डोळ्यासारखा असतो. तो पूर्ण खोलीचा फोटो घेऊ शकतो किंवा ते रेकॉर्डिंग करायचे एखादे यंत्र लपवितात, अगदी लहान अर्थातच! ते फारच सेन्सिटिव असते आणि खोलीत काहीही बोलले तरी त्यात ऐकू येते आणि रेकॉर्ड होते. आवाज बदलला जातो. व्हीडिओवर आपल्याला सर्व काही दिसते आणि त्याचे त्याच्या बायकोबरोबरचे सगळे काही रेकॉर्ड होते. हे अर्थात बायको घरी असेल तर तीही त्याच्याबरोबर बाहेर गेली तरी हरकत नाही. नाहीतर तिच्यावर बळजबरी करतात. अपहरण करायचीसुद्धा सोय असते. तिची मुलगी घराबाहेर पडते. तिला 'उचलायला' आमची कार असते. अल् जद्रिये, अल् हब्बानिया आणि इतर ठिकाणी आमची खास घरे आहेत, पोहण्याच्या तलावासकट. प्रत्येक घरात व्हीडिओ चित्रीकरणाची सर्व साधने बसविलेली असतात. ते मुलीवर किंवा बायकोवर बळजबरी करतात आणि पूर्ण फिल्म बनवितात. मग आमच्याकडे फिल्म आहे असे तिला सांगतात.

प्रश्नकर्ता : त्यांना सांगतात?

खलिद : हो, हो! अधिकाऱ्याला कसे धमकवितात ते मी नंतर सांगेन आणि ते तिला सांगतात की तू जर सहकार्य केले नाहीस तर आम्ही फिल्म त्या अधिकाऱ्याला दाखवू. त्याला सांगू की तुझी बायको अशी अशी आहे आणि मग ते त्याला कॅसेट दाखवितात. युद्धातल्या धुळीचे अनेक थर चेहऱ्यावर असलेला अधिकारी 'तुमची मुलगी अशी अशी आहे,' असे सांगण्याला बधत नाही. आपण मॅनर्स, मान यांना किती महत्त्व देतो तुम्हाला माहीत आहे. त्याला ते सहन होत नाही. म्हणून ते असे टेप ठेवतात. एखादा माणूस अधिकारी झाल्यापासून कमांडर होईपर्यंत हे सर्व चालू असते.

प्रश्नकर्ता : याचं उद्दिष्ट काय? हे सगळं कशासाठी करतात?

खलिद : तो अधिकारी झाल्यावरच्यासाठी. मी आणि इतर अधिकाऱ्यांनी माझ्या जनरल भावाला १९८२मधे हे सांगितलं तेव्हा अर्थातच त्याचा विश्वास बसला नाही.

प्रश्नकर्ता : तुम्ही त्यांना सांगितलं?

खलिद : हो, हो, मी त्याला सांगितलं. माय डिअर ब्रदर, तू उच्चपदावर आहेस, मोठा कमांडर आहेस; पण आम्ही हेरखात्यातल्या लोकांनी तुमच्यावर मात केली आहे. तो म्हणाला हे असं काही नाहीये. मी म्हणालो, बरंय, मी सिद्ध करून

दाखवेन. एके दिवशी जेव्हा मी तांत्रिक शाखेत ड्युटी ऑफिसर होतो तेव्हा मी अजून सरकारमधे कार्यरत असलेल्या एका अधिकाऱ्याची फिल्म घेतली. मला त्याचं नाव सांगता येणार नाही. आमच्या घरी व्हीडिओ होता. मी जनरलला सांगितलं.

प्रश्नकर्ता : म्हणजे मेजर जनरल कमेलना?

खलिद : होय, मेजर जनरल कमेल सचेत. माझा... भाऊ. मी त्याला सांगितलं की मला एक व्हीडिओ दाखवायचा आहे. मी व्हीडिओ सुरू केला. त्यांनी थोडा बघितला आणि मला बंद करायला सांगितला.

प्रश्नकर्ता : त्यांनी बघितला?

खलिद : हो, त्यांनी तो अधिकारी बघितला. मुलीला बघितलं, तिला काय केलं ते बघितलं. हा काही बनविलेला व्हीडिओ वगैरे नव्हता. बलात्काराचे दृश्य खरे होते. तो म्हणाला, बंद कर.

खलिद हा काही विश्वासार्ह साक्षीदार नाही; पण सद्दामच्या राजवटीने स्वत:च्या अधिकाऱ्यांवर पकड ठेवण्यासाठी, त्यांना दहशत वाटण्यासाठी किती गलिच्छ मार्ग वापरले, त्याची कल्पना येण्यासाठी मी ही मुलाखत उद्धृत केली आहे. आज्ञापालन करविण्यासाठी एकाबाहेर एक अशा तीन भिंतींची वर्तुळे होती. सर्वांत आतील भिंत छळ, कैद आणि हत्या यांची होती. मधली भिंत कुटुंबीयांच्या विरुद्ध धमकावणीने बांधली होती. 'तुला आम्ही काहीही झाले तरी मारणारच, पण कबुलीजबाब देऊन तू तिला वाचवू शकतोस.' मारपीट करून, रक्ताने न्हालेल्या, आरोपीला त्याची पत्नी किंवा बहीण, मुलगी सरकारी गुंडाच्या तावडीत अंग चोरून, रडत असतानाची फिल्म दाखवून धक्का देत. बाहेरची भिंत व्हीडिओ टेप, फोटो, चोरून रेकॉर्ड केलेली संभाषणे यांची बनविलेली होती आणि तिचा उद्देश त्या व्यक्तीला जाळ्यात पकडून त्याची सत्ताधाऱ्यांवर हल्ला करण्याची क्षमता नष्ट करणे, हा होता.

अत्याचार, ब्लॅकमेल, कुटुंबातील स्त्रीची मानखंडना हा इराकी माणसाच्या ठायी सर्वांत घोर अपमान असे. तो कलंक पूर्ण कुटुंब उद्ध्वस्त करू शकत असे. बहिणीला चांगला वर मिळणार नाही. एखादा कुरूप, अपंग, गरीब नातेवाईक तिला स्वीकारायला राजी होणार, तेही पैशाची लालूच दाखवून. भावांना मान खाली घालून वावरावे लागणार, त्यांच्या जातीतील आणि समाजातील स्थानाला धक्का लागणार. सामाजिक, आर्थिक आणि नैतिक जबाबदारी असलेल्या संयुक्त कुटुंबाच्या संकल्पनेपासून मुक्त झालेले आम्ही पश्चिमेकडील लोक ही जखम समजू शकत नाही; पण अनेक इराक्यांच्या दृष्टीतून अशा प्रकारची मानहानी ही फार सावकाश भरून येणारी, नंतरसुद्धा तिचा व्रण मागे ठेवणारी आणि बरी होण्यास दीर्घकाळ, कधीकधी पिढ्यान्‌पिढ्या लागणारी जखम असते.

◆

१४

अभिमान

कमेल सचेतने त्याच्या कुटुंबाचे रक्षण करण्याला प्राधान्य दिले.

१९९५च्या सुमारास फास आवळला जाऊ लागला होता. सचेतांचा फोन टॅप केलेला होता – हे ते धरूनच चालले होते आणि अनेकदा बाहेर टेहळणी करणारी दोन माणसे असलेली गाडी उभी असायची. ते सकाळी लवकर उठून मशिदीत प्रार्थनेसाठी जायला निघाले की मागे सायकलवर एक हेर असायचा. या पाळतीमुळे घरातील वातावरण तणावपूर्ण झाले होते. कधीकधी रात्री एक-दोन वाजता फोन वाजायला लागायचा; पण तो उचलला की दुसऱ्या बाजूला कोणी नसायचे. एके दिवशी घराच्या सर्व किल्ल्या गायब झाल्या, त्यांनी सर्व कुलपे बदलली; पण कोणीतरी घरात येऊन किल्ल्या चोरू शकतो, या जाणिवेने त्यांच्या अंगाचा थरकाप झाला. त्यांच्या मागच्या बाजूचे बिऱ्हाड घर सोडून दुसरीकडे गेले आणि त्यांच्या जागी त्यांच्यावर नजर ठेवून असणारी विचित्र माणसे आली. कमेल सचेतने, मुलांना घरात मायक्रोफोन आहेत आणि तुमच्या मित्रांपैकी काही माहिती पुरविणारे असू शकतील, असे सांगून सावध केले. त्यांना भेटायला येणाऱ्या लोकांची संख्या कमी झाली आणि जे येत त्यांच्याबरोबर वरवरचे औपचारिक बोलणेच व्हायचे. रात्रीच्या वेळी कमेल सचेतने जणू काही युद्धक्षेत्रात असल्याप्रमाणेच आळीपाळीने कोणीतरी जागे राहून पहारा देण्याची पद्धत सुरू केली. तणावाच्या वातावरणात झोप लागणेसुद्धा कठीण झाले, जरा आवाज झाला की दरवाजावर थाप पडणार या अपेक्षेने, अंथरुणात उठून बसायचे. उम ओमरला डोकेदुखी आणि निद्रानाशाच्या व्याधी जडल्या. त्यांच्या चेहऱ्यावरून ते संतापलेले आहेत हे मला समजायचे. ती मला म्हणाली. मी त्यांना 'तुम्ही का रागावला आहात' असे विचारायचे. 'पण ते फक्त तुला कसं कळलं की मी रागावलोय हे?' एवढेच उत्तर द्यायचे आणि जास्त काही

सांगायला नकार द्यायचे. कमेल सचेत एक मुखवटा घालून वावरत होते आणि आत्मविश्वासाच्या, खरे म्हणजे सद्दामवरील विश्वासाच्या, आधाराने दिवस निभावून नेत होते.

अनेकदा कार चालवत असताना त्यांना आरशात एक पांढरी गाडी त्यांच्यामागे दिसली; वैतागून त्यांनी गाडी थांबवली आणि मागे जाऊन पांढऱ्या गाडीतील एजंटला जाब विचारला. त्यांनी सद्दामच्या सेक्रेटरीकडे तक्रार करून 'माझा पाठलाग का होतोय?' असे विचारण्याचे धाडसही केले. सद्दामच्या सेक्रेटरीने 'ते तुमच्याच संरक्षणासाठी आहे,' असे उत्तर दिले.

एके दिवशी सकाळी कामावर जात असताना डॉ. हसनना हायवेवर कमेल सचेतची मर्सिडिज त्यांच्यापुढे दिसली. पुढे जाऊन त्यांना हाताने अभिवादन करणे जरा उद्धटपणाचे झाले असते म्हणून ते मागेच सावकाश जात राहिले. बरेच किलोमीटरपर्यंत कमेल सचेतसुद्धा सावकाश जाऊ लागले, त्यांनी मागची गाडी बघितली होती. ही विचित्र 'रेस' सोडून द्यायच्या इराद्याने डॉ. हसन वाटेत एका पेट्रोलपंपावर थोडा वेळ थांबले; पण तिथून निघाल्यावर थोड्याच वेळात कमेल सचेतची गाडी पुन्हा त्यांच्यापुढे दिसली. शेवटी एका ट्रॅफिक सिग्नलला त्यांनी त्यांची गाडी कमेल सचेतच्या गाडीच्या बाजूला उभी केली. कमेल सचेतने वळून बघितले आणि त्यांच्या जुन्या मित्राला ओळखले. डॉ. हसनने त्यांना त्यांच्या विचित्र रेसबद्दल सांगितले, तेव्हा दोघेही तणावमुक्त होऊन लहान मुलांसारखे मोठ्याने हसले.

डॉ. हसन म्हणाले की त्या काळात कमेल सचेत ज्या थोड्या वेळा त्यांच्या ऑफिसात आले, तेव्हा त्यांना मोकळेपणी बोलता यायचे. त्यांच्याकडे पोहोचल्यावर परत जाताना डॉ. हसनबरोबर गप्पा मारत त्यांच्या गाडीतून जाता यावे म्हणून कमेल सचेत आपली गाडी आणि ड्रायव्हर परत पाठवून देत. परतताना घरी पोहोचल्यावर कमेल सचेत आता डॉ. हसनना आत बोलवत नसत. डॉ. हसन म्हणाले की एक-दोनदा त्यांनी सचेतना देश सोडून जा म्हणून सुचविले; पण पळून जायला त्यांनी नकार दिला. 'त्यांना मला अटक करू द्या. मी काहीही गैर केलेले नाही. त्यामुळे मला भिण्याचे कारण नाही.'

त्या तणावपूर्ण काळात त्यांनी कुटुंबाला एकत्र ठेवले. राष्ट्रीय सेवा सक्तीची होती, तरीही त्यांनी अलीला लष्करात दाखल होऊ दिले नाही. वडिलांना भेटायला येणाऱ्या स्मार्ट अधिकाऱ्यांची त्याच्यावर फार छाप पडायची. त्यांची पिस्तुले, नव्या गाड्या, त्यांना मिळणारा मान यांचा त्याला हेवा वाटायचा. त्याने मिलिटरी कॉलेजमधे प्रवेश घेण्याविषयी वडिलांना विचारले; पण त्यांनी त्याला त्यांच्या पूर्ण देशभक्तिपूर्ण सेवेचे कसे विपरीत फळ मिळाले ते सांगून नकार दिला. 'जे त्यांच्याजवळच्या

वर्तुळात जातात ते त्यांच्यासारखेच गुन्हेगार बनतात.' अलीला सक्तीच्या लष्करी सेवेपासून मुक्तता मिळावी यासाठी डॉ. हसन यांनी अली सचेतला नैराश्याची व्याधी असून तो लष्करी सेवेसाठी मानसिकदृष्ट्या लायक नाही, असा अहवाल दिला. सरकारमधील लोक त्याबद्दल चौकशी करण्यासाठी त्यांच्याकडे गेले; पण त्यांनी त्यांचे निदान योग्य असल्याचे त्यांना पटविले आणि मग ती चौकशी बंद झाली.

शादवान हायस्कूल संपल्यावर विद्यापीठात गेली होती; पण कमेल सचेतने धाकट्या मुलींना तशी परवानगी दिली नाही. ते त्यांना म्हणाले की विद्यापीठे मुलींसाठी सुरक्षित नसतात, मुले त्यांच्याशी मैत्री करून त्यांना फसवायचा प्रयत्न करतील. शेवटी त्या उच्चपदावर असलेल्या व्यक्तीच्या मुली आहेत – त्यामुळे ते त्यांना परवानगी देणार नाहीत.

अमानी उंच, जरा फिकट आणि अशक्त होती आणि चालताना किंचित लंगडायची, मी तिला सचेतच्या घरी अनेकदा बघितले, ती लाजून हसायची; पण मान लववून 'सलाम अलेकूम' करण्याव्यतिरिक्त ती माझ्याशी कधीही थेट बोलली नाही. कुटुंबातील इतर मुलामुलींप्रमाणे ती कधीही खाली येऊन आमच्या गप्पांमधे भाग घ्यायची नाही. बोलता न येण्यासारखे काहीतरी घडले असावे. ते जे काही असेल किंवा नसेलही, मला काहीतरी ऐकीव किंवा खोटे लिहायची अजिबात इच्छा नाही. ती त्या कुटुंबाची खाजगी गोष्ट होती; पण कमेल सचेतना दरबारात अनेक शत्रू झाले होते. ते त्यांच्या वर्मावर घाव घालायला, त्यांच्याविषयी मत कलुषित करायला, कारस्थाने करून त्यांना डिवचायला आणि त्यांच्या एकनिष्ठेविषयी शंका निर्माण करायला टपलेलेच होते. अशा त्या गढुळलेल्या वातावरणात कोणत्याही गैरकृत्याचे, फुटलेल्या आरशासारखे शेकडो तुकडे होऊन त्यातून शेकडो सावल्या आणि प्रकाशझोत परावर्तित होत; मुखबरातचे हस्तक, इराणचे शिया हेर, अगदी स्वत: सद्दामसुद्धा.

मुख्यत: अमानीच्या बाबतीत जे घडले, ते कमेल सचेतच्या विनाशाला कारणीभूत झाले. डॉ. हसन त्यांच्या अबुधाबीच्या ऑफिसात मला म्हणाले. 'मुलीच्या बाबतीत काहीही घडणे ही अरबांच्या दृष्टीतून फार मोठी गोष्ट असते. त्याचा मुलगा ओमार मेला असता तरी त्यांना एवढा मनस्ताप झाला नसता; पण अमानीच्या बाबतीत जे घडले ते म्हणजे डोंगर कोसळल्यासारखे होते. त्याच्यामुळे कमेल सचेत फार विचलित झाले. जेव्हा ते पहिल्यांदा घडले तेव्हा डॉ. हसनना त्यांचा मित्र अंधारात दाढी वगैरे न केलेला बसलेला आढळला. एखाद्या मर्तिकासारखे वातावरण होते. जनरल संतापाने लालबुंद होऊन रडण्याच्या बेतात होते, कुटुंबातील एखादे माणूस मेल्यापेक्षाही मोठा धक्का त्यांना बसलेला दिसत होता. त्यांना त्यांचा शूर, कणखर मित्र उन्मळून पडताना दिसला.

'ती मेली असती तर बरे झाले असते,' एवढेच कमेल सचेत म्हणाले.

डॉ. हसनना त्यांच्या सूडाचा धोका जाणवला आणि त्यांना समजविण्याचा प्रयत्न केला. अल्लापुढे पिता म्हणून तुमचे काय कर्तव्य आहे, याचा विचार करा. अल्लाच्या इच्छेवर, स्वत:च्या क्षमाशीलतेवर विश्वास ठेवा.

डॉ. हसनप्रमाणे शेख अदनानींनीसुद्धा त्यांना शांत करण्याचा, समजविण्याचा, त्यांच्या मनावर फुंकर घालण्याचा प्रयत्न केला. 'कमेल, या प्रश्नाला मोठे रूप न देणे हे सगळ्यात शहाणपणाचे होईल. तुम्ही श्रद्धाळू आहात. तुम्हाला माहीत आहे की कधीकधी लोकांच्या नैतिक धैर्याची परीक्षा घेणाऱ्या घटना घडतात. तुम्हाला पेलणार नाही एवढे ओझे अल्ला तुमच्या खांद्यावर टाकणार नाही.'

या शब्दांनी कमेल सचेतला फार शांती मिळाली नाही. देवाचा दरबार फार दूर होता. इथे त्यांना त्याचे सामाजिक परिणाम, जमातीतील आणि पक्षातील प्रतिक्रिया यांना आधी तोंड द्यावे लागणार होते. फक्त देवाची प्रार्थना करून भागणार नाही, मला माझ्या लोकांच्या सहानुभूतीची आवश्यकता आहे, असे ते म्हणाले.

अदनानने त्यांना चार सूज्ञपणाच्या गोष्टी सांगितल्या. त्यांनी त्यांच्या मित्राला 'जरा मार्दवाने परिस्थिती हाताळ,' असा सल्ला दिला. त्यांनी त्याला आठवण केली की कुराणाची मृत्यूला, मारण्याला, संमती नाही, ती जुनी बेदू प्रथा आहे, कालबाह्य झालेली...

कित्येक महिने जनाच्या आणि मनाच्या यातना सहन केल्यावर अमानी दुसऱ्या मजल्यावरील खिडकीतून खाली पडली आणि कोमात गेली. तिच्या पायांवर सर्व भार आला होता. पावले मोडली होती. कमरेच्या हाडाला तडा गेला होता. अंतर्गत रक्तस्राव झाला होता. प्लीहा फाटली होती, कवटीला तडा गेला होता. या संकटाने एकाएकी कमेल सचेतच्या मनातील कटुता नाहीशी झाली. ते एका हॉस्पिटलमधून दुसऱ्या हॉस्पिटलमधे वेगवेगळ्या डॉक्टरांची मते घेण्यासाठी धावपळ करू लागले, ते पुन्हा आपल्या मुलीला आधार देणारे, संरक्षण देणारे पिता झाले. त्यांनी डॉ. हसनना दुसऱ्या डॉक्टरांशी बोलून तिच्यात काय वैद्यकीय गुंतागुंत झाली आहे ते समजावून सांगा, अशी विनंती केली. खूप दिवस, ती शुद्धीवर येईल की नाही, आली तरी तिच्या मेंदूला तर इजा झालेली नसेल ना, तिच्या वागण्यात काही दोष राहणार नाही ना, ती चालू शकेल की नाही हे कळत नव्हते. ती बरी व्हावी म्हणून कमेल सचेत खूप प्रार्थना करीत. आवश्यक ती सर्व वैद्यकीय मदत तिला मिळविण्यासाठी त्यांनी शक्य ते सर्व काही केले. डॉ. हसन आश्चर्यचकित झाले. त्यांचा संताप गेला होता. ते एक प्रेमळ पिता बनले होते. त्यांना काळजी वाटत होती. त्यांच्यात अपराधीपणाची भावना नव्हती. ती त्यांच्या स्वभावातच नव्हती; पण ही नाण्याची दुसरी बाजू होती, चिंताग्रस्त पिता.

ते कित्येक दिवस तिच्या बिछान्याजवळ बसून राहिले आणि दोन आठवड्यांनंतर जेव्हा ती शुद्धीवर आली तेव्हा त्यांनी तिच्या आईला वरचेवर तिला भेटायला जाता येईल, याची व्यवस्था केली.

डॉ. हसनने त्यांच्या मित्राला बसलेला मानसिक धक्का मला समजविण्याचा प्रयत्न केला; पण मी सोशल सायकियाट्रिस्ट नाही आणि मला इंग्रजी तांत्रिक शब्द सांगणे कठीण जाईल असे ते म्हणाले. कुटुंबाचा मान ही अरबांच्या दृष्टीने अतिशय महत्त्वाची बाब असते. विशेषत: सज्जन माणसाच्या दृष्टीने आणि कमेल सचेतच्या बाबतीत तर ते प्रसिद्ध जनरल होते. एक हिरो होते. त्यामुळे तिला आणखीनच महत्त्व होते आणि त्या परिघात पूर्ण कुटुंब यायचं. आपल्या मुलींविषयी कोणी नुसते बोललेलेसुद्धा सहन करणार नाहीत, असे हे लोक असतात... तो अरबांच्या व्यक्तिमत्त्वाचा भाग असतो, मान आणि त्यांच्या स्त्रियांचा मान यांच्यावर आधारलेला.

कमेल सचेत पुन्हा पूर्वीसारखे झाले नाहीत. अमानी घरी आली आणि पुन्हा चालू लागल्यानंतरसुद्धा क्युसेच्या स्पेशल ॲडमिनिस्ट्रेशनच्या डायरेक्टरच्या टेबलावर येणाऱ्या रिपोर्टांच्या पानांवर जसा शिक्का मारला जायचा, तसा ठसा त्यांच्या व्यक्तिमत्त्वावर कायमचा उमटला. ते लोकांपासून दूर राहू लागले. अगदी त्यांच्या जवळच्या मित्रांपासूनसुद्धा. तुम्ही हल्ली कोणाला भेटत नाहीत का, असे मित्रांनी विचारले की 'प्रॉब्लेम टाळण्यासाठी' असे ते उत्तर देत. डॉ. हसनच्या आणि त्यांच्या भेटीसुद्धा कमी झाल्या. ते त्यांच्या घरी गेले तर त्यांची कार घराबाहेर दिसत असतानासुद्धा त्यांच्या मुलांपैकी कोणीतरी येऊन ते बाहेर गेले आहेत असे त्यांना सांगत. त्यांच्याशी संबंध ठेवल्यामुळे आपल्याला त्रास होऊ नये, आपल्यावर कोणी संशय घेऊ नये म्हणून कमेल सचेत असे करत असावेत, असे त्यांना वाटले. डॉ. हसनचा एक नातेवाईक कमेल सचेतचा शेजारी होता. त्याने त्यांना सांगितले की मुखबरातची गाडी कोपऱ्यावर नेहमी असते.

एकदा शादवान त्या कठीण काळाच्या आठवणीने म्हणाली, ते ड्रायव्हरबरोबर त्यांच्या हिल्लाजवळच्या शेतावर जात होते. त्यांना झोप लागली होती आणि त्यांना जाग आली तेव्हा अचानक त्यांच्या तोंडून शब्द बाहेर पडले, 'क्यूसे मला ठार करणार, कदाचित तो त्यांना पडलेल्या स्वप्नाचा शेवट असेल.'

◆

१५

प्रतीक्षा

कमेल सचेतची काळजी सद्दामच्या काळजीशी संलग्न होती. सुरक्षा हा एक फास होता; ज्याचे हळूहळू लोखंडी पकडीत रूपांतर होत असे. सिंहासनाच्या जितक्या जवळ तितका धोका जास्त. डॉ. हसननी सद्दामच्या उत्तरार्धातील भीतीच्या वातावरणाचे वर्णन केले होते. गडद होत जाणारा भयगंड, भीती, एक सततचा तणाव, संशय, पाळत, आरशात मागची कार, एजंट्स, गुप्तपणे संभाषण ऐकणे, अहवाल... पण जनरलच्या पदावरील माणूस भीती वाटून स्वत:चे अवमूल्यन करणार नाही. ती जी काही पोटात ढवळायला लावणारी भावना होती ती कमेल सचेतने दाबून टाकली.

तो जमाना कारस्थाने आणि ती रचणाऱ्यांचा होता आणि अशी कारस्थाने सद्दामला खरी वाटायची. कुवेतच्या नामुष्कीनंतर आणि त्यानंतरच्या रक्तपातानंतर वरिष्ठ लष्करी अधिकाऱ्यांचा सद्दामवरील उडालेला विश्वास परत आला नव्हता, सद्दामला याची जाणीव होती आणि तो त्यांची सत्ता काबूत ठेवण्याची काळजी घेत होता. सक्तीच्या भरतीतून आलेले लोक आणि स्वयंसेवक यांना प्रवेश देऊन नरम झालेले नेहमीचे लष्कर तो प्रांतांमधे ठेवत असे आणि त्याला पुरेशी शस्त्रास्त्रे आणि इतर सामग्री मिळणार नाही अशी व्यवस्था करीत असे. अगदी रिपब्लिकन गार्ड्सनासुद्धा त्यांचे स्थान घसरत असून सद्दामसाठी जीव द्यायला तयार असणाऱ्या सद्दाम फिदायी या नव्या रेजिमेंटचा तारा वर चढत आहे, याची जाणीव झाली. या नव्या रेजिमेंटचा कमांडर उदय होता आणि त्याची इराकशी नव्हे, तर राष्ट्रपतींशी निष्ठा होती. त्या तुकड्या इराकच्या सर्व भागांत उभारण्यात आल्या होत्या, पण सद्दामने काही तुकड्या जवळ ठेवल्या होत्या. व्यक्तिगत निमलष्करी अंगरक्षकांची मरायला तयार असलेली तुकडी. तिच्या अधिकाऱ्यांवर त्याने पैसा, जमिनी आणि टोयोटा पिकअप

यांची खैरात केली. नव्वदच्या दशकात जेव्हा नाड्या आवळल्या जात होत्या, तेव्हा इराण-इराक युद्धात लढलेले, कुवेतच्या युद्धातून वाचलेले असे अनेक असंतुष्ट वरिष्ठ सेनाधिकारी इराक सोडून गेले; कोणी सुरुंग पेरलेल्या क्षेत्रातून चालत गेले, तर कोणी कारच्या डिकीमधे लपून कुर्दिस्तानात गेले किंवा अधिकाऱ्यांना लाच देऊन एक्झिट व्हिसा मिळवून वाळवंटातून ड्राइव्ह करीत जॉर्डनला गेले. पळून गेलेल्या आणि देशद्रोही लोकांनी अमेरिकेची सीआयए, जॉर्डनचे हेरखाते, संयुक्त राष्ट्रांचे स्पेशल कमिशन आणि आंतरराष्ट्रीय अणुऊर्जा संस्था यांना किंवा कुर्दान, सौदी हस्तकांना किंवा इराणी दलालांना, पैसा, भत्ता, पाठिंबा, व्हिसा, निवासी परवाना, कुटुंबीयांसाठी पासपोर्ट आणि संरक्षण यांच्या बदल्यात खरी, अतिरंजित आणि खोटी माहिती पुरविली.

संयुक्त राष्ट्रांचे तपासनीस, ज्यांचा सद्दामला आधार मिळाला असता, अशा शस्त्रास्त्रांच्या राशी, अणुशक्ती किंवा जैविक युद्धाची क्षमता, नष्ट करीत होते. त्यामुळे आणि दोन पट्ट्यांत हवाई बंदी असल्यामुळे सद्दाम लष्करीदृष्ट्या हतबल झाला होता आणि आर्थिक व व्यापारी निर्बंधांमुळे कफल्लकही. दरम्यानच्या काळात परदेशामधे खलबते होत होती. देश सोडून आलेले गट आणि पक्ष, इराणचा पाठिंबा असलेला शिया लष्करी गट, एकमेकांचे प्रतिस्पर्धी असलेले; परंतु उत्तरेत वस्तुतः स्वतंत्र असलेले कुर्द, जुन्या राजघराण्यांचे वारस – चलाबी, अल्लावी आणि सिंहासनावर हक्क सांगणारे इतर; हे सर्वजण नव्याने देश सोडून आलेल्या लोकांत मिसळले आणि त्यांनी विचारमंच, समित्या स्थापन केल्या, राजकीय पत्रके आणि अहवाल लिहिणे सुरू केले, ते परिषदांना हजेरी लावू लागले, वॉशिंग्टनमधील त्यांच्या मित्रांबरोबर जेवणे झोडू लागले, व्हाइट हॉलमधील अधिकाऱ्यांबरोबर सिगारचा आस्वाद घेऊ लागले आणि आपले काम करून घेण्यासाठी पत्रकारांना पार्ट्या देऊ लागले. प्रत्येकजण आपले इराकमधे जाळे आहे, पाठिंबा आहे, असा दावा करीत होता, त्यातील बराच सत्तेच्या स्वप्नाचा भाग होता. त्यांना खोटे ठरविणारे कोणी नसल्याने ते काहीही बोलू शकत होते; जे इराकमधे राहिले होते त्यांचा जगाशी संपर्क तुटला होता, त्यामुळे त्यांचे मत कोणाला विचारणे शक्य नव्हते.

अदनान जनाबी यांनी मी पुन्हा लंडनला जाईन, तेव्हा नबील जनाबींना भेटावे असे सुचविले. ते त्यांच्या ओळखीचे होते; 'त्यांचा टीव्हीवर कार्यक्रम आहे, ते कमेल सचेतना ओळखायचे, ते त्यांच्याबद्दल तुम्हाला काही सांगू शकतील.'

मी एका मित्राच्या मदतीने नबील जनाबींचा फोन नंबर मिळविला आणि आम्ही एजवेअर रोडवरील एका कॅफेमधे भेटलो. मी त्यांना लगेच ओळखले. कोणत्याही

देश सोडून आलेल्या मध्यमवयीन गृहस्थाची सर्व वैशिष्ट्ये त्यांच्यात होती; डाय लावून काळे केलेले केस (टीव्ही कॅमेऱ्यांसाठी), बदामी रंगाचा सूट, मिशा, सिगार. त्यांच्या कोटाच्या लॅपेलवर इराकच्या नकाशावर 'मी इराकवर प्रेम करतो' असे शब्द लिहिलेला एक छोटा बिल्ला होता. ते मदत करण्यास उत्सुक, आनंदी, स्वत:वर खूश असलेले असे वाटले. ते मोघम प्रकारे स्वत:चे मोठेपणा सांगत होते. ते एका इराकी केबल वाहिनीवर रोज एक मुलाखतींचा कार्यक्रम सादर करीत. त्यांनी स्वत:तील नवे गुण सिद्ध केले होते. तो इराकमधील सर्वांत लोकप्रिय कार्यक्रम होता, सगळ्या इराकींना मी आवडतो, असे त्यांनी मला सांगितले. त्यांना रोज हजारो ईमेल येत, त्यांचा मोबाईल बगदाद, दयाला, मोसूल वगैरे ठिकाणांहून येणाऱ्या त्यांच्या मित्रांच्या, ओळखीच्यांच्या आणि हितचिंतकांच्या फोन्समुळे सतत वाजत असे. ''ते मला 'इराकचा पिता' म्हणतात.'' ते म्हणाले, ''इराकच्या बाबतीत माझे एक महान स्वप्न आहे. मी परत यावे म्हणून माझ्यावर खूप दबाव आहे. मी पंतप्रधान अल् मलिकींना सांगितले आहे की मी आता संपूर्ण इराकला ओळखतो. मला इराकविषयी जेवढ्या बातम्या कळतात, तेवढ्या त्यांनाही कळत नाहीत.'' ते म्हणाले की इराकमधे अनेक गटांची एक गुप्त बैठक आयोजित करण्यात येत आहे. त्यांना इराकचा नवा नेता म्हणून माझी निवड करायची आहे. त्यांच्यावतीने अमेरिकनांबरोबर वाटाघाटी करू शकेल असा नेता त्यांना हवा होता. नवीन निवडणुका घेण्यात येतील, मनोमीलन! हे अल् मलिकीसारखं खोटं मनोमीलन नाही. त्यांनी स्मित केले. जणू काही त्यांना म्हणायचे असावे की दुसरा कोण देशाला वाचवू शकणार?

ते मला स्वत:विषयी सांगू लागले. त्यांच्या बोलण्यात एक प्रकारचा मजेशीर असा हेल होता. त्यांच्या पिढीतील इराकी लोकांची स्वभाववैशिष्ट्ये आणि स्वत:विषयीच्या दंतकथा त्यांनी सांगितल्या : कवित्व, बुद्धिमत्ता, शौर्य, आर्थिक यश, आदर आणि लोकप्रियता. मी नबील जनाबींसारख्या इतरांच्या गोष्टीही ऐकल्या होत्या. नेहमी जवळजवळ तसेच तीन अंक असलेल्या : इराकमधील जीवन, तुरुंग, पलायन.

ते बगदादमधे सुखवस्तू स्थितीत वाढले. तरुणपणी ते त्यांना आवडणाऱ्या बौद्धिक क्षेत्रात होते. २६ जानेवारी १९७६ला त्यांना 'निळी लोकशाही' ही राजद्रोही कविता लिहिल्याबद्दल अटक झाली (इराकींना अनेकदा त्यांची जन्मतारीख माहीत नसते, पण त्यांना अटक झाल्याची, त्यांची सुटका झाल्याची आणि त्यांनी इराक सोडल्याच्या तारखा मात्र अगदी अचूक, स्पष्टपणे आणि सहजपणे आठवतात.). त्यांनी मला सांगितले की त्यांना आठ वर्षांची शिक्षा सुनावणाऱ्या न्यायाधीशाकडे बघून ते हसले. दोन वर्षांनी त्यांना एका राष्ट्रपती माफी योजनेखाली सोडून दिले. नंतर त्यांनी बांधकाम आयात-निर्यात कंपनी स्थापन केली. मी त्या धंद्यात इतका यशस्वी झालो की श्रीमंत होऊन गरिबांच्या मुलांना मदत करू लागलो. नंतर ती

कंपनी, कंपनीची जागा बेकायदा बैठकींसाठी वापरली जात आहे असे कारण देऊन, सरकारने बंद केली. १९८२ मधे त्यांच्यावर सतत पाळत ठेवण्यात येत होती. त्यांचा एक नातेवाईक सरकारमधे कर्नल होता, त्याने मला तुम्हाला अटक करायचा आदेश आला आहे, असे त्यांना सांगितले. नातेवाईक असल्यामुळे तो अटकेचे वॉरंट तीन दिवस हरवणार होता, त्याच्याहून जास्त शक्य नव्हते.

पळून जाण्याच्या कहाण्यांच्या तपशिलात फरक असतो; पण बहुधा त्यांना लाच देऊन मदत मिळते आणि मग ते सुरुंग पेरलेल्या क्षेत्रातून किंवा तपासणी नाके किंवा सीमेवरून थरारक प्रकारे पार होतात. नबीलने पुढील अठ्ठेचाळीस तासांत पासपोर्ट ऑफिसात काम करणारा एक जनाबी नातेवाईक शोधून काढला, त्याने त्याला त्याच्या आजोबांच्या नावाने पासपोर्ट दिला, लेबाननच्या वकिलातीकडून तत्काळ व्हिसा मिळविला आणि अम्मानमार्गे बैरुतचे तिकीट मिळवले. एअरपोर्टवरील मुखबरात अधिकारी त्यांना ओळखतील, या काळजीमुळे त्यांनी त्यांच्या त्या नातेवाइकाला एक सरकारी अधिकारी सोबत द्यायची विनंती केली. त्या अधिकाऱ्याने हे काम करण्याच्या बदली त्यांची नवी कोरी मर्सिडीज गाडी मागितली. नबीलने त्याला सांगितले की ती गाडी त्यांच्या भावाच्या नावावर आहे, म्हणून ते देऊ शकणार नाहीत. मग त्याने दहा हजार डॉलरची मागणी केली. नबीलने त्याला सात हजार डॉलरला पटवले. तो दिवस होता २५ फेब्रुवारी १९८२. त्याच्या भावाने त्यांना त्या मर्सिडिजने विमानतळावर सोडले, त्या अधिकाऱ्याने त्यांना आत पोहोचविले. तिथे ते मिड्ल ईस्ट एअरलाईनच्या बैरुतच्या विमानाची शेवटची घोषणा होईपर्यंत टॉयलेटमधे लपून बसले. त्यांचे हृदय धडधडत होते. त्यांच्याकडे पन्नास हजार डॉलर रोख आणि तीन किलो सोने असलेली ब्रीफकेस होती. ते अम्मानला विमानातून उतरले तेव्हा तणावामुळे जवळजवळ वेडेच झाले होते. ते अतिशय थकले होते. त्यांच्या डोळ्यांपुढे बगदाद विमानतळावर हात हलवून निरोप देणारा भाऊ दिसत होता आणि परत येऊ नका, नाहीतर ते तुम्हाला निश्चित मारून टाकतील, असा इशारा देणारा अधिकारी दिसत होता. ते एका हॉटेलमधे गेले. त्यांनी बिछान्यावर अंग टाकले आणि त्यांच्या मनात स्वातंत्र्याचे विचार येऊ लागले. 'आणि त्या क्षणी मी जगातील सर्वांत सुखी माणूस होतो.' थोडे थांबून आढावा घेतला. त्यांनी पळून जात असल्याबद्दल बायकोला सांगितले नव्हते, मुलांचाही निरोप घेतला नव्हता. पण तरीही मी फार खूश नव्हतो.

नबील नंतर म्हणाले की जो अधिकारी त्यांच्याबरोबर विमानतळावर आला होता त्याला काही वर्षांनी गोळ्या घालण्यात आल्या.

नंतर त्यांना ब्रिटनमध्ये आश्रय मिळाला आणि त्यानंतरची वीस वर्षे ते देश सोडलेल्या व्यक्तीचे अर्धवट जीवन जगत होते. तिकडे इराकमधे त्यांच्या पत्नीला

जबरदस्तीने घटस्फोट घ्यावा लागला आणि त्यांच्या मुलांना कधीही बाहेर जाण्याचा परवाना मिळाला नाही. ते लंडनमधे स्थायिक झाले, मुक्त विद्यापीठात अभ्यास करू लागले आणि त्यांनी भाषाशास्त्रात लंडन विद्यापीठाची पीएच.डी. मिळविली. कालांतराने त्यांनी एका इराकी स्त्रीशी पुनर्विवाह केला आणि नंतर त्यांना दोन मुली झाल्या. ते इराकच्या बाहेर असलेल्या इराकी लोकांशी संपर्क ठेवून होते. 'पॅट्रियॉटिक युनियन ऑफ कुर्दिस्तानचे' नेते जलाल तलबानी लंडनला आले तेव्हा नबील त्यांना भेटले आणि त्यांनी जॉर्डनच्या राजघराण्याशी संबंध प्रस्थापित केला. किंग हुसेन माझे जवळचे मित्र होते. इराकमधे सत्ताबदल व्हावा आणि लोकशाही राज्य यावे यासाठी ते वर्तमानपत्रात लेख लिहीत, आणि देश सोडून आलेल्या लोकांच्या संपर्कातून आणि इराकहून येणाऱ्या-जाणाऱ्या लोकांकडून मिळणारी माहिती MIG (इंग्लंडचे हेरखाते – एकदा त्यांनी हे माझ्यापाशी कबूल केले) अमेरिका आणि जॉर्डनला पुरवीत राहिले.

पण त्यांनी स्वत:ला गुंतवून घेतले होते. ते लेख आणि पत्रे लिहीत, कविता प्रसिद्ध करीत, लोकांच्या संपर्कात राहात, फोनकॉल्स, जुने मित्र, राजकीय असंतुष्टांचे नेटवर्क, राजकारण, आतील आणि बाहेरच्या लोकांना जोडणारे दुवे, पण ते नेहमीच धोक्याचे असे. फोनकॉल्स ऐकले जात, शिवाय ते खर्चिक होते आणि टेलिफोन लाईन खराब असत. फॅक्समधे मंत्रालयातच असत आणि वीजकपात, फॅक्सकागदाचा तुटवडा या समस्या होत्याच. ईमेल जवळजवळ अस्तित्वातच नव्हती. मित्राकरवी मित्राला, नातेवाइकामार्फत नातेवाइकाला, तोंडी निरोप जात; पण कोणत्याही प्रकारचे संभाषण असे मामुलीच होते. प्रत्येकाला सद्दाम जायला हवा होता – मारून किंवा बंड होऊन, पण तरी तो होताच, कोळ्याच्या जाळ्याने एखादा दगड पेलावा इतके अनाकलनीय.

नबील म्हणाले की नव्वदच्या दशकात ते स्वीडनला पत्रे टाकायला गेले, पत्रावर त्रयस्थ देशाच्या पोस्टाचा शिक्का असावा म्हणून. एका पत्रमोहिमेचा तो भाग होता. सरकारमधील अधिकाऱ्यांना सद्दामच्या विरुद्ध संघटित व्हायला प्रवृत्त करणारी पत्रे टाकायची होती. एकदा त्यांनी 'लोकशाही आणा' अशी तीन हजार पत्रके स्टॉक होममधील वेगवेगळ्या पोस्टांमधून टाकली. नबील जनाबींचे आजोबा हे जनाबी जमातीच्या अल्बु हसून विभागाचे शेख होते आणि त्या कौटुंबिक संबंधांमधून त्यांची कमेल सचेतशी तरुणपणापासून ओळख होती. त्यांनी मला सांगितले की त्यांनी जुलै १९९८ मधे कमेल सचेतच्या सैदिया पत्त्यावर एक हस्तलिखित पत्र पाठवले. देश सोडून आलेल्या लष्करी अधिकाऱ्यांकडून त्यांना कमेल सचेतची प्रतिष्ठा आणि त्यांचे लष्करी अधिकाऱ्यांमधील स्थान समजले होते. त्यांचा पाठिंबा मिळविण्याची त्यांना आशा होती. त्यांनी पाकिटावर कमेल सचेतचे नाव लिहिले नव्हते आणि

पत्रावर सहीसुद्धा केली नव्हती. त्यामुळे पत्र पाठविणारा आणि ज्याला पाठविले तो असे दोघेही अज्ञात राहणार होते. दोन व्यक्तींमधे गुपित राहू शकते, नबील म्हणाले, 'पण तिघांत? नाही.' कमेल सचेत आपले हस्ताक्षर ओळखतील आणि त्यावरून आपला नातेवाईक आणि जुना मित्र नबील याचा जॉर्डनच्या राजघराण्याशी जवळचा संबंध आहे, तो लंडनला राहात आहे आणि त्यामुळे त्याच्या पत्राला त्या दोन्ही सरकारांचासुद्धा पाठिंबा आहे, हे ते ओळखतील, अशी त्यांची अपेक्षा होती. कमेल सचेत हुशार असल्यामुळे अशा नाटकाला बळी पडणार नव्हते. पत्रात त्यांनी सरकारविरोधी अधिकाऱ्यांचा गट बनविण्याचा प्रयत्न करावा, असे मोघम शब्दांत लिहिले होते.

ऑगस्ट १९९८ मध्ये सद्दामने अमेरिकेच्या तपासणी पथकाला ते हेर आहेत, असा आरोप ठेवून देशाच्या बाहेर काढले; पण अमेरिकेच्या दबावामुळे, नोव्हेंबरमधे त्यांना येण्याची परवानगी दिली. दरम्यानच्या काळात त्यांनी हवाई हल्ले होतील, या अपेक्षेने देशाच्या संरक्षणाची पुनर्रचना केली. कमेल सचेतना अली हसन अल्-मजीदच्या दक्षिणी कमांडमधे सल्लागाराच्या भूमिकेत नेमण्यात आले. कमेल सचेत त्या पदावर कधीच रुजू झाले नाहीत; त्यांचे अली हसन अल्-मजीदविषयी अतिशय वाईट मत होते. त्यामुळे त्यांनी त्याच्या हाताखाली काम करायला सरळ नकार दिला. ते बगदादमधेच राहिले. ते राष्ट्राध्यक्षांच्या ऑफिसात होणाऱ्या डावपेच बैठकांना हजर राहात.

त्या वर्षीच्या हिवाळ्याच्या सुरुवातीला नबील जनाबी नेहमी जायचे तसे अम्मानला गेले. तिथे त्यांना एक जनाबी नातेवाईक भेटला; त्याने कमेल सचेतचा निरोप दिला. नबीलने त्यांच्याकडे ठेवायला म्हणून दिलेली 'अमना' अजून त्यांच्याकडेच होती, असा तो निरोप होता. त्यावरून आपले पत्र त्यांना मिळाले, असे नबीलना समजले.

त्यानंतर नबील आणि कमेल सचेतचा काहीही संपर्क राहिला नाही आणि त्यांची कोणतीही खबरही त्यांना कळली नाही. त्यांनी त्यांचे प्रयत्न चालूच ठेवले, जॉर्डनच्या राजघराण्यातील व्यक्तींशी संबंध चालू ठेवले आणि कमेल सचेतचा भाऊ खलिद, जो सन २०००मध्ये फितुर झाल्यावर अम्मानला राहात होता, त्याच्याशी मैत्री केली. खलिदचे स्वत:चे तर्क होते आणि वेगवेगळ्या घटनांबद्दल स्वत:ची कथा होती आणि ती ऐकीव असणार, हे नबीलना माहीत होते.

काळ गेला, काळ बदलला. अमेरिकेचे रणगाडे बगदादमधे शिरल्याबरोबर नबील आणि इतर अनेक इराकी नागरिक इराकला परतण्याची तयारी करू लागले; पण नबील इराकला परतले ते एक परदेशी नागरिक म्हणून, परदेशी लोकांच्या मदतीने आणि त्यांची उद्दिष्टे साध्य करण्यासाठी. त्यांचा पासपोर्ट ब्रिटिश होता आणि

पैसे पुरविले एका जॉर्डेनियन राजपुत्राने – राजेशाहीचा पुरस्कार करणारा एखादा पक्ष स्थापन करण्यासाठी, कारण तसे झाले तर आपला उमेदवार पुढे करता येईल (१९५८ मधे इराकमधे राजसत्ता बरखास्त झाल्यापासून बेकार झालेले अनेक हशेमाइट राजपुत्र होते.). खलिद तुरुंगात असल्याचे त्यांना समजले (कोणत्यातरी कटकारस्थानाच्या आरोपावरून). त्याची त्यांनी सुटका करवली आणि त्याला स्वत:च्या सुरक्षेचा प्रमुख म्हणून नेमले. त्यांनी रस्त्यातील लुटारूंचा सामना करण्यासाठी काही बंदूकधारी लोक बरोबर घेतले आणि लँडरोव्हर्सच्या ताफ्यातून, तुरळक अमेरिकन सैनिक असलेली सीमा ओलांडून, सद्दामच्या मोडलेल्या चित्रांपुढून, लांब वाळवंटातून, हायवेने रमादी आणि फल्लुजामधून शहराच्या सीमेवर असलेल्या विमानतळाकडे जाऊ लागले. वाटेत सैन्याचे रिकामे काँक्रीटचे तळ, त्यांच्यावर रंगविलेले, एकमेकांत गुंतलेले इराकी लष्कराचे आणि पॅलेस्टाइनचे ध्वज, निळे-पांढरे पट्टे असलेल्या वाहतूक पोलिसांच्या चौक्या, पडझड झालेल्या इमारती; जळल्यामुळे काळ्या झालेल्या, आकार गेलेल्या गाड्यांचे अवशेष, ओरडणारी मुले, एक कलंडलेला रणगाडा असे भकास दृश्य दिसत होते.

परतणाऱ्यांसाठी तो एक धक्कादायक अनुभव होता. नातेवाइकांकडून मिळणाऱ्या आणि टीव्हीवरील बातम्यांवरून स्थिती वाईट असणार, हे ते धरूनच आले होते; पण त्यांनी प्रत्यक्षात स्वत:च्या डोळ्यांनी पाहिलेली दुर्दशा धक्कादायक होती – इराक थर्ड वर्ल्डमधे जाऊन बसला होता, आफ्रिकेसारखे झाले होते. डुगडुगणारे विजेचे जनरेटर, रस्त्यावर आलेली गटारीतील घाण, रस्त्यातील टगी पोरे, वाऱ्याने हवेत उडणारा कचरा, अर्धवट बांधकाम झालेल्या इमारतींच्या रांगा आणि बुरख्यात वावरणाऱ्या असंख्य स्त्रिया आणि पूर्वी ते ज्यात जायचे ते बार आणि रेस्टॉरंट्स कुठे गेली? त्या वेळचे जीवन कुठे गेले? नदीकाठची ती बाग, जिथे ते कुटुंबाला घेऊन पिकनिकला जायचे, जिथे फिश रेस्टॉरंट होते, तो आता घाण झालेला दिसतोय. त्याच्या दारात दोन अमेरिकन रणगाडे उभे आहेत, भोवती रेझरवायरची भेंडोळी आहेत आणि लोक! लोकांना काय झालंय? इराकी लोक हसायचे, एकमेकांची थट्टामस्करी करायचे. आदरातिथ्य करायचे आणि आता हा दुर्मुखलेपणा, हा तिरस्कार? उडत्या नजरा? थापा, आणि थापा उघड उघड कळायच्या (नाही, हबीब, मी पक्षात कधीच नव्हतो.). आणि त्यांना सतत पैसे हवे असतात, आणखी पैसे जणू काही तुम्ही म्हणजे एटीएम यंत्रच आहात! आणि त्याच्यावर सतत कुरकुर : त्यांना का नाही दिलं? ते का मिळालं नाही? आणि ती तपासणी नाकी, ती संचारबंदी, वीजकपात, बेकारी आणि मंत्रालय 'त्या कुवेती टोळ्यांनी लुटून नेलं, मग आता कारची नोंद कुठे करायची? व्हिएन्नामधे वीस वर्षे राहिलेला एक इराकी मला म्हणाला, "मला हे लोक ओळखूच येत नाहीयेत. माझ्यात आणि त्यांच्यात काहीच

समान नाहीये.''

नबीलनी त्यांच्या परतण्याचे वर्णन पांढऱ्या रुमालाच्या कोपऱ्याने डोळे टिपत केले. अर्थात त्यांनी बोकड कापलाच, हवेत गोळ्या झाडल्या. एक पुतण्या माझ्यासमोर आला. 'मी आठवतो का?' त्याला काही आठवले नाही. बिचाऱ्याचे केस पांढरे होते. मला गच्चीत झोपायचे होते; पण ते म्हणाले ते फार धोक्याचे आहे. गोळीबार होऊ शकतो. 'मी गेलो तेव्हा माझा सर्वांत धाकटा मुलगा नऊ महिन्यांचा होता आणि आता तो क्वालिफाइड इंजिनिअर झाला होता!' त्या दीर्घ सद्दाम रात्रीची आठवण येऊन ते थांबले, पण २००३ मधले ते दिवस, जेव्हा ज्या गोष्टी शक्य वाटायच्या, त्या नाहीशा झाल्या होत्या. 'सद्दाम वाईट होता' ते म्हणाले, 'तसे सर्वच लोक म्हणायचे, देश सोडून गेलेले आणि न गेलेले सगळे – पण हे सरकार त्याहून बेकार आहे. जास्तच बेकार!' आणि त्यांनी पुन्हा डोळे टिपले. 'खलिद? नाही, मला खलिद सापडला नाही. खलिद सचेत २००४च्या अखेरीस केव्हातरी मारला गेला होता. रस्त्यात. नबील त्यापेक्षा जास्त माहिती द्यायला तयार नव्हते. ते म्हणाले, त्याला कोणी मारलं ते मला माहीत नाही, अफवा होत्या, बंदूकधारी... मेहदी सेना... नबीलने त्याआधीच बगदाद सोडले होते – राजसत्ता कोणालाच नको होती : बाँब, जिकडे-तिकडे शिया टोळ्या, बदल्यांसाठी अनेक खून! तुम्हाला कल्पना आलीच असेल. कसं होतं त्याची.' आणि ते लंडनला परत गेले.

◆

१६

टाकलेल्या फ्रीजचा सांगाडा

१६ डिसेंबर १९९८. लेफ्टनंट कर्नल खलिद ओबिद बिन वलिद, अबूघरीब तुरुंगातील एका विभागाचे प्रमुख होते. ते सकाळी सात वाजता त्यांच्या ऑफिसमधील अरुंद बिछान्यात जागे झाले. त्यांच्या पिंपासारख्या देहाला त्यांनी ताण दिला आणि दाढीचे खुंट असलेली हनुवटी खाजवली. लेफ्टनंट कर्नल वलिदच्या अंगात लष्करी अधिकाऱ्याचा चोखंदळपणा मुरला होता : ताठ मान. सगळे काही पॉलिश केलेले; पण व्यवस्थापनातील संचालक म्हणून ते नागरी पोषाखात असत. ते नेहमी टाय लावायचे (अगदी नेहमी! हाताचा पंजा जोरात वर-खाली करत ते मला म्हणाले.). त्यांच्या ब्राऊन बुटांना ते रोज सकाळी पॉलिश करायचे. त्यांची शेव्हर्ले गाडी स्वच्छ आणि चकचकीत असायची. त्या दिवशी सकाळी त्यांनी शेजारच्या बाथरूममधे तोंड धुतले आणि त्यांचा आवडता बदामी रंगाचा सूट चढवला. त्यांच्या पलंगाजवळच्या छोट्या टेबलावर एका अरब लेखकाने रशियन हेरसंस्था केजीबीच्या कार्यपद्धतीवर लिहिलेले 'द स्कूल ऑफ स्पाइंग' हे पुस्तक पडले होते. त्याच्याजवळ मोसूलच्या गव्हर्नरने त्यांना भेट दिलेले सोन्याचे घड्याळ होते. त्यांनी घड्याळ उचलून वेळ बघितली.

त्यांच्या बोटात लग्नाची अंगठी होती. त्यांना तीन मुले होती आणि बगदादच्या पश्चिम उपनगरात त्यांचे टुमदार घर होते; पण त्या रात्री जास्तीतजास्त दक्षतेचा इशारा आला होता म्हणून ते ऑफिसातच झोपले होते. अमेरिकनांनी बाँबफेक करण्याची धमकी दिली होती आणि बाँब पडण्याची शक्यता होती. गेले तीन दिवस त्यांनी सरकारच्या इतर तुरुंगातील कैद्यांना इथे सामावून घेतले होते. त्यांच्या विभागात आधीच पस्तीसशे कैदी कोंबलेले होते. त्यात आणखी चारशेजणांना घालायचे होते. आठ कैद्यांसाठीच्या कोठडीत पन्नास ते साठजणांना कोंबण्यात आले

होते, इतकी खचाखच गर्दी होती. पुरेसे बंक नसल्यामुळे कैदी जमिनीवर, पायऱ्यांवर, जागा मिळेल तिथे झोपत. लेफ्टनंट कर्नल वलिदने एका हॉलमधील कैदी इतर हॉल्समध्ये घालून तो हॉल रिकामा केला आणि बगदाद शासनाच्या अधिकाऱ्यांना तुमचे कैदी त्या हॉलमधे ठेवता येतील असे कळविले. त्यांचे भोजन आणि इतर गोष्टींची जबाबदारी बगदादच्या अधिकाऱ्यांची होती. ही हकिकत सांगताना ते बाथींच्या पद्धतीप्रमाणे हातवारे, टेबलावर हात आपटणे वगैरे करीत होते. 'मी काय करणार?', 'ते असं होतं!', 'त्या वेळी हे असंच असायचं!' मी त्यांना डिसेंबर २००६मधे भेटले तेव्हा ते पंचेचाळीस वर्षांचे होते, जरा स्थूल पण चटपटीत. उभ्या रेघांचा राखी रंगाचा सूट, शर्ट, चांगल्या प्रकारे पोषाख केलेले; पण आता त्यांच्याकडे बघून आर्थिक ओढाताणीच्या खुणा जाणवत होते. उदा. बूट झिजलेले होते. त्यांनी ब्रिटनमधे राजकीय आश्रय मागितला होता आणि ते उत्तरेकडील मिडल्सबरो गावात राहात होते. युद्धानंतर ते गृहखात्यात काम करू लागले आणि आपले नाव शिया आणि सुन्नी दोघांच्याही 'डेथ लिस्ट'मधे आहे, असे त्यांच्या लक्षात आले. त्यांचे गॅरेज उडवून देण्यात आल्यावर ते पळाले, ट्रकांच्या मागे लपून तुर्कस्तान, युरोपातून जात ते लिव्हरपूलला येऊन पोहोचले (त्यासाठी त्यांना हजारो डॉलर्स मोजावे लागले होते.). आणि तिथल्या अधिकाऱ्यांपुढे उभे राहिले. ते मला भेटायला आणि इतर काही कामांसाठी लंडनला आले होते. आम्ही पूर्ण दुपार अरेबी एजवेअर रोडवर, आधी ब्रिटिश इस्लामिक बँकेच्या समोरील 'कोस्टा कॉफी'च्या बेसमेंटमधील रेस्टॉरंटमधे भेंडीची भाजी, ग्रेवी आणि भात खात आणि मग पितळ्याची टेबले आणि शिशा पाइप असलेल्या टी हाऊसमधे बोललो.

त्यांच्या आताच्या निर्वासित अवस्थेत त्यांनी त्यांचे नाव वलिद असे केले होते. पूर्वीच्या बाथी मिशा काढून त्याऐवजी बारीक कोरलेल्या मिशा ठेवल्या होत्या. जणू ओठावर स्पर्श केला तर गतकाळाची आठवण यावी यासाठी मिशी पूर्णपणे काढून न टाकता बारीक ओळ ठेवली होती. ते बोलत असताना त्यांच्यात निर्दयपणाच्या काही खुणा दिसतात का, याचा अंदाज घेण्यासाठी मी त्यांच्या चेहऱ्यावरील रेषा, गालाच्या खाली ओघळलेली त्वचा, जबड्याचा सुटलेला खालचा भाग अशा वैशिष्ट्यांचे निरीक्षण करीत होते. त्यांच्या गालावर एक पुसट देवीचा वण होता, एका नाकपुडीत जरा खोल असा व्रण होता आणि एका कानाच्या पाळीवर एक सुरकुती होती. त्यांचे ओठ ओले आणि पातळ होते. हसरे, आनंदी भाव दर्शविणारे पण त्यांच्या भुऱ्या डोळ्यांच्या मागे एक गडद छटा होती आणि बोलायचे थांबले की क्षणभर ते माझ्याकडे बघत राहात. मग खाली नजर करीत. त्यांनी छातीवर हातांची घडी घातली की मला त्यात अपराधीपणा दिसायचा – नाही, अपराधीपणा नाही, ते अशक्य होते, तो कबूल करणे फार क्लेशकारक झाले असते. मी

काळजीपूर्वक निरीक्षण केले : काही अगम्य अशा गोष्टी असाव्यात का, ज्या ते स्वत:पासूनसुद्धा लपवीत होते; पण हे माझे कल्पनेचे खेळ असावेत अशी मला शंका आली; पण एकंदरीतपणे आमच्या गप्पा छान आणि मैत्रीपूर्ण झाल्या आणि एजवेअर रोडवरील त्या दिवशी दिसलेल्या एकट्या राहणाऱ्या अरबांमधे अंत:करणावर जखमा असलेल्या, लांब प्रवास केलेल्या, जमात-सत्ताधीश-पिता, लाच-झगडा-पलायन या चक्रात सापडलेल्या अरबाचे मला दर्शन झाले. कोणता अरब आतून एक आणि बाहेरून वेगळा असणार नाही? प्रत्येक ब्राऊन चेहऱ्यात मला विस्थापितांची मानसिकता दिसत होती, त्या लोकांनी जो देश सोडला होता तेथील परिस्थिती भयंकर होती म्हणून सोडला होता; पण तरीही त्यांना त्याच्या आठवणीने 'होमसिक' वाटायचे आणि आता ते गारठण्याइतकी थंडी, प्रचंड महागाई आणि आपल्यावर जरा नाखूश असलेल्या देशात येऊन पडले होते. खरं सांगायचं तर मला इंग्लंड आवडत नाही, मिड्ल्सबरोसुद्धा आवडत नाही, वलिद मला म्हणाले.

डिसेंबर १९९८मधे त्यांनी त्यांचा दर्जा, त्यांचे अधिकार आणि त्यांचे स्थान यांचा उपभोग घेतला होता. ते समाधानी होते, त्यांच्यात आत्मविश्वास होता. त्यांची चहा, दही आणि अंडी ही न्याहारी एक नोकर आणायचा, तो घेतल्यावर ते कारने ऑफिसला जायचे. तिथे ते प्रथम रात्रीची जबाबदारी असलेल्या अधिकाऱ्याचा अहवाल ऐकायचे. मग तो अहवाल हातात घेऊन कॉरिडॉरमधून चालत तपास करायचे.

उदाहरणार्थ, रात्री एखादा कैदी पळून गेला असेल तर काही कैदी एकत्र येऊन गार्डशी गप्पा मारत त्याला जोक सांगत, सिगारेटींची देवाण-घेवाण करीत त्याला गाफील करीत आणि या वेळी पळणारा कैदी हळूच तिथून बाहेर पडून कुठेतरी लपून बसे. रात्री चारच्या सुमारास गार्ड्सच्या चौक्यांच्या मधून लपत-छपत तो त्या ब्लॉकमधून बाहेर पडायचा. बाहेर आल्यावर वर टेहळणी मनोऱ्यात असलेल्या गार्डकडे लक्ष ठेवायचे आणि तो टॉयलेटला जायला किंवा काड्याची पेटी किंवा काही खाण्यापिण्याचे पदार्थ नेण्यासाठी खाली आला की वर जाऊन भिंतीच्या बाहेर उडी मारायची. एके दिवशी सकाळी लेफ्टनंट कर्नल वलिदना एक विचित्र समस्या सोडवावी लागली. एका कैद्याची त्या दिवशी सुटका होणार होती. दुसऱ्या एका कैद्याने त्याला ड्रग्ज देऊन नशेत आणले आणि तोच मी म्हणून सांगत तो सुटका होण्यासाठी अधिकाऱ्यांसमोर जाऊन उभा राहिला आणि सुटून बाहेर पडला. ही फसवणूक उघडकीला आल्यावर लेफ्टनंट कर्नल वलिदना ड्रग दिलेल्या कैद्यालाही सोडून द्यावे लागले आणि चुकीच्या कैद्याला सोडल्याबद्दल नामुष्कीला तोंड द्यावे लागले.

कधीकधी कैद्यांमधे मारामारी व्हायची. तिच्यात ते तिथे बनविलेली हत्यारे – पलंगाची लोखंडी पट्टी काढून कॉंक्रीटवर घासून बनविलेली सुरी किंवा रॉडला धार करून बनविलेला टोकदार भाला, त्याच्या दुसऱ्या टोकाला बुटाचा सोल गुंडाळून बनविलेली मूठ सर्रास वापरायचे. अशा मारामाऱ्यांमधे कधीकधी एखाद्याचा जीव जात असे; एके दिवशी रात्री सहाजण मेले, दुसऱ्या एका प्रसंगात कैद्यांनी त्यांच्या विभागाचा ताबा घेतला आणि तीन दिवस गार्ड्सना आत येऊ दिले नाही. हिंसा, लैंगिक अत्याचार, खून हे प्रकार बहुतेक दीर्घ शिक्षा झालेल्या कैद्यांच्या विभागात घडायचे. पण सर्वसाधारणपणे, राजकीय कैद्यांना कमीतकमी वीस वर्षे आणि दीर्घ मुदतीच्या चाळीस, सत्तर वर्षे अशा शिक्षा झालेल्या असायच्या. तरी लेफ्टनंट कर्नल वलिदच्या विभागात हिंसेच्या घटना फार कमी घडत. त्यांच्या विभागातले बहुतेक कैदी डॉक्टर, प्राध्यापक, लष्करी अधिकारी असे सुशिक्षित असत. एकदा त्यांच्या अखत्यारीतील 'स्पेशल विभागा'त एका गार्डच्या गळ्याला सुरी लावून ओलीस ठेवण्यात आले. त्यामुळे त्यांच्यासोबत नेहमी काठी घेतलेले अंगरक्षक असत. तुरुंगात त्यांच्यासकट कोणीही पिस्तुल किंवा बंदूक नेत नसे; कारण एखाद्या कैद्याने ती हिसकावून घेण्याची शक्यता असे. लेफ्टनंट कर्नल विल्यम्सना हाताळावी लागलेली प्रमुख समस्या म्हणजे ड्रग्ज – कधीकधी नुसते व्हेलियमसुद्धा. कैद्यांना भेटायला येणारे चोरून असे पदार्थ आणायचे. अतोनात गर्दीमुळे झालेले त्वचारोग हीही फार मोठी समस्या होती.

वलिद हसले. कोस्टा कॅफेच्या बेसमेंटच्या एका कोपऱ्यात बसलेला एक अरब तरुण त्याच्याबरोबरच्या हेडस्कार्फ घातलेल्या तरुणीच्या डोक्याजवळ झुकला होता. वलिदने मागे वळून बघितले. 'फार काम असायचे,' वलिद म्हणाले. ते पुढे खालच्या आवाजात बोलू लागले, 'अबूघरीब हा जगातला सर्वांत वाईट तुरुंग होता. कैद्यांना कसलीही मोकळीक नव्हती. अन्न वाईट, न खाण्याजोगे असायचे. घरून येणाऱ्या अन्नावर ते दिवस काढत आणि माझ्या दृष्टीने एक माणूस म्हणून सगळ्यात वाईट गोष्ट होती. ती म्हणजे त्वचारोग. पाणी नाही, ऊन नाही...'

'त्यांना कधीच बाहेर सोडायचे नाहीत?'

वलिदनी हात वर केले : 'काय करणार? काय करणार?' त्यांनी देवाचा धावा करीत असल्याप्रमाणे केले. 'त्यांना कुठे ठेवणार? ते मॅनेज करणं म्हणजे अशक्य काम होतं.'

कैद्यांना ताजी हवा किंवा व्यायाम करायची सोय न ठेवता कायम कुलपात कोंडलेले असायचे. कोठड्यांच्या कोपऱ्यात असलेले संडास गलिच्छ असत : फुटके पाईप, गळके नळ. एकदा तर पाण्याच्या नळात सीवेज लीक झाले आणि अनेक कैदी डिसेंट्रीने आजारी पडले, त्यातील तीनजण मेलेसुद्धा. जेवण म्हणजे

पाणी आणि रंगापुरती मिसळलेली टोमॅटोची पेस्ट आणि भात. मांसाहार वर्षातून एखाद्या दिवशी, कदाचित.'

वलिद म्हणाले की त्यांना कैद्यांबद्दल काळजी वाटत असे आणि ज्यांच्या पूर्ण शरीरावर त्वचारोग पसरला आहे अशा कैद्यांना ते वेगळे ठेवण्याचा प्रयत्न करीत. पू झालेल्या जखमा आणि खाज असह्य झाल्यामुळे एका कैद्याने आत्महत्या केल्याचे त्यांनी ऐकले होते. 'वल्ला!' वलिदनी त्यांचे बाहु मिठी मारत असल्याप्रमाणे वर्तुळात जवळ आणून टाळी वाजवली. 'काय करणार?'

सकाळची राऊंड मारून झाली की बरेचदा लेफ्टनंट कर्नल वलिद बिलिअर्ड्स खेळायला जात.

त्यांनी एका खोलीचे विश्रामकक्षात रूपांतर केले होते. काही खुर्च्या, टेबले, बिलिअर्डचे टेबल. गार्ड्स आणि काही विश्वासू कैद्यांना तिथे परवानगी असे. अबु सइफ नावाच्या कैद्याबरोबर खेळायला त्यांना विशेष आवडायचे; त्याला जॉर्डनमधे पैसे चोरून नेल्याच्या आरोपावरून वीस वर्षांची शिक्षा झाली होती. इतक्या इराकींना तुरुंगवासाच्या शिक्षा झाल्या होत्या की एखाद्याचे कोणी मायबाप असले तरच त्यांना त्यांची स्थिती सुधारता येत असे. 'वास्ता' असणाऱ्या किंवा पैसे देऊ शकणाऱ्या कैद्यांना खास वागणूक मिळत असे – राष्ट्राध्यक्षांच्या ऑफिसमधील कोणाचे तरी पत्र किंवा एखाद्या मंत्र्याचे, मित्राच्या मुलाला चांगली वागणूक द्यावी म्हणून पत्र. असे असले की वशिला असलेल्या कैद्यांना पैसे, अन्न, टीव्ही, दोन खोल्यांची आलिशान कोठडी, ड्रग्ज सर्व काही मिळणे शक्य होते; कधीकधी तर त्यांच्या बायकांनाही रात्रभर कोठडीत राहू देण्यात येत असे.

दुपारी लेफ्टनंट कर्नल वलिद काही कैद्यांना शिक्षा कोठडीतून सोडून नेहमीच्या हॉलमधे जाऊ देण्याचे निर्णय घेत. दुपारचे जेवण घेताना ते आणि बगदादहून बदली होऊन आलेले प्रशासकीय अधिकारी अमेरिकन्स बाँबहल्ला करतील की नाही, यावर चर्चा करायचे. त्यांच्यापैकी एकाची ते बगदादवर बाँबहल्ला करणार, अशी खात्री होती. लेफ्टनंट कर्नल वलिदच्या मते, अमेरिकन सेना फक्त धमक्या देईल, हल्ला करणार नाही; त्यांचा उद्देश सद्दामला घाबरवून नियंत्रणात ठेवण्याचा असावा.

दुपारच्या भोजनानंतर ते कपडे बदलून ट्रॅकसूट घालायचे आणि अबु सइफ आणि इतर कैद्यांबरोबर बिलिअर्ड्स खेळायचे. ते नेहमी जिंकायचे. संध्याकाळ होत आली की ते शॉवर घेऊन कपडे बदलत आणि बायकोला फोन करीत.

एकदा रात्री आठच्या सुमारास ते बगदादी अधिकाऱ्यांबरोबर तुरुंगातील मुख्य रस्त्यावर चालत होते. ते धुम्रपान करीत बोलत चालले होते. तो रस्ता उघड्या मैदानातून मुख्य गेटकडे जायचा. गार्ड टॉवर बरेच दूर होते. तुरुंगातले दिवे अजून चालू होते (रात्रीचे दहा ही दिवे बंद करण्याची वेळ होती.). अबूघरीबवर बाँबहल्ला

होईल अशी अपेक्षा नव्हती. त्यामुळे प्रकाशबंदी नव्हती.

त्यांची चाल शिस्तीत होती, संभाषणाच्या मागे तणाव होता. बहुतेक अंधार पडला की अमेरिकन विमाने बाँबहल्ला करतील अशी अपेक्षा होती आणि आता अंधार पडला होता. त्यांच्यात नेहमीपेक्षा जास्त सतर्कता आली. तणाव, शांतता, पायाखालच्या वाळूवर पावलांचा कर्रकर्र आवाज होत होता. अधिकारी एकमेकांशी दबलेल्या आवाजात बोलत होते. रात्री काहीतरी घडणार अशी अपेक्षा वातावरणात होती.

आणि मग बाँब पडू लागले. क्षितिजावर स्फोटाच्या पिवळ्या ज्वाला दिसू लागल्या. जमिनीत मंद हादरे जाणवत होते. लक्ष्य असलेला मंत्रालय आणि सुरक्षा ऑफिसे असलेला बगदादचा मध्यभाग तिथून तीस किलोमीटर दूर होता; पण विमानतळाजवळचा राष्ट्राध्यक्षांचा रदवानिया राजवाडा अबूघरीबपासून जवळ होता आणि अमेरिकन्स रदवानियावर बाँबहल्ला करीत होते. एकामागोमाग एक स्फोटांचे आवाज येत होते. शहरभर विमानविरोधी तोफा आग ओकत होत्या. आकाशात पांढरे फराटे आणि ट्रेसरच्या लाल कमानी दिसत होत्या.

''ते सर्व बाजूंनी फायर करीत होते. हा! प्रत्येकाला आपले शौर्य दाखवायचे होते.'' वलिद मला म्हणाले.

तोफगोळ्यांमुळे आकाशात तिरप्या प्रकाशरेषांची चौकट तयार झाली होती; पण बाँबफेक करणारी विमाने उंच, अदृश्य अशी उडत होती आणि त्यांना तोफगोळ्यांचा धोका नव्हता.

अधिकाऱ्यांचा तो छोटा गट रस्त्यात थांबला, त्यांच्यातील संभाषण बंद पडले आणि ते ऐकू लागले. एवढ्यात अनपेक्षितपणे दोन नव्या लँड क्रूझर गाड्या मुख्य गेटपाशी आल्या. लेफ्टनंट कर्नल वलिद जिथे उभे होते, तिथून त्यांना दिसले की पुढच्या गाडीतून एक अधिकारी उतरला आणि त्याच्यात आणि गार्डमधे गेट उघडण्यावरून वाद चालू झाला होता. गार्डला निश्चित काय करावे ते समजत नव्हते, तो वलिदच्या दिशेने बघून त्यांनी येऊन गेट उघडण्याची परवानगी द्यावी, अशी अपेक्षा करीत होता. तो अतिसावधानतेचा काळ होता. अमेरिकनांचा राजधानीवरील बाँबहल्ला नुकताच सुरू झाला होता आणि पूर्वसूचना न देता रात्री आठ वाजता अशा गाड्या तिथे येणे अगदीच विचित्र होते.

गेटकडे चालत असताना लेफ्टनंट कर्नल वलिद यांच्या लक्षात आले की वाद घालणारा तो लष्करी अधिकारी त्यांच्याच दर्जाचा म्हणजे लेफ्टनंट कर्नलच होता. त्याने स्वत:ची ओळख न देता अबूघरीबचे कमांडर कर्नल हसन कुठे आहेत म्हणून विचारले. कर्नल हसनना बगदादहून बोलावणे आले होते म्हणून ते तिकडे गेलेत आणि आता परतीच्या वाटेवर असतील असे लेफ्टनंट कर्नल वलिदने त्याला सांगितले. 'तुमचे काम काय आहे?' त्यांनी विचारले. तो अधिकारी जरा काळजीत

पडल्यासारखा दिसला, जणू काही त्याच्या इच्छेविरुद्ध त्याला काहीतरी करावे लागत होते. तो भरभर पण अडखळत बोलत होता. त्याचा हात कापत होता, हेही लेफ्टनंट कर्नल वलिदच्या लक्षात आले.

दुसरा एक अधिकारी दुसऱ्या लँड क्रूझरमधून उतरला. त्याने दरवाजा उघडला तेव्हा कारच्या आतील दिवा लागला आणि त्याच्या उजेडात लेफ्टनंट कर्नल वलिदना डोळ्यांवर पट्टी बांधलेला, हातकड्या घातलेला, किंचित पुढे झुकलेला एक माणूस मागच्या सीटवर दिसला. त्यांना त्याच्या अंगावर लष्करी गणवेष असावा, असे वाटले; पण त्याबद्दल त्यांना खात्री नव्हती. तो दुसरा अधिकारी जलदीने त्यांच्याकडे चालत आला. दर्जेदार कापडातून सफाईदारपणे शिवलेला मऊ ऑलिव्ह ग्रीन गणवेष, नेहमीपेक्षा वेगळा, चामड्याचा विणलेला पट्टा, हाताने बनविलेल्या सुबक केसमधील किमती ब्राऊनिंग पिस्तुल आणि पद दाखविणारा बिल्ला खांद्यावर नसणे, यावरून तो राष्ट्राध्यक्षांच्या अंगरक्षक दलातील अधिकारी आहे, हे लेफ्टनंट कर्नल वलिदने ओळखले.

लेफ्टनंट कर्नल बाजूला झाले. लेफ्टनंट कर्नल वलिद त्या अंगरक्षकदलाच्या अधिकाऱ्याला सांगू लागले की कर्नल हसन अजून बगदादहून आलेले नाहीत आणि त्यांच्या अनुपस्थितीत ते प्रवेश देण्याचा आदेश देऊ शकत नाहीत...

'कर्नल हसन इथे नसतील तर आम्ही त्यांची वाट बघत थांबू शकत नाही.' अंगरक्षकदलातील अधिकारी ठासून बोलला, 'राष्ट्राध्यक्षांच्या (देव त्यांचे रक्षण करो) आदेशावरून आमच्याबरोबर असलेल्या व्यक्तीला आम्हाला ताबडतोब गोळ्या घालाव्या लागणार आहेत.'

त्यांच्याकडे लेखी आदेश किंवा न्यायाधीशाची सही असलेला शिक्षेचा कागद आहे का, असे लेफ्टनंट कर्नल वलिदने त्यांना विचारले. ते ज्या प्रकारे आले ते नेहमीच्या प्रक्रियेनुसार नव्हते आणि म्हणून अतिशय नियमबाह्य होते. ते सचिंत झाले, नर्व्हस झाले, ती जबाबदारी घेण्याची त्यांची तयारी नव्हती. कागदपत्र, जाहीरनामा काहीतरी असायला हवे होते. 'हत्येचा साक्षीदार राहणारा न्यायाधीश कुठे आहे?' त्यांनी अंगरक्षकदलाच्या अधिकाऱ्याला विचारले.

या केसमधे न्यायाधीशाची गरज नाही असे त्या अधिकाऱ्याने हाताने खाणाखुणा करीत सांगितले.

'मला याची खातरजमा केली पाहिजे.' लेफ्टनंट कर्नल वलिद त्याला म्हणाले, 'हे वेगळंच प्रकरण आहे. मला खात्री करून घ्यायला हवी.'

'हे पाहा लेफ्टनंट कर्नलभाई.' तो अधिकारी ठामपणे म्हणाला, 'हा हत्येचा हुकूम अंमलात आणायचा आम्हाला राष्ट्राध्यक्षांचा (देव त्यांचे रक्षण करो) हुकूम आहे.'

त्याच वेळी कर्नल हसनची कार तिथे पोहोचली (एकच कार होती. हे जरा विचित्र होते. कारण त्यांचा नेहमी दोन गाड्यांचा ताफा असायचा.) आणि कर्नल उतरले. 'काय चाललंय?' त्यांनी विचारले, 'काही प्रॉब्लेम?' अंगरक्षकदलाच्या अधिकाऱ्याने कर्नल हसन यांना जरा बाजूला घेतले. लेफ्टनंट कर्नल वलिदनी त्यांना ऐकताना आणि मान हलवून संमती देताना बघितले. कर्नल हसन त्यांच्या कारमधे बसले आणि त्यांनी इतरांना त्यांच्यामागे यायला सांगितले. त्या चार गाड्यांमधे लेफ्टनंट कर्नल वलिदची कार सर्वांत मागे होती. त्यांचा ताफा तुरुंगातील नेहमीच्या हत्येच्या जागी न जाता तुरुंगातील मैदानाच्या एका दूरच्या कोपऱ्यात गेला. जिथे कधी कोणी जात नसे. लेफ्टनंट कर्नल वलिद तिथे पूर्वी कधीही आले नव्हते. त्यांनी सभोवार नजर टाकली : कचरा, चिखल, बांबूचे ढीग. तिथे बांधलेला असा रस्ता नव्हता, चारही गाड्या उंचसखल जमिनीवरून हेलकावत चालल्या होत्या. त्या एका मोकळ्या जागेपाशी थांबल्या. बाहेर पडल्यावर त्यांना अन्न टाकायच्या उकिरड्याचा वास आला. त्यांचे बूट घाणीत रुतू लागले आणि घृणा येऊन त्यांनी ते जोरात झटकले.

ती जागा कर्नल हसनना माहीत असावी असे लेफ्टनंट कर्नल वलिदना वाटले. तिकडे दूरवर बॉंबिंग चालूच होते, त्यात या अॅड्रेनलिन उत्तेजित करणाऱ्या नाटकाची भर पडत होती. अंगरक्षकदलातील अधिकारी आणि कर्नल हसन त्यांच्या गाड्यांमधून उतरले. कर्नल हसनने गार्ड्सना उद्देशून 'आणा त्याला' असा हुकूम दिला. एखादी खुर्ची आणायला सांगावी इतक्या सहजपणे त्यांनी हुकूम दिला होता. मग त्यांनी त्यांच्या कारमधून धातूचा घडीचा दस्ता असलेली कलाश्निकोव काढली. बेड्या घातलेल्या त्या व्यक्तीला बाहेर आणण्यात आले. त्या माणसाच्या अंगावर व्यवस्थित इस्त्री केलेला लष्करी गणवेष होता, पदाचे बॅजेस काढून टाकलेले होते. त्या दोन गार्ड्सनी त्याचे दोन हात पसरून धरून ठेवले. त्या माणसाच्या डोक्याभोवती काळा-पांढरा किफाये लपेटलेला होता. तो माणूस उंच होता आणि एखाद्या नेत्याप्रमाणे ताठ उभा राहिला आणि बोलला, 'देवाशपथ, मला वाईट वाटतं. मला असं करावं असं कोणतंही गैरकृत्य मी केलेलं नाही; पण आपण देवाकडून येतो आणि देवाकडेच परत जातो.' तो बुलंद आणि स्पष्ट आवाज होता आणि हे मला सांगताना आदर व्यक्त करण्यासाठी त्यांनी नजर खाली वळवली.

त्या वेळी मात्र त्यांच्या मनात खळबळ माजली होती. ते दृश्य बघताना त्यांचे विचार एकमेकांत गुंतत होते, आपटत होते. त्यांना ही आपलीच हत्या करण्यात येत आहे असे वाटले.

लेफ्टनंट कर्नल वलिद हे एक नमुनेदार सरकारी अधिकारी होते. कोणतेही काम

करणारे, सक्षम, अंतर्मुख होते; राक्षसी वृत्तीचे नाही, पण क्रूर गोष्टी बघणारे पण नंतर त्यांचा विचार मनातून काढून टाकणारे. 'मी काय करू शकत होतो?' अशी त्यांची भूमिका होती.

त्यांचे इतिवृत्त साचेबंदपणे लिहिता आले असते.

१९६०	सलाहुद्दिन प्रांतात जन्म. वडील गरीब शेतकरी. सुन्नी.
१९८३	पोलीस ॲकॅडमीतून पदवीधर. वैयक्तिक सामना, बॉक्सिंग, ताइ क्वॉन दो यात विशेष प्रावीण्य. प्रशासनासाठी निवड.
१९८३-८६	व्ही.आय.पीं.साठीच्या अंगरक्षकांना प्रशिक्षण दिले. इराकी एअरलाइन्सचे सुरक्षेच्या क्षेत्रात सल्लागार.
१९८६	मेक्सिकोला वर्ल्डकपसाठी जाणाऱ्या इराकी फुटबॉल संघाच्या अंगरक्षकांना प्रशिक्षण.

(प्रशासनाचे प्रमुख अली हसन अल्-मजीद यांनी स्वत: इराकी ऑलिम्पिक कमिटी आणि राष्ट्रीय फुटबॉल संघाचे प्रमुख उदय, यांच्याकडे त्यांची शिफारस केली होती. ते मुलाखतीला गेले तेव्हा 'मी तुमच्याबद्दल ऐकलं आहे' असे उदय त्यांना म्हणाला. त्याच्या थोडे आधी इराकी संघाने कलकत्ता येथे झालेला कतारबरोबरचा पात्रता सामना जिंकला होता. त्या वेळी पराभवामुळे संतापलेल्या कतारच्या संघाने इराकचा राष्ट्रध्वज फाडला होता. असा अपमान पुन्हा होऊ द्यायचा नाही, असा उदयचा निश्चय होता. तो वलिदना म्हणाला, 'असे पुन्हा झाले तर इराकचा ध्वज फाडणाऱ्या माणसाचे तुकडे करा आणि ते शक्य नसेल तर त्याचा हात तरी तोडाच. इराकी ध्वजाला हात लावणारा स्टेडिअममधून धड हाताने बाहेर जाता कामा नये.')

१९८७-९०	मेजरच्या पदावर. मोसूलला नेमणूक. बाहेरून येणाऱ्या व्हीआयपींच्या सुरक्षेची जबाबदारी.
१९९०-९७	सिरियन सीमेवरील अल् कैममधे प्रशासन संचालक.
१९९७-२०००	लेफ्टनंट कर्नल, अबूघरीब तुरुंगातील विशेष शिक्षा विभागाचे प्रमुख.
२०००-२००३	प्रशासन संचालक, कूट.
२००४-२००५	गृहमंत्रालयाकडून वरिष्ठ अधिकारी म्हणून नेमणूक. बगदादमधील दहशतवाद-विरोधी पाच हजार सैनिक असलेल्या दलाचे प्रमुख.

इराणचे युद्ध १९८८मधे संपले. तेव्हा सेनादल आणि इतर सुरक्षा दलांप्रमाणेच वलिदनासुद्धा विश्वासघात झाल्यासारखे वाटले. ते कशासाठी लढले? १९८०मध्ये युद्ध सुरू झाले तेव्हा इराण-इराकची सीमा शट-अल अरबच्या मध्यावर होती. ती

आठ वर्षांच्या रक्तपातानंतर तिथेच राहिली होती. असे का? जेव्हा सद्दामने कुवेतवर हल्ला केला आणि त्याचे परिणाम विनाशकारी निघाले तेव्हा त्यानंतरच्या इंतिफदाच्या चेंगराचेंगरीनंतर अनेकजणांनी राष्ट्राध्यक्षांच्या मुत्सद्दीपणाविषयी उघडपणे शंका व्यक्त केली. त्यांपैकी लेफ्टनंट कर्नल वलिद हे एक होते. सद्दामला मारून टाकावे आणि देशाला पुन्हा चांगले दिवस आणावेत, असे त्यांना वाटू लागले. लोकांवर झालेले अन्याय, हजारो कैदी, सेनेतून गेल्याबद्दल चांगल्या अधिकाऱ्यांचे केलेले शिरच्छेद, सत्ताधाऱ्यांमधील भ्रष्टाचार, त्यांची गुन्हेगारी हे सर्व वलिदना माहीत होते. कर्नल हसनने कैद्यांना विजेच्या इलेक्ट्रोड्सने मारून मारून ठार केल्याचे त्यांनी बघितले होते. या गोष्टी फार टोकाच्या आणि अयोग्य होत्या; पण त्याची त्यांना सवय झाली होती. त्यांना मुख्य काळजी देशाची वाटत असे. राष्ट्राध्यक्षांनी देशाची मानगूट पकडली आहे आणि ते देशाचा गळा दाबत आहेत. देशाला गुडघे टेकायला लावून त्यांनी देशाची वाताहत केलीय, असे त्यांचे मत होते.

वलिद म्हणाले की ते १९९२मध्ये एका गुप्त चळवळीत सामील झाले. ते सेनादल आणि इतर सुरक्षादलात एका जनरलच्या नेतृत्वाखाली निर्माण झालेले जाळे होते. खबऱ्यांच्या दहशतीच्या त्या काळात असे जाळे निर्माण करणे कठीण होते. किंबहुना, एकनिष्ठ नसणाऱ्यांना आकर्षित करून सापळ्यात पकडण्यासाठी अनेक खोट्या चळवळी स्थापन करण्यात आल्या होत्या आणि त्याविषयी भेटणे, ऑफिसात बोलणे, फोनवर किंवा एकमेकांच्या घरात बोलणे किंवा तिघांपेक्षा जास्त लोकांना ऐकू जाईल असे बोलणे फार धोक्याचे झाले होते. या गटाला अरब देशांकडून काही पैसे मिळाले असावेत आणि काही योजनांचा – शक्य झाल्यास बंडाचासुद्धा – विचार करण्यात येत होता; पण शेवटी त्या गटाचे आणि कदाचित तो एकच असा गट नसावा – प्रत्यक्ष कृती करण्याचे धाडस झाले नाही.

लेफ्टनंट कर्नल वलिदने त्या उंच अधिकाऱ्याला ताठ उभे राहून देवापुढे आपला जिवंतपणीचा शेवटचा सन्मान सांभाळताना बघितले, तेव्हा त्यांना आपण स्वत:लाच बघत आहोत असे वाटले. त्यांना स्वत:च्या मरणाची पूर्वकल्पना येऊन ते दचकले. त्यांच्या मनाचा भीतीने ताबा घेतला. तो हात बांधलेला अधिकारी त्यांच्याच विरोधी गटातील आहे आणि त्याला फसवल्यामुळे तो पकडला गेला आहे, असा त्यांना भास होऊ लागला. कदाचित कर्नल हसन, ज्यांच्याशी त्यांचे मैत्रीपूर्ण संबंध होते, त्यांची काय प्रतिक्रिया होते हे जाणण्यासाठी त्यांचा चेहरा न्याहाळत असतील.

त्या उकिरडावजा जागेवर कर्नल हसन आणि अंगरक्षक दलातील अधिकाऱ्याचा वाद सुरू झाला होता.

'त्याला गोळी मी घालणार.' तो अधिकारी म्हणाला.

'नाही, त्याला मी गोळी घालणार. ते माझे काम आहे, माझ्या स्थानाचे काम आहे.'

त्या नर्व्हस झालेल्या लष्करातील लेफ्टनंट कर्नलला त्या नाटकात भाग घ्यायचा नव्हता. तो मागे होत कर्नल हसनला म्हणाला, 'तुम्हाला हवे ते करा.'

लेफ्टनंट कर्नल वलिद त्यांच्या कारमधे बसले आणि निघून गेले. त्यांना ही हत्या बघवत नव्हती. आपल्याला असे कुठे उकिरड्यावर मारण्यात येऊ नये, असे त्यांना वाटून गेले.

('तुम्हाला भीती वाटली?' मी हळूच त्यांना विचारले. 'नाही, मला भीती नाही वाटली.' ते म्हणाले, 'मी कोणत्याही इराकी माणसाला 'मला भीती वाटते.' असे कबूल करताना ऐकलेले नाही.)

अर्ध्या रस्त्यात असताना त्यांना ऑटोमॅटिक गनच्या तीन फैरी ऐकायला आल्या, तीस गोळ्या असतील, मग शांतता आणि मग एक गोळी.

त्यांच्या मनात खळबळ माजली होती. आपल्याला गोळी घालून मारले तर आपल्या कुटुंबाचे काय होईल, असा विचार त्यांच्या मनात येऊन गेला. कोण असावा तो अधिकारी? माझा जनरल तर नसेल? माझे चित्त ठिकाणावर नव्हते म्हणून मला त्यांचा आवाज ओळखू आला नसेल का? त्या डोक्याला गुंडाळलेल्या रुमालाच्या आत कोण आहे हे मला कसे ओळखू आले नाही? उच्चपदावरचा, अभिमानी, ताठ उभा राहून गोळ्या झेलणारा आणि ज्याला त्या नादात कर्नल हसनने गोळ्या घातल्या तो माणूस कोण असावा?

तो जर आपलाच जनरल असेल तर त्याचा ताबडतोब शोध घेऊन आपल्या नशिबात काय आहे त्याला सामोरे जाण्याची तयारी ठेवली पाहिजे. त्यांच्या त्या वेळच्या मन:स्थितीत काहीही करून ही माहिती काढली पाहिजे, असे त्यांना उत्कटतेने वाटू लागले. त्यांचे स्वत:चेच शब्द त्यांना वाकुल्या दाखवू लागले. काही महिन्यांपूर्वी ते त्यांच्या जनरलला म्हणाले होते, 'आपल्याला सर्वांना गोळ्या घालणार हे निश्चित. आपल्याला अटक होण्यापूर्वीच आपण सूड उगवू या. त्यांच्या हातून बकऱ्यांसारखे मारले जाण्यापेक्षा लढत मेलेले बरे!'

त्यांनी कारचा वेग कमी केला आणि ती रस्त्याच्या कडेला उभी केली. त्या अधिकाऱ्याला गोळी घातली तिथे जाऊन कर्नल हसनला गाठून माहिती मिळवावी, असे त्यांनी ठरविले. आपण एखाद्या वाईट स्वप्नात आहोत असे त्यांना वाटले. ते आल्या दिशेने परत जाऊ लागले. 'का माहीत नाही पण का ते मी तुम्हाला सांगतो. तो माणूस कोण होता हे जाणून घेण्यासाठी हसन येईपर्यंत थांबणे मला कठीण वाटले.'

कर्नल हसननी त्यांना बघितले आणि ते कारमधून खाली उतरले आणि मग

दोघेही त्यांच्या ऑफिसकडे बरोबर चालू लागले. कर्नल हसनने त्यांचा हात हातात घेतला आणि ते मधेच निघून का गेले म्हणून विचारले. त्यांची वागण्या-बोलण्याची पद्धत नेहमीप्रमाणे मित्रत्वाची होती.

लेफ्टनंट कर्नल वलिद त्यांना म्हणाले की राष्ट्राध्यक्षांचे अंगरक्षक काहीतरी लपवत आहेत, असे त्यांना वाटले. त्यांनी मला तो कोण होता हे सांगितले नाही त्यावरून त्यांना मला ते कळू द्यायचे नव्हते, असे वाटले. त्यामुळे आपण तिथून गेलो तर बरे असे वाटून मी निघून आलो.' मग जो प्रश्न त्यांच्या डोक्यात थैमान घालत होता तो त्यांनी कर्नल हसनला विचारला, 'तो कोण होता, तुम्हाला माहीत आहे?'

'तुम्ही त्याला ओळखलं नाही?' कर्नल हसनना गंमत वाटली.

'नाही, मी ओळखलं नाही. कोणी मंत्री असेल असं मला वाटलं.'

'नाही,' कर्नल हसन म्हणाले, 'तो कमेल सचेत होता.'

लेफ्टनंट कर्नल वलिद भीतीने गर्भगळित झाले आणि त्या माहितीमुळे त्यांना वाटणारा धोका कमी झाला असला तरी त्यांची भीती कमी होईना. कदाचित त्यांना बेसावध करण्यासाठी कर्नल हसन खोटे सांगत असतील. त्यांनी हसनना 'बॉडीचे काय केले' म्हणून विचारले. हसन म्हणाले. तिथे एक जुन्या रेफ्रिजरेटरचा सांगाडा पडला होता. त्यात बॉडी कोंबली. 'ती तिथेच राहू दिली तर कुत्री खातील.' घृणा दाखविण्याऐवजी साफसफाईची समस्या निर्माण होईल, असे दाखवत ते हसनना म्हणाले.

'प्रॉब्लेम होईल. शवागारात ठेवायचे का?' कर्नल हसनने थोडा विचार केला आणि म्हणाले की नंतर मी काही गार्ड्सना घेऊन जाईन आणि बॉडी शवागारात नेऊन टाकीन.

त्यांनी 'गुड नाइट' म्हणून एकमेकांचा निरोप घेतला आणि ते आपापल्या वाटेने गेले. वलिदना चैन पडत नव्हते. बाँबहल्ला थांबला होता. कमेल सचेतची बॉडी जवळच थंड होत पडली होती. रात्र बरीच झाली होती आणि अंशिक ब्लॅकआउटमुळे तारे प्रखरपणे चमकत होते. वलिद तासभर एकटेच तुरुंगाच्या मैदानात फिरले आणि मग कारमधे बसून घरी गेले. त्यांनी अबूघरीबच्या तपासणी नाक्यावरील रक्षकांना हात केला (ते त्यांना ओळखत होते) आणि अलर्टमुळे उभारलेल्या दुसऱ्या नाक्यावरून पुढे गेले. ते सरकारी गाडी चालवत होते. त्यामुळे त्यांना कोणीही हटकले नाही. रस्त्यावर दुसरी एकटी गाडी नव्हती. बाँबिंग केव्हाही पुन्हा सुरू होऊ शकले असते. ते जात होते तो भाग बाँबिंगचे लक्ष्य असायचा. त्यांच्या मनातील भीतीपुढे ही भीती त्यांना जाणवत नव्हती.

ते घरी पोहोचले तेव्हा घरातील सर्वजण बाँब्सच्या आवाजाने जागेच होते.

त्यांच्या चेहऱ्यावरील भयंकर भाव बघून त्यांच्या पत्नीने 'काय झालंय?' म्हणून विचारले, 'बॉम्ब्स! तू बॉंब नाही बघितलेस?' ते म्हणाले.

'तुम्ही तिला सांगितलं नाही?' मी विचारले.

त्यांनी मान हलवली, 'नाही नाही. कधीच नाही. कोणालाही.'

त्या भयंकर रात्री ते बागेत बसले, तीन ग्लास अरक प्यायले आणि त्यांनी मनातल्या मनात राष्ट्राध्यक्षांना शिव्या दिल्या : 'देव त्यांच्या थडग्यावर थुंको.' 'बगदाद जळतंय आणि त्याला त्याची काहीही पर्वा नाही.' ते प्रकटपणे बोलले. ॲड्रनलिनच्या खाली जाणाऱ्या पातळीतून संतापाचा अवशेष मागे राहिला. तरीही त्यांना मनातील विचार नीट बोलून दाखविता येत नव्हते. त्यांनी त्याच्या संतापाला बॉंबहल्ला कारण असल्याचे सांगितले; पण त्या रात्री त्यांच्या मनाला जो चटका बसला होता तो बॉंबचा नव्हता. 'त्याला फक्त त्याची सत्ता टिकवायची आहे. लोक मरत असताना त्यांची त्याला काळजी नाही. फक्त त्याची गादी!'

सकाळी तुरुंगात परतल्यावर (खरं म्हणजे ॲलर्टच्या काळात त्यांनी तुरुंग सोडायलाच नको होता.) कर्नल हसनने स्थलांतरित केलेल्या अधिकाऱ्यांविषयी वाटणारी ममता दाखविण्यासाठी सर्वांना ब्रेकफास्टचे आमंत्रण दिले होते.

नंतर कर्नल हसन आणि लेफ्टनंट कर्नल वलिद तुरुंगातील दीर्घकाळ शिक्षा विभागात गेले. ते कमेल सचेतबद्दल बोलू लागले. वलिद म्हणाले की नाही, त्यांची त्याच्याशी कधीच भेट झाली नव्हती; पण अर्थात ते प्रसिद्ध असल्यामुळे त्यांना माहीत होते. ते खोटं बोलले, कारण रात्री त्यांना आठवले होते की एकदा दहा-बारा वर्षांपूर्वी त्यांची व कमेल सचेतची एका मित्राच्या ऑफिसात भेट झाली होती; त्या मित्राचा आयात-निर्यातीचा धंदा होता. त्यांनी एकदाच त्यांच्याशी हस्तांदोलन केले होते.

"तुम्हाला त्याला बघायचं आहे?" कर्नल हसनने विचारले.

ते फ्रीजच्या सांगाड्यातून काढून शवागारात ठेवलेले प्रेत बघायला गेले. हा देशद्रोही, पळालेला माणूस होता, हे दर्शविण्यासाठी ते काळ्या फडक्यात लपेटलेले होते. कर्नल हसनने फडके बाजूला केले आणि रक्ताचे ओघळ असलेला कमेल सचेतचा चेहरा दिसू लागला. त्यांच्या कवटीत वरच्या बाजूला रक्त वाळलेली गोल जखम दिसत होती, त्यावरून शेवटची गोळी वरून खाली मारली होती, हे लक्षात येत होते. कर्नल हसनने त्या जखमेकडे बोट दाखवून ते म्हणाले, 'ती माझी गोळी.'

वलिद यांच्या कथेचा शेवट एक प्रकारे न्याय मिळण्यात झाला : डेझर्ट फॉक्सच्या रात्रीच्या घटनांच्यानंतर तीन महिन्यांनी कर्नल हसन यांचा बगदादमधे खून झाला. दोन माणसांनी त्यांच्या गाडीवर ऑटोमॅटिक गनमधून गोळ्यांचा वर्षाव केला आणि ते पळून गेले. ते दोघे अबूघरीबमधे कैदी होते आणि इराणमधील विरोधी

पक्षांनी त्यांना त्या कामगिरीवर पाठविले होते असे म्हणतात. ते काहीही असले तरी ते सांगताना वलिदच्या चेहऱ्यावर स्मित झळकले.

आठ तास वलिद यांची कथा ऐकल्यावर मी घरी गेले, एक ड्रिंक ओतले, ते घेतले आणि आणखी एक घेतले. वलिद हे त्यांचे खरे नाव नव्हते. आमचा एक मित्र आणि मध्यस्थ, एक माजी सुन्नी अधिकारी, ज्याला मी बगदादमधे ओळखत असे, त्यांना दुसऱ्याच नावाने ओळखायचा; पण त्यांनी ते लिहू नका म्हणून सांगितले होते. 'मिड्लबरोमधील प्रत्येकजण मला वलिद म्हणून ओळखतो. पुस्तकात मला खलिद बिन-वलिद म्हणा.'

ते स्मित करत म्हणाले. मूळच्या खलिद-बिन-वलिदने सन ६९७मधे यारमूक येथे बायझंटाइन सेनेचा पराभव करणाऱ्या मुस्लीम सेनेचे नेतृत्व केले होते. 'ते नाव मला आवडते.'

◆

१७

दफन

फेब्रुवारी १९९९चा एक दिवस. सकाळी नऊ वाजता फोन वाजला. उम ओमरने तो किचनमधे घेतला आणि तिने ओरडून अलीला फोन घ्यायला सांगितले. अलीला कोणाचा फोन अपेक्षित नव्हता आणि त्याने जरा धास्तीनेच फोन कानाला लावला. स्टॅटिकच्या खरखर आवाजातून एका कठोर आवाजात शब्द आले, 'देशद्रोही कमेल सचेतचा मुलगा तूच का?'

अलीने आईकडे पाठ फिरविली आणि उत्तरला, 'हो.'

'अबूघरीब तुरुंग कुठे आहे तुला माहीत आहे?'

'हो.'

'त्याची बॉडी घ्यायला तिथे जा.'

अलीने फोन ठेवला. धक्क्याने तो पुतळ्यासारखा उभा राहिला. त्याच्या आईने त्याच्याकडे बघितले. तिला फक्त एका बाजूचेच बोलणे ऐकू आले होते; पण तिला मुलाच्या चेहऱ्यात काहीतरी वेगळे दिसले. तिने काहीही बोलायच्या आधी अली म्हणाला, 'माझा मित्र नाक्यावर अडकला आहे. मी त्याला मदत करायला जातोय.'

अलीचा ती बातमी आईला किंवा बहिणींना सांगायचा धीर झाला नाही. त्यांच्या रडण्या-ओरडण्यामुळे पाळतीवरील एजंट काहीतरी करतील, अशी भीती त्याला वाटली. लहान भावांना हे गुपित सांगणे शहाणपणाचे नव्हते. त्याने घाईघाईने दिशदशा काढून शर्टपँट घातली. हवा दमट होती, त्यामुळे अंगात जाकीट घातले. खिशात पैसे ठेवले, पण ते पुरतील की नाही अशी त्याला शंका आली. त्याचा मोठा भाऊ ओमर त्यांच्या आत्याच्या घरी राहात होता. अली कारने प्रथम त्याच्याकडे गेला. ओमर घरी नव्हता. त्याच्या आतेभावांना तो कुठे गेला होता ते माहीत नव्हते आणि तातडीचे काम आहे हे त्याला त्यांना सांगता येत नव्हते. अली गाडीत बसला

आणि त्याने थोडा विचार केला : आता कोणाकडे जावे? त्याने वडिलांच्या ड्रायव्हरच्या घरी जायचे ठरविले. अली मिशजीलने अलीच्या जन्माच्या आधीपासून जवळजवळ वीस वर्षे त्यांच्याकडे काम केले होते. त्यानेच कमेल सचेतना त्यांच्या मुलाचे नाव नासरऐवजी अली ठेवा असे सुचविले होते. अलीने त्याला फोनविषयी सांगताच तो विश्वासू नोकर भावनातिरेकाने कापू लागला. अलीला कोणीतरी मदतीला झाला; पण त्यांना वयस्क असा एखादा नातेवाईक त्यांच्याबरोबर अबूघरीबला जायला हवा होता. अली फक्त अठरा वर्षांचा होता, कदाचित त्यांनी बॉडी त्याच्या ताब्यात दिली नसती. म्हणून ते पुन्हा आत्याच्या घरी ओमर आला आहे का बघायला गेले. प्रत्येक क्रॉसिंगला गाडी थांबली की अली मिशजील स्टिअरिंग व्हीलवर हात आपटत 'अबु ओमर गेले! अबु ओमर गेले!' असे म्हणत होता.

ओमर अजून परत आला नव्हता आणि तो कुठे गेला होता हे कोणालाच माहीत नव्हते. मग ते चुलत्याच्या – खलिदच्या – घरी गेले. तोही बाहेर गेला होता. दुसरा काका हमीदसुद्धा बाहेर गेलेला होता. ते तिसऱ्या काकाकडे, महम्मदकडे गेले. तोही घरी नव्हता.

अलीला त्याच्या दुर्दैवाचे फार वाईट वाटले – पण ती देवाची इच्छा आणि असे पहिल्यांदाच झाले नव्हते; जेव्हा त्याची आजी, बीबी गेली तेव्हा प्रथम त्यालाच कळले; मावशी वारली तेव्हासुद्धा त्यालाच प्रथम बातमी दिली गेली होती. देवाने पुन्हा त्याचीच निवड का केली; एकट्याने मृत्यू सहन करण्यासाठी? ती बातमी इतरांना सांगण्यासाठी? ती देऊन इतरांना दु:खात टाकण्यासाठी?

ते हायवेवरून वळून साध्या निवासी इमारतींच्या भागात आले. 'अबु ओमर गेले' अली मिशजील उदास झाला होता. अनेक आठवडे प्रतीक्षेत गेल्यावर कोणी शब्दांत सांगितले नसले तरी कळून चुकले होते. अलीला आपले डोळे कोरडे असल्याचे जाणवले. त्याचे वडील पन्नासपेक्षा जास्त दिवस बेपत्ता होते. १६ डिसेंबरला सकाळी ते नेहमीप्रमाणे कामासाठी बाहेर पडले. अमेरिकेच्या येऊ घातलेल्या हल्ल्याच्या काळजीमुळे चिंताग्रस्त झालेले; पण दुपारी त्यांच्या तिसऱ्या मशिदीच्या उद्घाटनाकडे लक्ष असलेले. ते घरी परतलेच नाहीत. त्यांचा सेक्रेटरी आधी म्हणाला की त्यांची राष्ट्राध्यक्षांबरोबर बैठक होती. नंतर ती लांबली आणि तिच्यातून दुसरेच काही काम निघाले. काही दिवस गेले; अजून काही खबर नव्हती आणि त्याला आणि त्याचा भाऊ ओमरला वडिलांचे जे मित्र माहीत होते, त्यांना फोन केल्यावर ते फोन उचलेनासे झाले. त्यांच्या वडिलांचे सेक्रेटरी एक छोटे पार्सल घेऊन घरी आले. कोणाच्या डोळ्यात न बघता, चाचरत्या शब्दांत ते म्हणाले की हे अबु ओमरने त्यांच्या सर्वांत मोठ्या मुलाच्या हातात द्यायला सांगितले आहे. त्यात त्यांच्या वडिलांचे पिस्तूल आणि सोन्याचे घड्याळ होते.

एकाकडून दुसऱ्याकडे ड्राइव्ह करीत जाणे या भीतिदायक आणि दुःखद कामगिरीचे ओझे यामुळे अलीचा राग आटोक्यात आला. अशा प्रकारे एक-दोन तास गेले. शेवटी ते आत्याच्या घरी गेले आणि तिथे त्यांना आत्याचे पती भेटले. अबु शकुर त्यांच्या वडिलांचे भाऊ नव्हते; पण तेच एकटे भेटले. त्यामुळे त्यांनाच घेऊन जावे लागणार होते. अबु शकुर एक प्रेमळ गृहस्थ होते, थोडे वयस्क होते आणि आदर वाटावा अशा व्यक्तिमत्त्वाचे होते; पण ते जवळचे नातेवाईक नव्हते. अली जरा शरमिंदा झाला. शववाहक म्हणून ते तिघे आदर्श नव्हते.

अबूघरीबच्या मुख्य गेटवरील गार्ड त्यांना आत जाऊ देत नव्हते. त्यांनी त्यांना इंजिन बंद करून थांबायला सांगितले. थोड्या वेळाने तुम्हाला न्यायला एक कार येईल, असे त्यांना सांगण्यात आले. अबु शकुर यांनी अलीला 'तू गाडीतच थांब, मी कागदपत्र करून येतो' असे सांगितले. 'तुझी मन:स्थिती ठीक नाही. तू आलास आणि काही अधिक-उणे बोललास तर ते तुला अटक करतील...'

अबु शकुरला कर्नल हसनच्या ऑफिसात नेण्यात आले. कर्नल हसनने दुःख व्यक्त करून त्यांचे स्वागत केले. त्यांनी 'मी काय करणार?' अशा अर्थाने दोन्ही हात पुढे पसरले. अबु शकुर निश्चल बसले आणि त्या खोट्या सहानुभूतीला छेद देत आणि त्यांच्या मेहुण्यांच्या, एकनिष्ठ आणि आज्ञाधारकपणा याबद्दल असलेल्या प्रसिद्धीचा थेट उल्लेख न करता म्हणाले, 'जर कमेलने एखादा आदेश पाळला नसेल तर त्याच्या नशिबात हेच येणार.'

कर्नल हसन त्यांच्या घाणेरड्या नखांकडे बघत, कदाचित झालेल्या गोष्टीच्या समर्थनार्थ म्हणाले, 'जे घडले ते देशाच्या हितासाठीच होते. देव तुम्हाला दुःख सहन करण्याची शक्ती देईल, अशी मला आशा आहे.'

एक फॉर्म सही करण्यासाठी दिला गेला. कर्नल हसनने सौजन्यपूर्ण शब्दांत ते दफन कुठे करणार असे विचारले. हिल्लाजवळ कुठारला सचेत कुटुंबाची थोडी जमीन आहे तिथे करू, असे अबु शकुरने सांगितले. कर्नल हसनने त्यांना इशारा दिला, 'बॉडी तिथे आणि फक्त तिथेच घेऊन जा, दुसऱ्या कुठेही नेऊ नका. जर बॉडी बगदादमधून बाहेर नेली किंवा कार दुसऱ्या कोणत्याही जागी थांबवली तर आम्ही बॉडी पुन्हा ताब्यात घेऊ आणि आम्हीच तिचे दफन करू.'

अबु शकुरने सही केली.

'अंत्ययात्रेला परवानगी नाही.' कर्नल हसन पुढे म्हणाले आणि त्याचा अर्थ ऐकणाऱ्यांच्या लक्षात आला नसेल तर तो स्पष्ट करण्यासाठी ते म्हणाले, 'कोणत्याही प्रकारच्या जमाव किंवा गर्दी जमण्याला परवानगी नाही.'

अली हा मंद धक्का बसल्याच्या स्थितीत होता. त्याला इतर कोणतीच जाणीव होत नव्हती. त्याच्या डोक्यात संतापयुक्त पोकळी फिरत होती. अबु शकुरने

अंत्ययात्रेला परवानगी नाही हे त्याला सांगितले. अलीने मान डोलविली. मग ते अबूघरीब गावात गेले आणि टपावर सामानासाठी रॅक असलेली एक टॅक्सी घेऊन आले. बहुतेक त्या टॅक्सी ड्रायव्हरने अशा प्रकारची सेवा पुरविण्याची ही पहिलीच वेळ नसावी. त्याची टॅक्सी भाजीविक्यांचे स्टॉल आणि तुरुंगातील कैद्यांना भेटण्यासाठी येणाऱ्या नातेवाइकांना भात आणि कबाब पुरविणारे एक रेस्टॉरंट यांच्यामधे पार्क केलेली होती. समोर धुळीने माखलेल्या निलगिरीच्या झाडांच्या मागे, गोळ्या घातलेल्या कैद्यांना – ज्यांच्या नातेवाइकांना त्यांना गोळ्या घातल्या आहेत हे माहीत नसे – पुरण्याची जागा होती. त्यांची प्रेते चर खणून त्यात पुरली जात आणि त्यावर खूण म्हणून कैद्याच्या मनगटातील त्याचा नंबर असलेले कडे असे. कैद्यांच्या नातेवाइकांनी कधी रेस्टॉरंटमधे विचारले की 'आम्ही पाठविलेले खाद्यपदार्थांचे आणि कपड्यांचे पार्सल न उघडता परत आले याचा अर्थ कैद्याची दुसरीकडे बदली झाली असा असतो का आणि असल्यास त्याला कुठे पाठविले?' तर त्यांना कोणीही उत्तर देत नसत. टॅक्सी ड्रायव्हरने अबु शकुरना नमस्कार वगैरे केला नाही आणि फार घासाघीस न करता भाडे कबूल केले.

शवपेटी अरुंद होती आणि स्वस्तातील, पुन्हा वापरलेल्या साध्या पातळ फळ्यांची होती. तिच्यावर कोणत्याही खुणा नव्हत्या. अली मिशजीलने पेटीचे झाकण उचकून काढले आणि पेटीत नजर टाकली. जनरलचे जॅकेट त्यांच्या चेहऱ्यावर टाकलेले होते; त्यांच्या अंगात अजून गणवेष होता, पण तो मळलेला चुरगळलेला दिसत होता. खात्री करण्यासाठी म्हणून अली मिशजीलने चेहऱ्यावरील कोट दूर केला. अली थोडा मागे उभा होता आणि अजून थोडी आशा बाळगून होता. बातमी खरी नसावी आणि काहीतरी चूक झालेले निष्पन्न होईल अशा त्याला आशा होती, पण अली मिशजीलने किंकाळी फोडली. तो हाताने डोके बडवू लागला, देवाचे नाव घेऊन रडत बरळू लागला; कारण प्रेत आपल्या वडिलांचेच आहे हे त्याला कळून चुकले.

शवपेटी उचलून टॅक्सीच्या टपावर ठेवणे फार कठीण आणि अडचणीचे होते– कोणीही गार्ड्स मदतीसाठी पुढे आला नाही. अली आणि अली मिशजील यांनाच ते काम करायचे होते. त्यामुळे त्यांनी जोर लावून ते पुरे केले. टॅक्सी ड्रायव्हरने मदत करण्याचे नुसते नाटक केले. पेटी टॅक्सीच्या टपावर ठेवताना फळ्यांच्या फटीतून त्याला वडिलांचे पाऊल दिसले. घोट्यावरील लांबट व्रण त्याला ओळखू आला. तो व्रण एकेकाळी बसराच्या बाहेर झालेल्या हल्ल्यात जखम झाली होती तिचा होता. आशेचा शेवटचा धागाही तुटला. दुःख आणि राग यांच्यातून जोर मिळवून त्याने पेटी टपावर मागे सरकवली.

ते निघाले. त्यांच्यामागे एक ओल्ड्समोबाइल आणि एक लँड क्रुझर होती.

दोन्ही गाड्यांमधे सरकारी अधिकारी होते. फाटकातून बाहेर थोडेच अंतर गेल्यावर शवपेटी टपावर धोकादायक प्रकारे हलू लागली. त्यामुळे ते अगदी सावकाश जात अबूघरीबमधील एका दुकानात गेले, तिथे त्यांनी आणखी दोर विकत घेतला आणि पेटी व्यवस्थित बांधली. तिथून ते पुढे पश्चिम हायवेवरून निघाले आणि शेवटी महमूदियाला थांबले. तिथे त्यांनी बॉडीवर शिंपडण्यासाठी अत्तर आणि दफनापूर्वी प्रेतावर घालण्यासाठी पांढरे कापड विकत घेतले.

लांबच्या रस्त्याने आल्यामुळे आणि वाटेत दोनदा थांबल्यामुळे त्यांना उशीर झाला आणि दुपारच्या प्रार्थनेची वेळ झाली. ते दफनभूमीतील मशिदीत गेले आणि दफनासाठी खड्डा खणणाऱ्या आणि प्रेताला अंघोळ घालणाऱ्या लोकांची त्यांनी चौकशी केली. अबु शकुर हे सर्व करीत असताना अली कडेच्या वाळूत उभा होता. आपण वडिलांबरोबर त्याच थडग्यांमधून फिरल्याचे त्याला आठवले. 'मला माझ्या आजोबांच्या शेजारी पुरा' असे ते म्हणाले होते. अलीच्या कानात त्याच्या वडिलांचा आवाज घुमला आणि दु:ख अनावर होऊन तो वाकला आणि त्याने मातीला स्पर्श केला.

वडिलांनी बंदुकीचा नेम कसा धरावा हे शिकविल्याचे त्याला आठवले. तो नऊ वर्षांचा होता आणि त्याचे वडील दयाला येथील तुकडीचे प्रमुख होते. तिथल्या एका अधिकाऱ्याने त्याला वेगवेगळ्या प्रकारची शस्त्रे दाखविली. त्याच्या छोट्या हातात दिली, बंदुकीची नळी, सेफ्टी कॅच, वजन, जबाबदारी समजावून सांगितली आणि त्याच्याकडून त्याच्या देखरेखीखाली कलाश्निकोव सुटी करून पुन्हा जोडून घेतली. कधीकधी वडील त्याला दुपारी पंधरा काडतुसे देऊन रिकाम्या कॅन्सवर नेमबाजीचा सराव करायला सांगत. अली आणखी काडतुसे मागायचा, अंगरक्षकांकडून मिळवायचा प्रयत्न करायचा, एक-दोनदा तर त्याने वडिलांच्या ऑफिसातून काही काडतुसे चोरलीही होती. त्याला सरडे मारायला आवडायचे; पण वडील त्यांना मारू देत नरात. सभोवार सर्वत्र लढाईतील अवशेष विखुरलेले असत, जुनी आणि न उडालेली काडतुसे, एखादी गोळी चुकून इकडे आली तर सत्यानाश व्हावा. एका बाजूला एक ऑर्डरली लक्ष ठेवून असे. तो काडतुसांच्या रिकाम्या पुंगळ्या गोळा करायचा. त्याचे वडील त्याच्यामागे उभे राहून त्याला सूचना देत, योग्य पकड शिकवीत. थोडा 'रिलॅक्स हो' ते सूचना देत, 'हात हलू देऊ नको', 'काळजीपूर्वक नेम धर', 'नाही, तसे नाही. पायातलं अंतर जरा वाढव.'

काही थोडे लोक प्रार्थनेसाठी आले पण ते अलीकडे लक्ष न देता पुढे गेले. त्यांनी बाहेरच्या नळावर अदृश्य होत चाललेली लाल साबणाची चिप वापरून काळजीपूर्वक हात धुतले आणि मागे न बघता पुढे गेले.

अलीला लष्करी ॲकॅडमीत जाऊन वडिलांप्रमाणे अधिकारी व्हायचे होते. त्या अधिकाऱ्यांप्रमाणे त्याच्या वडिलांबद्दल सर्वांना आदर आणि निष्ठा वाटत असे.

कमेलला भारी पिस्तुल, चालवायला मर्सिडिज किंवा टोयोटा क्राऊन गाडी– जिच्यामुळे माणसाला प्रतिष्ठा प्राप्त व्हायची; पण त्याला वडिलांनी परवानगी दिली नाही. ते अलीला म्हणाले की एकेकाळी सेना चांगली होती; पण आता नाही. अलीने वाद घालायचा प्रयत्न केला. त्याला पटत नव्हते. तो त्याच्या वडिलांना बघत होता– त्यांची पदके आणि पारितोषिके; त्यांना लोक कसा मान देत, लोक त्यांना मदतीसाठी भेटायचे आणि ते त्यांना मदत करायचे, लढाईत मरण आलेल्या एका अधिकाऱ्याच्या मुलीला फार्मसीच्या कॉलेजला जायचे होते, तिला त्यांनी पैशाची मदत केली; त्यांनी बांधलेली मशीद; अमारातील सामान्य नागरिक संरक्षणासाठी त्यांच्यावर भरोसा ठेवून असत. ते त्यांना संरक्षक देवतेसारखे वाटत. त्याच्या वडिलांनी त्याने केलेली ही भलामण आणि त्याची महत्त्वाकांक्षा उडवून लावली. ते कडवटपणे त्याला म्हणाले, 'सद्दामला जेव्हा कोणाची गरज असेल तेव्हा तो त्यांना जवळ करतो आणि काम झाले की त्यांच्याकडे ढुंकूनही बघत नाही.'

ते प्रार्थना संपण्याची वाट बघत थांबले होते. अलीला त्या अशा प्रकारच्या 'अंत्ययात्रे'चे फार वाईट वाटले.

अबु शकुर सचेत कुटुंबाची जागा शोधायला गेले होते; पण त्यांना ती सापडली नाही. परत येऊन त्यांनी मशिदीतल्या कर्मचाऱ्यांना मशिदीचा नकाशा शोधायला सांगितले.

''तुम्ही पुरताय ते कोण आहेत?''

''हे कमेल सचेत आहेत.''

त्याबरोबर मशिदीतील कर्मचारी रडू-भेकू लागले. ते कमेल सचेतना ओळखत होते. एक भला माणूस मारला गेला होता. ते सद्दामला शिव्या देऊ लागले, 'अशा हिरोला कसे मारले?'

सरकारी अधिकाऱ्यांनी भरलेल्या पाच गाड्या आल्या. त्यातील अधिकारी रस्त्यावर आणि मशिदीभोवती उभे राहिले. हत्या केलेल्या एका माणसाचे दफन करण्यात येत आहे त्यावर लक्ष ठेवा, एवढेच त्यांना सांगण्यात आले होते. तो माणूस कोण हे त्यांना माहीत नव्हते. अदनान जनाबींना ती बातमी हेरखात्यातील जनाबी लोकांकडून समजली आणि ते परिणामांची चर्चा न करता आदरांजली वाहण्यासाठी तिथे आले.

अखेरीला सचेत कुटुंबाची जागा सापडली होती आणि खणणाऱ्यांनी सूर्य कलत असताना त्यांचे काम सुरू केले. प्रेत धुणाऱ्यांनी ते ड्रेनपाशी जमिनीवर ठेवले आणि गरम पाण्याच्या बादल्या आणल्या. काय चालले आहे ते बघण्यासाठी म्हणून अली मशिदीत आला पण अबु शकुरने त्याला बाहेर घेऊन गेले, 'तू हे बघितले नाहीस तर बरे!' अलीने विरोध करायचा प्रयत्न केला. वडिलांच्या मृत चेहऱ्याकडे बघून ती त्यांची शेवटची आठवण म्हणून मनावर कोरली जाण्याची त्याला भीती वाटत

होती. स्नानगृहाच्या दरवाजाच्या फटीतून त्याला वडिलांच्या गणवेषाची रक्तामुळे पिंगट रंग आलेली आणि वाळलेल्या रक्तामुळे कडक झालेली बाही त्यांच्या छातीवर दिसली. त्यांच्या बोटांच्यामधे आलेले रक्ताचे ओघळ दिसले. प्रेत धुणारा तिथे आला आणि त्याने अबु शकुरना बाजूला नेले. तो म्हणाला की जरा अडचण आहे; प्रेत खराब स्थितीत आहे. त्यांना मारून बराच काळ झाला असावा. तो नम्रपणे बोलायचा थांबला. गणवेष अंगाला चिकटला होता, कपडे काढायला गेलो तर कातडी आणि मांसही निघून येईल, त्या माणसाने हात पसरून आपली असमर्थता व दिलगिरी व्यक्त केली. कमेल सचेतसारख्या माणसाला ज्याने तीन मशिदी बांधल्या, त्याला अंग न धुताच दफन करावे लागणार होते! त्याने त्याबद्दल दुःख व्यक्त केले. इतक्यात इमाम तिथे आला आणि त्याने समजावण्याचा प्रयत्न केला, 'नाही, नाही. काही वाईट वाटून घेऊ नका. देवाला सगळे माहीत आहे. एका हुतात्म्याला अशा स्थितीत अंघोळ घालायची आवश्यकता नाही. काही काळजी करू नका. जर याबद्दल कोणी जबाबदारी घ्यायची असेल तर मी जबाबदारी घेईन. मग अंघोळ घालणाऱ्यांनी जनरलचे हात काळजीपूर्वक छातीवर ठेवले आणि शव कापडात गुंडाळले. ते सर्व झाल्यानंतर अलीला आत आणण्यात आले आणि त्याने वडिलांच्या हातावर हात ठेवला.

अखेरची प्रार्थना म्हणण्यात आली. अलीने हाताने चेहरा पुसला व हात खाली सोडून तो प्रार्थनेसाठी उभा राहिला. स्वर्ग मिळण्याच्या आशीर्वादाने त्याचे दुःख हलके झाले नाही.

स्थानिक सरकारी अधिकाऱ्यांचा प्रमुख आला आणि त्याने हे शव कोणाचे म्हणून चौकशी केली. त्याला काहीच सांगण्यात आले नव्हते, फक्त इतकेच की एक दफनविधी होणार आहे, त्यावर लक्ष ठेवायचे आणि लोक जमणार नाहीत, असे बघायचे. कमेल सचेतचे नाव ऐकल्यावर त्या अधिकाऱ्याने एक दीर्घ श्वास घेतला आणि नजर खाली वळवली. त्याच्या गळ्यात आवंढा आला. ती बातमी पसरताच काही अधिकारी उघडपणे रडू लागले. अलीला त्यांचे रडणे ऐकू आले आणि आतापर्यंत दाबून धरलेल्या संतापाला आणि दुःखाला त्याने वाट करून दिली. आकाशाकडे बघत, हातवारे करीत तो राष्ट्राध्यक्षांच्या व त्यांची आज्ञा पाळणाऱ्या अधिकाऱ्यांना दोष देऊ लागला.

त्या अधिकाऱ्याने त्याच्या खांद्याभोवती अलगदपणे हात टाकून त्याला बाजूला नेले आणि तो त्याच्या कानात कुजबुजला : 'हे बघ, या ओरडण्याचा काहीही उपयोग नाही. तुझ्या वडिलांसारखा धैर्यवान हो. घरी जा आणि कुटुंबाची काळजी घे. या बोलण्याचा तुला काहीही फायदा होणार नाही.'

◆

१८

सर्वसामान्य जनरल्स

२००७चा उन्हाळा मी कमेल सचेतना ओळखणाऱ्या जनरल, सार्जंट वगैरे व्यक्तींचा शोध करण्यात घालविला. मला नव्या गोष्टी ऐकायच्या होत्या आणि आधी जे ऐकले होते त्याची खातरजमा करायची होती. वीस लाखांहून अधिक लोक इराक सोडून पळाले होते. बहुतेक जॉर्डन आणि सिरियामधे. मी अनेक आठवडे अम्मान आणि बैरुतमधे कॅफेत किंवा हॉटेलांच्या लॉबीत किंवा एखाद्या निर्वासिताच्या खोपट्यात फरशीवर बसून चहा, ऑरेंज ज्यूस किंवा कोमट पेप्सी पीत घालविले.

कसे आहात तुम्ही, असे मी विचारायचे आणि भयानक कथा बाहेर यायच्या. प्रत्येकाकडे कोणतीतरी भयकथा असेच. अगदी एकही अपवाद नव्हता. पळवा, मारा, पळवा, मारा, पळवा, मारा. वेगवेगळ्या प्रकारे स्वत:, बायको, पाच वर्षांचा मुलगा खंडणीसाठी पळवून नेला, गोळी घातली, बेपत्ता. त्यांनी अमेरिकनांना दोष देणे बंद केले होते. हे सगळे भयानक प्रकार राग यायच्या किंवा दोष देण्याच्या पलीकडे गेले होते. मला एक स्त्री आठवते – साधी, सुशिक्षित, इंग्रजी बोलणारी, सुंदर स्त्री, लांब काळ्या बुरख्यात. ती शिया होती आणि तिचे सुन्नीशी लग्न झाले होते – बगदादमधे अनेक आंतरजातीय लग्ने होत असत आणि तिचा नवरा बॉंबिंगमधे मारला गेला होता. तिच्या सुतकाच्या काळात तिचा दीर तिच्याकडे आला आणि त्याने तिला धमकी दिली की तिने तिची पंधरा वर्षांची मुलगी त्याच्या मुलाला लग्नात दिली नाही आणि तिच्या चौदा वर्षांच्या मुलाला शाळेतून काढून त्याच्या गॅरेजमधे कामाला पाठविले नाही, तर मी बंडखोरांना तू शिया हेर आहेस म्हणून सांगेन. ती घाबरून मुलांना घेऊन दमास्कसला पळून गेली. तिच्या मुलाची शाळा सुटली आणि तिच्याजवळचे थोडे पैसे संपल्यावर तिचे हाल होऊ लागले. तिने हे सर्व मला अगदी शांतपणे सांगितले. फक्त तिच्या कपाळावरील मधोमध असलेली

उभी रेघ तिच्या तणावाची कल्पना देत होती. हीच कथा अनेकांची होती आणि अनेकांच्या याहून भयानक कथा होत्या. माझ्या दुभाषीला पळवून नेण्यात आले होते. तिच्या गळ्यात तिच्या मृत मुलाचा फोटो होता. 'युनायटेड नेशन्स हाय कमिशनर फॉर रेफ्युजीज'मधे काम करणाऱ्या अधिकाऱ्याशी लग्न झालेल्या एका स्कँडिनेवियन मानसशास्त्रज्ञ बाईने मला सांगितले की बलात्कार झालेल्या शेकडो महिलांना समुपदेशन करायला सुरुवात कशी करावी, हेच तिला समजेना. 'शेकडो महिलांवर बलात्कार झाले?' मी विचारले. तिने मान डोलावली. 'काही स्त्रियांच्या बाबतीत तर सामूहिक बलात्कार झाले. एकीवर तिच्या नवऱ्यासमोर आठ वेळा बलात्कार झाला.' त्या स्त्रियांवर कसे उपचार करावेत हेच समजेना. इराकींमधे बलात्कार होणे म्हणजे सर्वांत वाईट गोष्ट. आणि त्यांना त्यांच्या कुटुंबीयांशीही त्या बाबतीत बोलता येत नसे...' मी ज्यांना भेटले त्या स्त्रियांनी रडणे, भेकणे यातले काहीही केले नाही. माझ्याकडे बगदादमधील यादवी युद्धाच्या सुरुवातीच्या आणि कारबाँबच्या काळातील अनुभव होता. त्याऐवजी गंभीर सोशिकता दिसायची.

दमास्कसमधे आलेले इराकी निर्वासित प्रेषिताच्या ओलीस ठेवलेल्या नातीच्या दर्ग्याच्या जवळ सयेदा झैनाबमधे भाड्याच्या लहान लहान घरात राहात असत. त्यांनी आणलेले थोडेबहुत पैसे संपत आलेले असत. सद्दामच्या काळात अनेक इराकी तिथे आले. काही लोक पॅलेस्तिनी भागात किंवा त्याच्याही पलीकडे बाहेरच्या उपनगरांमधे राहात होते. आधीच्या निर्वासितांचा लोंढा तिथे आला. काँक्रीटची घरे, फरशीची जमीन, झोपायला चटया, पाहुण्यांसाठी एक-दोन प्लॅस्टिकच्या खुर्च्या, डोक्यावर झगझगीत ट्यूब लाइट, एक टीव्ही सेट (त्याच्यावर आलटून-पालटून एम टीव्ही आणि अल जझीरा), ख्रिश्चन घरांमधे व्हर्जिन मेरीचा छोटा पुतळा, शिया घरांमधे हिरव्या रंगात हुसेनचे चित्र आणि सुन्नी घरांमधे मक्क्यात काबाभोवती गुडघे टेकून प्रार्थना करणाऱ्या लोकांचे चित्र. भाडे खूप आहे अशी जवळजवळ सर्वांची तक्रार असे आणि नोकरी मिळत नाही, सिरियन सरकार व्हिसाचे नियम सतत बदलते, फक्त बगदादमधेच दिले जाणारे 'जी' मालिकेचे पासपोर्ट त्यांना मिळाले नाहीत. पैसे संपत आले आहेत, मुलांच्या शाळा बुडतात, अशा तक्रारी. ते बगदाद आणि मोसूलला असलेल्या नातेवाइकांशी फोनवर संपर्क ठेवून होते : परिस्थिती सुधारली आहे का? परतणे सुरक्षित आहे का? पण दर फोनच्या वेळी त्यांना नवे बाँब आणि नातेवाईक मेल्याच्या बातम्या कळायच्या.

तो अतिशय निराशाजनक काळ होता. दमास्कसमधे भेटलेले पूर्वीचे अधिकारी थकलेले आणि काळजीत होते. त्यांचा सगळा संसार एका प्लॅस्टिकच्या पिशवीत असे : ओळखपत्राच्या फोटो कॉपी, लष्करी रेकॉर्ड, मुलांच्या जन्माची प्रमाणपत्रे, घराचे कागद, दोन वर्षांपूर्वी विकलेल्या कारचे कागदपत्र, युएनएचसीआरशी केलेले

पत्रव्यवहार, रेड क्रेसेंट शपथपत्रे, कॅनेडियन वकिलातीचे देशाबाहेर गेल्याचे नोंद फॉर्म, त्यातील काहीजण इराकच्या अमेरिकेशी संलग्न असलेल्या नव्या सेनेत अधिकारी होते, कोणी तपासणीनाक्यांवर होते, तर कोणी बंडखोरांविरुद्धच्या मोहिमांमधे भाग घेतला होता. त्यांच्या घरांवर बाँबहल्ले झाले होते, त्यांच्या खुनाचे प्रयत्न झाले होते. आपल्याला कधीतरी अमेरिकेत आसरा देतील अशी (खोटी) आशा त्यांना असे (खोटी कारणे – अमेरिका अगदी थोड्याच निराश्रितांना घेत होती आणि थेट त्यांच्यासाठी दुभाषे म्हणून ज्यांनी काम केले त्यांनाही अमेरिकन प्रवेश देत नव्हते.). हे लोक त्यांचे गणवेषात 'अमेरिकन कर्नल बॉब' किंवा 'मेजर हडसन'बरोबरचे फोटो ('फार चांगला माणूस आणि माझा चांगला मित्र), त्यांच्या सेवेची सर्टिफिकेट, अमेरिकन कमांडर्सनी दिलेली टाइप केलेली शिफारसपत्रे बाळगून होते.

ते नि:श्वास सोडत आणि जवळपास कोणी ऐकणारा बसलेला नाही ना याची खात्री करण्यासाठी खांद्यावरून मागे बघत. बरेचदा आम्हाला एखादा एकटाच पेपर वाचत बसलेला किंवा तशी बतावणी करणारा माणूस दिसायचा. आम्ही बिलाचे पैसे देऊन रस्त्याने पुढे जात कुठे एखाद्या बागेत रिकामा बाक दिसतो का, याचा शोध घ्यायचो किंवा एखादा लक्षात येणार नाही असा कॅफे शोधायचो. इराकी लोक फार घाबरलेल्या स्थितीत होते. जुने बाथ पार्टीवाले सिरीयाच्या मुखबरातला फार घाबरून असायचे; ते अधूनमधून अमेरिकनांना खूश ठेवण्यासाठी पूर्वी उच्चपदावर असलेल्या अधिकाऱ्यांना इराकला परत पाठवायचे; पण त्याहून भयंकर म्हणजे इराकी एकमेकांनाच फार भीत होते. अंतर्गत हिंसाचारामुळे पूर्वीचे सहकारी, शेजारी, नातेवाईक, एखाद्या सेंट्रिफ्यूजमधे घातल्याप्रमाणे एकमेकांपासून दूर फेकले जात होते; कुटुंबातील सदस्य, मित्र वेगवेगळ्या पक्षांत, गटांत, सशस्त्र टोळ्यांत विभागले जात होते. मी एखाद्याला त्याच्या मित्राला माझ्याशी बोलायला सांगितले की ते हमखास नम्रपणे सांगायचे, मला त्याला फोन करून त्याचा फोननंबर द्यायची परवानगी घ्यावी लागेल आणि बरेचदा लोक एखाद्या पाश्चात्त्य पत्रकाराशी बोलायला नकार देत; आमच्या भेटीबद्दल कोणाला कळेल आणि त्याचे काय परिणाम होतील हे कोणी सांगावे, असे त्यांना वाटायचे.

तणाव आणि युद्धातील सीमेच्या दोन्ही बाजूंकडील दुष्मनीचे अवशेष यामुळे इराकी लोक अगदी जेरीला आले होते. नव्या इराकी सेनेतील एका माजी अधिकाऱ्याने मला सांगितले की शिया सशस्त्र टोळीच्या तीन गुंडांनी पहाटे तीन वाजता त्यांच्या घराचा दरवाजा तोडला आणि त्याचा ठावठिकाणा जाणण्यासाठी त्याच्या गर्भवती बायकोला प्रश्न विचारले. दमास्कस शहरात सशस्त्र दरोडेखोरांचा आणि उन्हाळ्यासाठी आलेल्या बंडखोरांचा सुळसुळाट होता. ते निर्वासित कुटुंबांबरोबर धुळीने माखलेल्या बसेसमधून येऊन सयेदा झैनाब मशिदीच्या सभोवतालच्या कचऱ्याने भरलेल्या

गल्ल्यांमधे उतरायचे. गोळीबाराचा आवाज नसताना झोपण्याची त्यांना सवय करावी लागायची. ते खोटी नावे धारण करायचे. ग्रीस आणि बल्गेरियापर्यंत नेऊन सोडू अशी हमी देणाऱ्या लोकांची तस्करी करणाऱ्या एजंटांचे चार्जेस् आणि जोखीम यांच्यावर चर्चा करायचे, छोट्याशा कॅफेमधे कबाब भाजणे चालू असलेल्या कोळशाच्या शेगडीभोवती किंवा तळघरातील कोंदट कॅफेमधे बसायचे. कधीकधी एखाद्या चहाच्या टपरीत बसून ऐंशीच्या दशकातील एखादी टीव्ही मालिका बघत असले किंवा एखाद्या खिडकीतून जुन्या बगदादच्या काळातील प्रेमगीताचे स्वर कानावर पडले की त्यांना आपण सर्व इराकी आहोत, याची आठवण व्हायची. एशियन कपच्या अंतिम फुटबॉल सामन्यात जेव्हा त्यांच्या संघाने सौदीला हरवले तेव्हा लोक रस्त्यावर आले आणि आनंदाने गलका करीत, कलाश्निकोवच्याऐवजी मोटारसायकलचाच आवाज काढू लागले. शेवटी सीरियन पोलिसांना तिथे येऊन दोन-चार दंडुके हाणून ते कुठे आहेत याची त्यांना आठवण करून द्यावी लागली.

त्यामानाने अम्मानमधे वातावरण जास्त शांत होते. जॉर्डनमधे इराक्यांची संख्या कमी होती आणि ते बहुतेक मध्यमवर्गीय सुन्नी होते. मला अम्मानला भेटलेले अधिकारी जास्त वरिष्ठ पदांवरील होते आणि त्यांचे तिथे बऱ्यापैकी बस्तान बसलेले होते. जनरल हमदानी आणि त्यांच्या मित्रांचे चांगले अपार्टमेंट्स होते, सोनेरी भरतकाम केलेले सोफासेट, सोन्याची कडा असलेले ॲश ट्रे, कुठूनतरी मिळालेले पैसे असा कारभार होता. ते आपला वेळ सद्दामच्या काळाबद्दल लेखन करण्यात घालवत होते. ते एखाद्या मोठ्या अमेरिकन प्रकाशकाकडून ॲडव्हान्स मिळण्याची स्वप्ने बघायचे. त्या लिखाणाला ते आठवणी म्हणायचे; पण त्यात व्यक्तिगत असे काही नसायचे. ते कोणताही पुरावा किंवा संदर्भ न देता एखाद्या प्राध्यापकाप्रमाणे लिहायचे; स्वत:चे मोठेपण दिसेल असा वृत्तान्त, परस्परविरोधी गृहीतकांवर आधारित असा स्वत:च्या मनाने लिहिलेला इतिहास असे त्याचे स्वरूप होते. काहीजण सद्दामच्या बाजूने दिलगिरीदर्शक लिहीत, काहीजण दोषाचे खापर सद्दामच्या सल्लागारांवर आणि त्यानेच त्याच्याभोवती निर्माण केलेल्या टिक्रिती येथील नातेवाइकांच्या कोंडाळ्यावर फोडत. काहीजण त्याच्या बुद्धिमत्तेचे कौतुक करून तिचे अशा विनाशकारी शेवटात कसे रूपांतर झाले असावे, असे आश्चर्य व्यक्त करीत. काहीजण सद्दाम आणि त्याचे शेतकरी खेडुताचे मूळ यांची हेटाळणी करीत आणि ही सत्ता खुनाच्या पायावर उभारलेली आहे हे आपल्याला आधीच वाटले होते, असे म्हणत.

त्यांच्यात ढोंगीपणाच्या वेगवेगळ्या छटा होत्या आणि काही काळाने सर्व चेहरे, समर्थने आणि युद्धाच्या जुन्या कथा एकमेकांत मिसळून जायच्या. माजी जनरल सहज ओळखू यायचा. मी माझ्या दुभाष्याला गमतीने म्हटले की कोणत्याही

कॅफेमधील गर्दीत मी कोणत्याही माजी जनरलला सहज ओळखेन. पन्नास-साठीचे वय, लष्करी पद्धतीची ताठ पाठ, बारीक कापलेले केस, मिशाही बारीक कापलेल्या आणि अरुंद, अंगठ्याच्या मुळाशी गोंदवलेली जमातीची खूण (कधीकधी नाकाच्या शेंड्यावर). ते नेहमी मैत्रीपूर्ण, आनंदी असत आणि त्यांच्याकडे जरा कुत्सित अशी विनोदबुद्धी दिसून येई. डोळ्यांवर काळा चष्मा आणि त्यावर जंबियाच्या आकाराच्या जाड भुवया, १९८६ मधे फाओत लागलेल्या हेवी मशिनगनच्या गोळीमुळे झालेली जखम झाकण्यासाठी हातावरून काढलेल्या कातडीचा व्रण, एक रत्नजडित, स्टीलच्या पट्ट्याचे मनगटी घड्याळ. हे घड्याळ कोणी भेट दिले असेल त्याचे मला नेहमी कोडे पडायचे. हातात निळ्या मण्यांची जपमाळ; त्यांच्या छातीवर सद्दाम शौर्यपदक लावतानाचा फोटो आणि त्यावरील 'द सॅश ऑफ रफिदिन, १९९१ महासंग्रामानंतर' हे शीर्षक. मी त्यांना नेहमी सांगायचे की त्यांची इच्छा असेल तर मी टोपण नाव वापरेन. सुरुवातीला ते माझ्याकडे साशंकतेने बघायचे; पण मी वेगवेगळ्या लढाया आणि कमांडरांची नावे घेऊ लागले – मोहमारा, सचेत, खझराजी, फिश लेक – की मग ते खुलायचे आणि मग त्यांच्या आठवणी सांगू लागायचे. मला आठवतं, पांढरे केस आणि पांढऱ्या मिशावाले एक कर्नल प्रथम त्यांचे नाव सांगायलाही कचरत होते; पण नंतर हातवारे करीत मला म्हणाले, 'माझे नाव वापरा, अगदी पूर्ण नाव! आमच्यात अशी म्हण आहे बुडणाऱ्या माणसाला पावसाच्या थेंबाची काय भीती?'

लष्करी अधिकारी मला १९८०मधील युद्धाच्या कथा सांगत आणि रासायनिक शस्त्रांच्या वापराचे समर्थन करण्याकडे आणि अनफलची भयानक घटना नजरेआड करण्याकडे त्यांचा कल असे. 'काही चुका झाल्या' हे त्यांना पटायचे; पण युद्धात आणि बंडखोरांच्या विरोधातील कारवाईत कधीकधी अनिष्ट घटना घडतात असे त्यांचे मत होते. त्यांच्या तारखा खऱ्या तारखेपासून एक-दोन वर्षे हललेल्या असत. त्यांची वर्णने गोल गोल आणि पुन्हा पुन्हा सांगितलेली असत आणि तोंडी सांगितलेल्या इतिहासाप्रमाणेच बिनभरवशाची असत. सध्याच्या परिस्थितीमुळे ते आश्चर्यचकित झालेले असत आणि अमेरिकेची दडपशाही आणि इराणी पसदरानची नाजूक कारस्थाने आणि इराकी पाहुणचाराच्या संकेतानुसार त्यांची आर्थिक स्थिती जरा बेताचीच असली तरी ते मला बिल देऊ देत नसत. झालेल्या चुका, हिंसाचार आणि अगदी सद्दामला मारण्यातली अप्रतिष्ठासुद्धा आमच्या चर्चेच्या केंद्रस्थानी असत. अगदी अखेरचा, गळ्याभोवती फास घातलेला क्षण जेव्हा बुरखाधारी शियांनी त्याला 'मोक्तदा' म्हणून टोमणे मारून विनोद करायचा प्रयत्न केला, अशा गोष्टींवर आम्ही सर्वजण मान हलवून नापसंती व्यक्त करीत असू. 'चार वर्षांपूर्वी सद्दामची उणीव इतक्या लवकर जाणवेल' असे कोणाला वाटले असते? मला ते

अधिकारी आवडायचे, मी त्यांच्याबरोबर हास्यविनोद करायचे, मला त्यांच्याबद्दल सहानुभूती वाटायची; पण एकानेही माझ्या डोळ्यात बघत सरकारने केलेल्या गुन्ह्यांमधील आपली जबाबदारी कबूल केली नाही.

कधीकधी कसे, का असा शोध घेणारी दीर्घ कहाणी त्या उन्हाळ्यात बगदादहून येणाऱ्या त्रोटक बातम्यांशी विसंगत वाटायची. अल् कायदा गट, सुन्नी जमाती बंडखोर आणि अमेरिकनांच्यामधील त्रिपक्षीय लढाया, अमारामधील शियाविरुद्ध शिया झगडा; बसरामधील सशस्त्र टोळ्यांच्या चकमकी. त्यासाठी यादवी युद्ध हा फार सभ्य शब्द झाला असता. सद्दामच्या चोवीस वर्षांच्या कारकिर्दीनंतर आता त्याहूनही खराब स्थिती निर्माण होत होती आणि ती चिघळत जाण्याला अंतच राहिला नव्हता. कुठून आली ही भयंकर हत्या? कसे, का? अमेरिकन आक्रमणानंतरच्या उन्हाळ्यातील माझ्या बगदादमधील मुलाखती (चार वर्षांपूर्वीच्या, चार वर्षे कशी भर्रकन होऊन गेली) आणि पॅरेनोइया, नैराश्य, काळजी असे; ज्यांचे डॉ. हसन सहजपणे निदान करायचे ती मेंदूची इजा, मला आठवल्या. मी त्यांच्या सगळ्या कथा 'पचविल्या' होत्या आणि आता शेख अदनान थट्टेत म्हणायचे तसे मला 'अति माहिती झाली होती' त्या उन्हाळ्यात दमास्कसमधे मला स्वप्नात सद्दाम दिसला. मी त्याच्या एका भव्य राजवाड्यात एका समारंभासाठी गेले होते, त्याचे सर्व बगलबच्चे आणि दोन्ही मुलगे तिथे होते; सडपातळ बांध्याचे वेटर सोनेरी ट्रेमधून व्हिस्कीचे क्रिस्टल ग्लास फिरवीत होते. खोट्या मजेचे वातावरण होते आणि मी पेचात सापडले. मी पाहुणी होते आणि अशा आदरातिथ्याचा स्वीकार करण्यास नकार देण्याचे धाडस मला करता येत नव्हते; पण जेव्हा सद्दामने स्वत: स्टेजवरून माझ्याकडे बघत मान तुकवली, तेव्हा मी सुखावले. सकाळी जागी झाल्यावर ते स्वप्न आणि सद्दामबद्दल वाटलेली माझ्या मनातील सहानुभूती आठवून मला हसू आले; पण मला जाणवले की महिनाभर क्लेशकारक मुलाखती घेतल्यानंतर मी जेव्हा जेव्हा प्रसाधनगृहात जायचे तेव्हा माझ्या मनात 'स्वच्छ आहे की नाही? टॉयलेट पेपर आहे ना?' असे प्रश्न उमटण्याऐवजी 'ही माझी कोठडी असती तर माझा निभाव लागला असता का? पडून आडवे होण्याइतकी जागा आहे की नाही? खिडकी आहे की नाही? वासाची सवय होईल की नाही? होईल कदाचित... बेसीन नाहीये, पण हरकत नाही, मला कमोडमधे धुता येईल असे विचार मनात उमटायचे.

एकंदरीत सर्व जनरल्स कमेल सचेतबद्दल आदराने, प्रेमाने बोलले.

'ते सामान्य माणसाची फार काळजी घ्यायचे, ते नेहमी त्यांच्या हक्काचे रक्षण करायचे, त्यांच्यासाठी वरिष्ठांशीसुद्धा झगडा करायला मागे-पुढे बघायचे नाहीत... ते सहसा रागावत नसत, त्यांच्या इच्छा, आकांक्षा साध्या आणि वास्तववादी असत... पैशाच्या बाबतीत ते महत्त्वाकांक्षी नव्हते... ते शांत स्वभावाचे होते, फारसे

बोलत नसत... ते विश्वासू आणि सत्यवक्ते होते... युद्धामधे ते साध्या चटईवर झोपत. जरी सामान्यत: वरिष्ठ लोकांच्या दारावर गार्ड असला तरी त्यांनी तो कधी ठेवला नाही. त्यांच्याकडे आलेल्या पाहुण्यांना ते स्वत:च्या हाताने वाढायचे... ते स्पष्टवक्ते होते, हे तुम्हाला पश्चिमेकडील लोकांसाठी नैसर्गिक असेल; पण आमच्याकडे– मी अनेकदा त्यांना 'शांत व्हा, अशा गोष्टींबद्दल बोलू नका' असे सांगितले होते... देव त्यांचे कल्याण करो... आश्चर्यकारक धाडसी... सद्दाम हुसेनला जवळ होते... त्यांच्या कामात ते इतके प्रामाणिक आणि व्यवस्थित होते... दर्जाबद्दल त्यांची अपेक्षा उच्च असे, त्यांचे काम अचूक आणि बरोबर असे... ते कधीही घाईने निर्णय घेत नसत... धार्मिक कर्तव्ये योग्य प्रकारे पार पाडण्याकडे त्यांचा कटाक्ष असे;... ते रोज पाच वेळा प्रार्थना करायचे आणि कामामुळे किंवा मीटिंगमुळे प्रार्थना करता आली नाही तर ती झाल्यावर शक्य तितक्या लवकर करायचे... ते त्यांच्या जवानांबरोबर जेवायचे, त्यांना बंकर अजिबात आवडत नसे... कमेल सचेत माझे चांगले मित्र होते... एक अतिशय योग्य असे अधिकारी... ते अबोल होते... खूप शूर... खूप विचारी... त्यांनी इराणी सैन्याची कधीही फिकीर केली नाही. ते म्हणायचे, काही काळजी करू नका, हे सोपे आहे. ते एक साधा माणूस होते, ते रोमेलप्रमाणे होते; पण हिटलर जास्त हुशार होता, त्याने रोमेलला आत्महत्या करायला लावली.

त्यांच्या हत्येच्या संदर्भात अनेक मतप्रवाह होते, ऐकीव अफवा होत्या, त्यांपैकी बरीच प्रचलित आणि त्यांच्या बिनभरवशाच्या भावाने– खलिदने– पसरवलेली अशी होती की क्यूसेने स्वत: चिडून त्यांना गोळी घातली होती.

कमेल सचेतना १६ डिसेंबर १९९८ला अमेरिका आणि ब्रिटनचे हवाई हल्ले सुरू होण्याची अपेक्षा असताना अटक करण्यात आली. त्या हल्ल्यांना तोंड देण्यासाठी आणि त्यांच्या हवाई वाहतूक बंदीचा सामना करण्याच्या दृष्टीने सद्दामने त्याच्या साहाय्यक वर्गाची पुनर्रचना केली आणि अली हसन अल्-मजीदची दक्षिण भागाचा प्रमुख म्हणून नेमणूक केली. त्याने कमेल सचेतला त्याला मदत करायला सांगितले. काहीजणांच्या म्हणण्यानुसार मजीदचा साहाय्यक म्हणून नेमले. कमेल सचेतना मजीदबद्दल अतिशय तिरस्कार वाटत असे. त्यांना मजीदच्या हाताखाली काम करा असे औपचारिकरीत्या सांगण्यात आले नसेलही, पण तशी जबाबदारी घेण्यासाठी म्हणून ते दक्षिणेला कधी गेले नाहीत. काही जणांच्या म्हणण्यानुसार १६ डिसेंबरला सकाळी राष्ट्राध्यक्षांच्या कार्यालयात सद्दाम क्यूसे आणि अनेक उच्च सेनाधिकाऱ्यांच्या झालेल्या बैठकीत कमेल सचेतने तसे करायला नकार दिला. काही जणांच्या म्हणण्यानुसार त्यांच्या नाखुशीची नोंद बऱ्याच काळापूर्वीच घेण्यात आली होती; पण सर्वांच्या बोलण्यात एक समानता ही दिसते की त्या दिवशी सकाळी

सद्दामच्या अध्यक्षतेखाली झालेल्या एका मीटिंगला कमेल सचेत गेले होते, तिच्यात मतभेद झाले, कमेल सचेत प्रार्थना करण्यासाठी म्हणून बाहेर पडले आणि ते त्यांच्या ऑफिसात परतल्यावर थोड्याच वेळात क्युसेच्या अधिकाराखालील खास सुरक्षा सैनिकांनी त्यांना अटक केली.

मी वेगवेगळ्या उदात्त अशा कहाण्या ऐकल्या, की कमेल सचेतने खुनी अली हसन अल्-मजीदच्या हाताखाली काम करायला स्पष्ट नकार दिला, मग क्युसेने बाजूला घेऊन त्यांची जरा कानउघडणी केली; कमेल सचेतनी ताठ्यात राहून उद्धटपणे नकार दिला आणि संतापून एका 'अजी'च्या हाताखाली मी कधीही काम करणार नाही, असे सांगितले (भांडकुदळ आणि खालच्या जातीतील लहान खोडकर मुलाला अजी हा खेड्यातील शब्द आहे.). त्यामुळे संतापून क्यूसेने त्यांना तिथेच त्या क्षणी गोळी घालून मारले; कमेल सचेतला इस्तिखबरातच्या मुख्य ऑफिसात नेण्यात आले. तिथे सद्दाम हुसेनने स्वत: त्यांची जबानी घेतली, कमेल सचेतने जिवाची पर्वा न करता आपली चूक नसल्याचे सांगितले, मग सद्दामने संतापून त्यांच्या थोबाडीत मारली. सद्दामचा वैयक्तिक डॉक्टर अली बशीरने एक दुःखद कथा सांगितली (बगदादमधील काही महाकाय स्मारके बशीरच्या कल्पनांवर आधारित होती आणि ती राजसत्ता उलथून पाडण्याच्या कल्पनेवर आधारित होती, असा दावा त्याने नंतर केला.). 'न्यूयॉर्कर'चा जॉन ली अँडरसन अली बशीरला अनेक वेळा भेटला आणि त्याने बशीरबद्दल लिहिलेसुद्धा; त्याने मला सांगितले की कमेल सचेतना गोळी घातली गेल्यानंतर ते सद्दामच्या तब्येतीच्या एका बारीक तक्रारीची तपासणी करण्यासाठी म्हणून भेटले तेव्हा सद्दाम विमनस्क आणि उदास स्थितीत होता, त्याची त्वचा विचित्र अशा जांभळ्या रंगाची दिसत होती. जणू काही तिला रक्त फासले असावे अशी!

त्या सुमारास मारले गेलेले कमेल सचेत हेच महत्त्वाचे असले तरी एकमेव अधिकारी होते असे नाही. डेझर्ट फॉक्स हल्ल्यामुळे अटक केल्याची माहिती कुटुंबीयांना देणे, मृतदेह त्यांच्या ताब्यात देणे, या गोष्टींना कित्येक आठवडे लागत होते. त्यामुळे तारखांच्या बाबतीत गोंधळाची स्थिती आहे, त्यामुळे या हत्या कारस्थान केले म्हणून केल्या गेल्या की काय, हे सांगणे कठीण आहे. जनाबींना जनाबींकडून वेगळ्या कथा ऐकायला मिळाल्या, सुरक्षा दलातील लोकांच्या कथा वेगळ्या होत्या. अलीने वडिलांचे अंत्यविधी न करता दफन केल्यानंतर; पण सद्दामने इतक्या प्रसिद्ध जनरलची दुर्दैवी हत्या केल्याची भरपाई म्हणून सचेत यांच्या कुटुंबीयांना मोठी रक्कम देऊ केली. त्याच्या पूर्वी मार्च १९९९मध्ये सचेतच्या मृत्यूची बातमी संवेदनशील माहिती मिळविणाऱ्या परदेशी वेबसाईट्सनी उचलली होती आणि त्या तिचा अर्थ व महत्त्व वेगवेगळ्या प्रकारे लावू लागल्या.

सचेतच्या मृत्यूबाबत वेगवेगळे प्रवाद होते. सचेतना मारण्याचे कारण ते वहाबी होते; त्यांचे सौदींशी संबंध होते; ते सद्दामला उलट बोलले; ते फार अभिमानी होते; अली हसन अल्-मजीद त्यांचा तिरस्कार करायचा; त्यांचे क्यूसेशी भांडण झाले; ते एका कारस्थानात सहभागी होते, सेनेतील त्यांचा नैतिक अधिकार आणि त्यांची लोकप्रियता यामुळे सद्दामच्या भोवतीच्या टिक्रीटी टोळीला असुरक्षित वाटत होते आणि म्हणून त्यांनी सद्दामच्या मनात असे भरवले की तो जे पैसे, कार, जमिनी यांचा सचेतवर वर्षाव करीत होता, त्यांचा त्यांनी मशिदी बांधण्यासाठी उपयोग करणे हे एक प्रकारे, ते राष्ट्राध्यक्षांबद्दल जो आदर आणि कृतज्ञता दाखवितात त्याच्याशी विसंगत आहे..

कमेल सचेतचा मुलगा अली मला एकदा म्हणाला होता की त्यांच्या भावांनी त्यांना सद्दामच्या विरोधात उभे राहण्यास उद्युक्त करण्याचा प्रयत्न केला होता; पण सचेतने राष्ट्राध्यक्षांचा विश्वासघात करायला साफ नकार दिला. डॉ. हसनने मला सांगितले की तिसरी मशीद बांधण्यासाठी त्यांनी त्यांच्याकडून वेळोवेळी किती पैसे घेतले त्याचा हिशेब करण्यासाठी कमेल सचेत, त्यांना अटक होण्याच्या अनेक दिवस आधी त्यांच्या ऑफिसात भेटले (तुमच्या मशिदीसाठी दुसऱ्या कोणी पैसे दिलेले तुम्हाला चालत नाही असे दिसते, असा टोमणा डॉ. हसन त्यांना अनेकदा मारायचे. एकदा डॉ. हसनने प्रार्थनेसाठी एक गालीचा भेट म्हणून आणला, त्या वेळी कमेल सचेतने त्यांचे बळेबळेच आभार मानले आणि म्हणाले, ‘हा गालीचा आपण स्त्रियांच्या विभागात घालू या.). डॉ. हसनना त्या भेटीमुळे जरा आश्चर्य वाटले; पण कमेल सचेतने त्यांना काळजी करण्यासारखे काही नाही असे दाखविले. आता मागे वळून बघता आपल्याला अटक होणार असे त्यांना वाटत असल्यामुळे ते हिशेब करण्यासाठी आले असावेत, असे डॉ. हसनना वाटले. डॉ. हसन म्हणाले की शेवटच्या काही महिन्यांमधे ते फार एकलकोंडे झाले होते; पण त्यांना ओळखणाऱ्या इतर काही लोकांनी सांगितले की त्यांना त्यांच्यात बाहेरून काही फरक जाणवला नव्हता. खासकरून नेजार मला म्हणाला की त्याने कमेल सचेत आणि त्यांच्या पूर्ण कुटुंबाला लपवून कुर्दिस्तानला जायची व्यवस्था केली होती; पण ज्या दिवशी निघायचे होते त्या दिवशी शेवटच्या क्षणी कमेल सचेतने बेत बदलला आणि म्हणाले, नाही मी इथे इराकमधेच राहून माझ्या नशिबात काय असेल ते भोगेन.

पण मला अनेकजणांकडून ऐकायला मिळाले की, जरी त्यांचे कुटुंबीय नेहमी म्हणायचे की त्यांना अटक का केली हे आम्हाला माहीत नाही, त्यांना स्पेशल फोर्समधील त्यांचे भूतपूर्व कमांडर आणि माजी सेनाप्रमुख आणि जे १९९५च्या सुमारास देश सोडून डेन्मार्कमधे जाऊन राहिले ते निझर खझराजी यांचे पत्र आले हे कारण असावे. त्याच सुमारास इतरांनासुद्धा खझराजींकडून पत्रे आली होती (पत्र

लिहिण्याची मोहीम उघडणारा नबील हा एकटा नव्हता.) आणि कमेल सचेतलाही पत्र आले आहे हे मुखबरातला माहीत होते. त्यांना पत्र आले त्यामुळे नाही; पण पत्र आल्याचे त्यांनी कळविले नाही म्हणून त्यांना अटक झाली होती. तो एकमेव कागद एवढाच निर्णायक पुरावा त्यांच्या शत्रूंना त्यांच्यावर गंभीर आरोप ठेवायला मिळाला. निझर खझराजी अनफल मोहिमेच्या वेळेस सेनाप्रमुख होते. ते डेन्मार्कमधे त्यांच्या कुटुंबाबरोबर राहात असताना अनेक वर्षे मानवी हक्क गट आणि कुर्दिश गट त्यांना मानवतेविरुद्ध केलेल्या गुन्ह्यांसाठी अटक करावी म्हणून प्रयत्न करीत होते. २००२च्या अखेरीस जेव्हा अमेरिका आणि त्यांचे 'इच्छुक मित्र' इराक सोडून आलेल्या लोकांना हाताशी धरून इराकमधे असणाऱ्या त्यांच्या पूर्वीच्या सहकाऱ्यांनासुद्धा तुम्ही लढू नका म्हणून फोन करायला लावत होते, तेव्हा मानवी हक्क गटाला खझराजींच्या अटकेचे वॉरंट काढविण्यात यश आले. वॉशिंग्टन आणि कोपनहेगन यांच्यातील चर्चेचे गुऱ्हाळ, आंतरराष्ट्रीय कायद्यातील गुंतागुंत आणि वास्तववादी राजकारण यांच्यामुळे खझराजींवर आरोप ठेवण्यात आला; पण ते अटक न होता घरी राहिले. नबील जनाबी म्हणाले की खझराजींनी लंडनला फोन करून जॉर्डनमधे आश्रय मिळविण्यात मदत करायची विनंती केली होती; पण नबीलने तशा व्यवस्थेला अंतिम रूप देण्यापूर्वी आणि मार्च २००३ मधील आक्रमणाच्या काही दिवसच आधी खझराजी बेपत्ता झाले. त्यांना सीआयएने पळवून नेले असावे असा संशय होता, आक्रमणाच्या काळात ते दक्षिण इराकमधे दिसल्याचे वृत्त होते – कदाचित ते इराकी कमांडरांबरोबर युद्धरेषेच्या मागे वाटाघाटी करीत असतील आणि डॅनिश पोलिसांनी त्यांनी त्यांच्या मुलाला केलेला फोन टॅप केला त्याच्या आधी ते नजफमधे मारले गेल्याचीही बातमी होती; पण त्यानंतर ते पूर्णपणे बेपत्ता झाले. जेव्हा मी वेगवेगळ्या जनरल्सना नजफ खझराजींचे काय झाले म्हणून विचारले तेव्हा ते डोळे फिरवून म्हणाले की ते सौदी अरेबियात कुठेतरी असून सौदी संरक्षणात आहेत असे म्हणतात.

कमेल सचेतना ओळखणाऱ्या लोकांना मी अनेकदा विचारले की कमेल सचेत सद्दामविरुद्धच्या कटात सामील होते की त्यांचा राग, क्लेश आणि भीती हे सर्व असतानासुद्धा ते सद्दामशी एकनिष्ठ होते?

अम्मानमधील हयातच्या आलिशान वातावरणात एका वरिष्ठ जनाबीला जो पूर्वी मुखबरातमधे कर्नल होता, वरील प्रश्न विचारला. तो म्हणाला, हेच तर आहे. त्यांचा सद्दामविरुद्ध खरोखर कट होता की तो फक्त त्यांच्या मनातच होता की त्यांनी त्याचा विचारही केला नव्हता हे त्यांच्याशिवाय दुसऱ्या कोणीही सांगू शकणार नाही. काहीतरी निश्चित मत द्या असा आग्रह केल्यावर तो म्हणाला की सर्व गोष्टींचा विचार केला तर कमेल सचेत सद्दामच्या विरुद्ध प्रत्यक्ष कट रचत होते, असे त्यांना वाटत

होते. मी ज्यांच्याशी बोलले त्यांच्यापैकी अनेकजण म्हणाले की, नाही; राजकारण खेळणे त्यांच्या स्वभावातच नव्हते आणि इतरांच्या अनिष्ट कारवायांसाठी स्वत:चा उपयोग त्यांनी कधीच करू दिला नसता; पण अम्मानच्या मुखबरात कर्नलने चहाचा आणखी एक घोट घेतला आणि खुंटलेल्या प्रगतीच्या त्या काळातील स्वत:चे वैफल्य कमेल सचेतच्या मानसिकतेवर चिकटवले. 'त्यांच्या लष्करी, सामाजिक आणि धार्मिक क्षेत्रांत चाललेले इतके उद्योग बघता त्यांच्या मनात काहीतरी गुप्त हेतू असणार... त्यांचा स्वत:वर मोठा विश्वास होता; ते एक कणखर व्यक्ती होते, निर्णय घेणारे. आहे तसे फार काळ चालणार नाही याची आम्हाला जाणीव होती, कदाचित त्यांच्या मनात भविष्याबद्दल काहीतरी असेल. आमच्यापैकी अनेकजण त्याबद्दल बोलायचे. सद्दामनंतर कोण? उदय का क्युसे?'

कमेल सचेतची शोकान्तिका त्रिपक्षीय होती; इतर लाखो लोकांपैकी रोज मारल्या जाणाऱ्या माणसाची; ती आत्मत्यागाची शोकान्तिका होती : धर्म आणि स्वत:ची मूल्ये यांच्या बाबतीत कमेल सचेतने कधीही तडजोड केली नसती. त्यांना मारण्यात आले कारण ते शूर होते आणि आपल्या कुटुंबीयांना नंतर आणखी त्रास होऊ नये यासाठी पळून न जाता मरण स्वीकारणारे होते.

ती अभिमानाची शोकान्तिका होती : गर्व, अति आत्मविश्वास, स्वत:बद्दल खात्री यांची. कमेल सचेतचा अंत ही वैशिष्ट्यपूर्ण इराकी शोकान्तिका होती, पण इराक म्हणजे एक नायक, त्याचे नशीब आणि शेवटचा पडदा यांवर बेतलेले शेक्सपिअरचे नाटक नव्हते. दीर्घकाळ चालणाऱ्या मालिकेतील एक भाग होता. त्यांच्या मुलांना त्यांच्या मरणाच्या डागाचा वारसा मिळाला, तसा त्यांचा अभिमान आणि प्रतिष्ठा यांचाही मिळाला. वडिलांच्या मृत्यूनंतर एका वर्षाने अलीला सीमेवर अटक झाली. तो बाहेर पडून काहीतरी काम मिळविण्यासाठी बनावट पासपोर्टवर जॉर्डनला जाण्याच्या प्रयत्नात होता. त्याला मारहाण करण्यात आली, कैद्यांनी भरलेल्या तुरुंगांमधे टाकण्यात आले, वीस वर्षे अबूघरीबमधे तुरुंगवासाची शिक्षा झाली (नोव्हेंबर २००२मधे सार्वत्रिक माफीमधे त्याची सुटका झाली. त्याच्या मोठ्या भावाच्या लग्नाच्या दुसऱ्या दिवशी) पण तुरुंगातील गार्ड्‌समधे कमेल सचेतना ओळखणारा कोणीतरी तो शोधून काढे आणि त्यांच्या आठवणीमुळे त्याला सवलती मिळत. तो आजारी असेल तर चोरून औषधे आणून देई, त्याची जरा कमी गर्दीच्या कोठडीत रवानगी करे. एका पिढीतून दुसऱ्या पिढीत. क्लेश आणि अन्याय, जुलूम आणि तो सहन करणे हे इतर इराकींप्रमाणेच सचेतच्या मुलांच्याही नशिबी होतेच. युद्ध, गरिबी आणि दडपशाही यांची परिणती नाण्याच्या दोन बाजू असलेल्या नैतिक अध:पतन आणि धार्मिक अतिरेकीपणा यांत झाले होते.

जो काही सगळा विचका झाला होता त्याबद्दल नुसती मान हलविणे सोपे होते. इराक कोणत्या दिशेने जातोय असे मला कोणी विचारले तर मी नेहमी म्हणायचे, देवच सांगू शकेल. परिस्थिती आधीच मती कुंठित करेल अशा दिशेने खेचली जात होती आणि काय होईल हे सांगणे कठीण होते.

पण सगळ्या निराशाजनक वातावरणात मला एकच अंधुक आशेचा किरण दिसला. वर्षानुवर्षे इराकमधील स्थिती जास्तच बिघडत चालली होती; पण याचा अर्थ ते तसेच चालू राहील असा नाही. इराकने मला काही शिकविले असेल तर ते हे की प्रत्येक माणसाच्या मनात, घडणाऱ्या घटना आणि ध्येये आणि तत्त्वज्ञान यांच्यावर होणाऱ्या प्रतिक्रिया फार गुंतागुंतीची असते. इराकींच्या मनावर चांगल्या आणि वाईट, वेड्या आणि दुःखद, बाथिझम, अभिमान आणि न्यूनगंड यांचे व्रण असतात; त्यांच्या डोक्यात कुराणातील सुरा आणि वाडवडिलांनी घालून दिलेले नियम, युद्धाच्या घोषणा आणि ब्रिटनी स्पियर्सची गाणी यांचा कल्लोळही असतो. फुटीर, विषारी, बदलणारे कम्युनिस्टांपासून-बाथिस्टांपर्यंत, प्रखर राष्ट्रवाद ते युद्धाला कंटाळलेले, धार्मिक ते शंकेखोर, अतिरेकी ते निराशावादी असे अनेक स्तर असतात. इतिहास नेहमीच पुढे जातो असे नाही आणि लोक जीवन सरळ रेषेत जगत नाहीत.

त्या वर्षीच्या उन्हाळ्यात डॉ. हसनचे मानसशास्त्रज्ञ मित्र डॉ. लैथ यांना मी पुन्हा भेटले. डॉ. लैथ यांनी कुवेतच्या युद्धाच्या वेळी सेनेच्या मनोधैर्यावर अहवाल दिला होता आणि अटक झाल्यावर १९९५च्या सुमारास ते इराकमधून बाहेर पडले होते. डॉ. लैथ २००३मधे इराकला परतले आणि संरक्षणमंत्र्यांचे सल्लागार झाले. २००५मधील त्यांच्या खुनाच्या प्रयत्नात ते गंभीर जखमी झाल्याच्या बातम्या माझ्या कानावर आल्या होत्या. त्यामुळे अम्मानमधे ते सुरक्षित, तंदुरुस्त आणि हसतमुख असल्याचे बघून मला आनंद झाला...

'नाही, मी जखमी नाही झालो!' मी व्यक्त केलेल्या काळजीवर हसून ते म्हणाले. त्यांच्यावर झालेल्या हल्ल्यात ते नाही; पण त्यांचे दोन अंगरक्षक जखमी झाले होते. नंतर त्यांना काही महिने इराकी वकिलातीत संरक्षण सचिव म्हणून पाठविण्यात आले होते आणि मग ते एका वर्षासाठी इराकला परतले होते. सर्व काही असह्य झाले होते. हिंसा, गोंधळ आणि पुन्हा परत जाणे. आता ते आणि त्यांची पत्नी बुशरा यांचे अम्मान आणि दमास्कसमधे फ्लॅट होते आणि ते दोन्ही ठिकाणी आलटून-पालटून राहात होते. बुशराला दमास्कसमधे जास्त आवडायचे, पण त्यांना तिथे तेवढे आवडत नसे. हुकूमशहाची तीच तीच पोस्टर्स! दमास्कसमधे असतानाच बुशराने प्रथम हिजाब वापरणे सुरू केले. ती तिथे एकटी असली की

हिजाबमुळे तिला सामाजिक आणि नैतिकदृष्ट्या जास्त बरे वाटायचे; पण ती किचनमधून चहाच्या ग्लासचा ट्रे घेऊन आली आणि तिने हिजाब घातला नव्हता असे माझ्या लक्षात आले. तिचे केस ब्लोअरने कोरडे केले होते, चमकत होते, तिने पँट आणि बिनबाह्यांचा ब्लाऊझ घातला होता आणि लिपस्टिक काळजीपूर्वक ओठांच्या नैसर्गिक रेषेच्या बाहेर लावलेली होती.

'बुशरा, काय झालं?' मी विचारलं.

स्मित करून तिने खांदे उडवले. ती म्हणाली की तिने अखेरीस तिच्या नवऱ्याच्या आणि मुलगी लुइसाच्या (स्त्री स्वातंत्र्यवादी) कटकटीला कंटाळून हिजाब वापरणे सोडून दिले होते. युरोपात हिजाब वापरणे म्हणजे मोकळ्यांच्या उलट वाटायचं आणि इथे अम्मानमधे निदान शहराच्या चांगल्या भागात हिजाब न वापरणं नॉर्मल होतं.

मी त्यांना त्यांची खुशाली विचारली.

लुइसा हॉलंडमधे राहात होती. ती आता पक्की युरोपिअन झाली आहे. तिचे वडील थोड्या अभिमानाने आणि थोड्या खेदाने म्हणाले. मुलगा जर्मनीत होता, जोरदार काम करीत होता आणि धाकटा!... डॉ. लैथ जरा असमाधानी दिसले. त्याने जर्मनीत शिकावे अशी आमची इच्छा होती; पण तो जहाल इस्लामच्या मागे लागला होता. 'आता तो आम्हाला अंतरल्यासारखाच झाला आहे,' डॉ. लैथ म्हणाले.

बदलत्या भावना, प्राधान्ये, मूल्ये, देश, संदर्भ हे होते एक प्रातिनिधिक कुटुंब. का, कुणास ठाऊक पण डॉ. लैथ यांचा जरा दुःखी सूज्ञपणा, बुशराचे हिजाबमध्ये–हिजाबबाहेर, स्त्रीस्वातंत्र्यवादी मुलगी आणि इस्लामीकरण झालेला मुलगा दोघेही युरोपातच राहणारे – या सर्व विरोधाभासी गोष्टींमुळे मला जाणीव झाली की जसे काहीही गृहीत धरू नये तसेच काहीही दगडावरच्या रेघेप्रमाणे शाश्वत नसते.

◆

उपसंहार

माझी आणि सचेत कुटुंबाची शेवटची भेट जानेवारी २००५मध्ये मी जेव्हा पहिल्या निवडणुकीच्या वेळी बगदादला गेले तेव्हा झाली. मी अम्मानहून बगदादला विमानाने गेले. विमान चक्राकार (spiral) मार्गाने खाली उतरताना पृथ्वी आपल्याभोवती गरागरा फिरते आहे असे वाटून पोटातल्या मळमळीचा सामना करीत असता विमान उतरले. इमिग्रेशनमधून बाहेर पडले (इराकी अधिकाऱ्यांनी मला पासपोर्टऐवजी 'डीओडी' (म्हणजे डिपार्टमेंट ऑफ डिफेन्स) असे विचारले. इतर गंभीर चेहऱ्याच्या प्रवाशांबरोबर बॅगा घेतल्या. वॉशिंग्टन पोस्टचा एक वार्ताहर, घरी परतल्यामुळे उदास वाटणारे दोघे पार्लमेंटचे सदस्य, खाकी पँटमधले आणि कमरेला पिस्तूल लावलेले अनेक जाडजूड कॉंट्रॅक्टर असे अनेक प्रवासी माझ्यासोबत होते. बसने कारपार्कपर्यंत गेले. तिथे मला घ्यायला आलेला ड्रायव्हर भेटला. तो माझ्यासाठी अबाया घेऊन आला होता, मी ओळखू येऊ नये म्हणून. मी कारमधे मागे बसले आणि गेल्या सहा महिन्यांत माझ्यासाठी अतिशय धोकादायक झालेल्या शहराकडे खिडकीतून बघू लागले. हायवेवर बरीच रहदारी होती. नारिंगी आणि पांढऱ्या रंगाच्या मार खाल्लेल्या टॅक्सी, सेकंड हँड होंडा गाड्या, गाद्या आणि लहान मुलांना घेऊन चाललेले पिकअप ट्रक बाजूने जात होते. रस्त्यावरील दुभाजकामधील पामची झाडे आणि बोगनवेलीची झुडपे बंडखोरांना लपता येऊ नये म्हणून काढून टाकली होती. उकिरड्यांवर मोठ्या बेडकांसारखे दिसणारे अमेरिकन रणगाडे उभे होते. हायवेवरील पुलांच्या खालून जाणाऱ्या अमेरिकन लष्करी वाहनांवर दगड किंवा बॉंब टाकता येऊ नयेत यासाठी पुलांच्या दोन्ही बाजूंना लोखंडी जाळीचे उंच कुंपण लावले होते. एका ठिकाणी सर्व वाहनांचा वेग एकदम कमी झाला; कारण पुढे अमेरिकन लष्करी वाहनांचा ताफा चालला होता, त्यातील शेवटच्या हमवीवर 'पन्नास फूट अंतर ठेवा'

असा फलक होता (नाहीतर तुमच्यावर गोळीबार करण्यात येईल, आमचा ड्रायव्हर म्हणाला.).

मी सहा महिन्यांनंतर आले होते. तैग्रिस नदी पार करून ग्रीन झोनच्या समोरील जदरियातील श्रीमंत वस्तीतून आम्ही आमच्या हमरा हॉटेलपाशी आलो. आजूबाजूला काय फरक झाले आहेत हे बघण्यासाठी मी सभोवार नजर टाकली. आईस्क्रीम पार्लर अजून चालू होते; पण दारूचे दुकान बंद झाले होते, मुख्य रस्त्यावर बांधकाम चाललेल्या इमारतीच्या वरच्या मजल्यांवर ऑस्ट्रेलियन सेनेने मुक्काम केलेला दिसत होता. दोराला जाणाऱ्या पुलावर अगदी तुरळक रहदारी होती (दोरा हा मिश्र वस्तीचा भाग होता – सुन्नी, शिया, ख्रिश्चन; हिंसाचारयुक्त, खूप गोळीबार आणि आता न जाण्यासारखा झालेला.). पुलाजवळील मोठ्या रहदारी बेटावर आता काळा गणवेष घातलेल्या बद्र ब्रिगेडचा (प्रमुख शिया पार्टीपैकी एक) पहारा होता. मी जिथे पोहायला जायचे ते बॅबिलॉन हॉटेल, मी ज्यांच्याकडून पालक घ्यायचे ते छत्र्यांच्या खालचे भाजीवाले, मी राहात असे त्या गल्लीचा एन्ट्रन्स, जुन्या पोलीस स्टेशनवरून जाणारा बंद केलेला रस्ता (हे पोलीस स्टेशन आता गृहमंत्रालयाची चौकी झाले होते, जे छळ करण्याची कोठडी असल्याचे नंतर उघडकीला आले.), गेल्या वर्षी उडवून दिलेली आणि त्यामुळे आता किल्ल्याप्रमाणे मजबूत केलेली अमेरिकन चौकी (तिच्यावर पुन्हा हल्ला झाला होता) या सर्व खुणा आणि त्यात युद्धामुळे भर पडलेल्या वस्तू – काँक्रीटच्या भिंती, रणगाड्यांचे लोखंडी जॅक्स, रेझर वायरची भेंडोळी, सँडबॅग्स, लाल रंगात ढोबळपणे बाण रंगविलेल्या प्लायवूडच्या पाट्या असे सगळे डोळ्यांसमोरून सरकत होते. हिवाळ्यात खाली आलेल्या करड्या आकाशाप्रमाणे सर्वत्र अदृश्य भीतीचे वातावरण होते; अपहरणाचा धोका इतका होता की मला कारमधून उतरून रस्त्यावर चालणे शक्य नव्हते.

पहिल्या दिवशी सकाळी मला कारबाँबच्या स्फोटाच्या आवाजाने जाग आली; चार-पाच इमारतींपलीकडे आठ वाजता दुसरा स्फोट झाला होता. दुसऱ्या दिवशी सकाळी दोन इमारतींपलीकडे ऑस्ट्रेलियन सैनिकांवर फेकलेल्या बाँबने जाग आली. त्या स्फोटामुळे आमच्या हॉटेलच्या त्या बाजूच्या खिडक्यांच्या काचा फुटल्या आणि कोपऱ्यावर सिगारेटी विकणारा मुलगा मेला. आम्ही सगळे खाली जाऊन मुख्य रस्त्यावर जिथे स्फोट झाला होता तिथे गेलो. फायर ब्रिगेडचे लोक स्फोट झालेल्या कारवर होजने पाण्याचा मारा करीत होते. बाँबमुळे इमारतीचे खालचे कॉलम जळल्यासारखे दिसत होते; पण ऑस्ट्रेलियन सैनिक वरच्या मजल्यांवर होते, त्यांना इजा झाली नव्हती. आम्ही ते विस्कळित दृश्य बघत उभे होतो. काही फोटोग्राफर कारच्या जवळ जाऊन विझत आलेल्या आगीचे फोटो घेत होते, यामुळे का होईना पण निदान हॉटेलच्या बाहेर पडून जरा पाय मोकळे करायला मिळाले, अशी वाक्ये

ऐकू येत होती. कारबाँबच्या स्फोटामुळे निर्माण झालेल्या वातावरणाने नेहमीच्या दडपणाखाली वातावरणापासून जरा विरंगुळा मिळाला होता!

मी पहिल्यांदा आले तेव्हा अली सचेतला फोन केला. बगदादमधील बहुतेक भागांप्रमाणे सैदियासुद्धा प्रत्यक्षात बंडखोरांच्या नियंत्रणाखाली होता (बाँबगल्ल्या) आणि त्यामुळे परदेशी लोकांनी तिथे जाण्याचे धाडस करू नये, असा होता. जे एखादे अमेरिकन पथक तिथे जायचे साहस करायचे, त्याच्यावर हमखास गोळीबार व्हायचा. माझ्या फोनमुळे त्यांना आनंद झाला आणि तो दुसऱ्या दिवशी दुपारी मला नेण्यासाठी माझ्या हॉटेलात येईल, असे म्हणाला.

तो आणि त्याचा धाकटा भाऊ मुस्तफा मला न्यायला आले. गेल्या उन्हाळ्यात मी मुस्तफाला बघितले तेव्हा तो बारीक, उंच आणि लाजाळू होता आणि त्याच्या मोठ्या भावांपुढे दबून असायचा. आता तो बॉडीबिल्डरप्रमाणे उंच, फुगलेले स्नायू, एकदम तगडा दिसला. तो चांगल्या अंगरक्षकाप्रमाणे वेट लिफ्टिंग करतोय,' अली मुस्तफाच्या कानावर थप्पड मारत, हसत मला म्हणाला. मुस्तफा लाजून हसला आणि व्हीडिओ गेममधे मुले जसा एकदम ब्रेक दाबतात तसा त्यानेही ब्रेक दाबला आणि रस्ता आपल्याच मालकीचा असल्याप्रमाणे रहदारीतून वेगाने जाऊ लागला. हायवे सोडून सदियात वळल्यावर अलीने त्याला वेग कमी करायला सांगितले. रस्त्यावर खरेदी आणि कामे करणाऱ्या लोकांची गर्दी होती. कोपऱ्यावर टेहळणी करणारे बंडखोर दिसले का? कॅफेमधे कोपराशी मोबाईल फोन ठेवून बसलेले किंवा क्रॉसिंगजवळ घुटमळणारी तरुण मुले तर नाहीत ना, हे मी पाहात होते. 'हा भाग आता आमचा आहे!' अली बढाई मारत मोठ्याने मला म्हणाला. 'अमेरिकन्स आता इकडे येत नाहीत. आम्ही त्यांना मारून टाकू हे त्यांना माहीत झाले आहे.'

'पोलिसांचे काय?' मी विचारले. पहिल्या काही दिवसांत जदरियेच्या रस्त्यावरील सुस्तावलेल्या पोलीस तुकड्या बघितल्या आणि मला जास्त सुरक्षित वाटू लागले होते.

'पोलीस?' अली तुच्छतेने म्हणाला. मुस्तफा हसला. आम्ही त्या अर्धवट बांधकाम झालेल्या मशिदीवरून पुढे गेलो. कोपऱ्यावर एका राडारोड्याच्या ढिगापाशी रेझर वायरची एक गुंडाळी पडलेली दिसली. 'ती पोलीसचौकी होती! हा:! कालच उडवले. ते आता इकडे यायचे धाडस करीत नाहीत.'

मुस्तफाने गाडी घराच्या बाहेर उभी केली. घरात 'हॅलो' म्हणण्यासाठी सर्वजण जमले होते. फक्त उम ओमर नव्हती. ती कशात तरी गुंतली होती. मला बघून सर्वांना आनंद झालेला दिसला आणि सगळे आनंदात दिसले. उम ओमरने मला आलिंगन दिले. शादवानने माझ्यासाठी चहा ओतला. मी याच्या आधी आले नाही

याचे त्यांना आश्चर्य वाटले नाही. कारण उन्हाळ्यात पत्रकारांना पळवून नेल्याचे त्यांनी टीव्हीवर बघितले होते असे ते म्हणाले. होय हमीदुल्ला, ते सगळे उत्तम होते, प्रत्येकजण मजेत होता. अलीला मुलगा झाला होता आणि त्यांनी त्याचे नाव कमेल ठेवले होते. त्यांनी रिसेप्शन खोली फिकट पिवळ्या आणि निळ्या रंगात पुन्हा सजवली होती; कशी वाटली? मला आवडली का? याचीही त्यांनी चौकशी केली.

''दिवे आले की छान वाटतं.'' उम ओमर स्मित करीत म्हणाली, ''वीजपुरवठा बेकार आहे.''

''आता हवा थंड असते, पण हीटरसाठी केरोसीन नसते.'' अली म्हणाला.

शादवान म्हणाली की, त्यांच्याकडे सात दिवस पाणी नव्हते. युद्धाच्या काळात त्यांनी बागेत एक विहीर खणली होती. तिचे पाणी ते भांडी धुवायला वापरायचे. दुसरे पाणी ते दुसरीकडून किंवा टँकरवरून भरायचे.

रांगणाऱ्या सर्वांत मोठ्या नातवाला – महम्मदला – त्याच्या आईने तिथे आणले. शादवान म्हणाली की ती आता एका शिक्षकांच्या ट्रेनिंग कॉलेजमधे शिकविते. ते फार दूर नव्हते आणि शिया भागातील तिच्या शेवटच्या शाळेपेक्षा ते जास्त सुरक्षित भागात होते.

''आणि बाँब, जाळपोळ? आणि पळवून नेण्याची प्रकरणे? शादवान कामाला जाते तेव्हा काळजी वाटते का? किंवा मुलं रस्त्यात खेळतात तेव्हा?'' मी विचारलं.

उम ओमर हसली; नाही नाही. अजिबात नाही. त्यांच्या वस्तीत त्यांना अगदी सुरक्षित वाटत होतं. त्यांना सगळे ओळखत होते. अमेरिकन्सची यायची छाती नव्हती आणि पोलीस चौकीसुद्धा उडवून दिली होती. त्यामुळे पोलिसांच्या लुडबुडीचीसुद्धा काळजी नव्हती.

''ते कधीकधी येतात – जवळच राहणाऱ्या अबु ओमरच्या मित्राला अमेरिकनांनी अटक केली आणि ते त्याच्या सर्व मुलांनासुद्धा घेऊन गेले. काही मुलांना त्यांनी सोडून दिलं. हो, हे खरं आहे की पलीकडच्या रस्त्यावर जनरलच्या मुलाला पळवून नेलं; पण आम्ही काळजी करीत नाही. सर्वजण मुजाहिदींना ओळखतात आणि त्यांनी योग्य ते केलं. त्यांना त्यांच्याबरोबर व्यवहार करणं जास्त सुरक्षित वाटतं.''

त्यांनी चहा आणला आणि मक्केहून आणलेलं पवित्र झमझम पाणी त्यांनी मलाही दिलं (अली आणि ओमर नुकतेच त्या यात्रेला जाऊन आलेले दिसत होते.). त्यांना मला कोणतेही प्रश्न विचारायचे नव्हते आणि दीड वर्षांपूर्वी मी जेव्हा त्यांना प्रथम भेटले तेव्हाप्रमाणे आता त्यांना अमेरिकेचे धोरण आणि उद्दिष्टे यांच्याविषयी माझे स्पष्टीकरण ऐकून घेण्यात रस नव्हता. त्याऐवजी त्यांच्याकडे स्वतःची अशी

अनेक उत्तरे आणि मते होती. त्यांच्या मते, जिहाद हा जिहादसाठी महत्त्वाचा होता. कारण ते देवासाठी केलेले पवित्र कार्य होते. जिहादचे परिणाम, त्याचे यश किंवा अपयश महत्त्वाचे नव्हते. विरोधक आता विजय मिळवू लागले आहेत. निदान त्यामुळे अमेरिकनांना सगळ्यावर ताबा मिळवणे आणि त्यांच्या योजना लादणे करता येत नाही.

समरामधे विरोधकांचा रस्त्यांवर तीन महिने ताबा होता. अलीने अभिमानाने मला सांगितले, त्यांनी त्यांचे ट्रॅफिक पोलीससुद्धा नेमले होते. त्यांनी पोलीस स्टेशनांचा ताबा घेतला आणि व्यवस्था बघितली. भाजीबाजारातील किमतीवर त्यांचे नियंत्रण होते. त्यांनी रॉकेल वाटले आणि आता बगदादच्या आर्थिक स्थितीचा पद्धतशीरपणे शोध घेत आहेत. मुलाच्या वडिलांकडे पैसा आहे किंवा त्यांचा कोणी श्रीमंत भाऊ परदेशी आहे, असा वास लागला तर किंमत पन्नास हजार डॉलर किंवा त्याहूनही वर जायची; पण सचेत मंडळी काळजीत दिसली नाही. उलट, त्यांच्यात एक विचित्र आत्मविश्वास दिसून येत होता : ते लढत होते आणि आपला विजय होत आहे अशी त्यांची भावना होती.

"पुढच्या आठवड्यात तुम्ही मतदान करणार का?" मी त्यांना विचारले.

"नाही, नाही." त्यांनी तिरस्काराने माना हलवल्या.

'असोसिएशन ऑफ मुस्लीम स्कॉलर्स'ने सुन्नींनी मतदान करू नये असा आदेश दिला होता आणि बहुतेक सुन्नी जनता शियांच्या अमेरिकापुरस्कृत सत्ता काबीज करण्यावर बहिष्कार घालणार होते.

"घटनेत लिहिलेले आहे की देश परसत्तेने व्यापला असताना निवडणुका घेऊ नयेत." अली म्हणाला.

"आम्ही या निवडणुकांना कायद्याचे अधिष्ठान मिळवून देणार नाही." शादवान म्हणाली, "आम्ही मत दिले तर ते सरकारला पाठिंबा दिल्यासारखे होईल. पेट्रियूस म्हणून नवा कमांडर नेमला. त्याने सैनिकांची संख्या वाढविली (पूर) आणि काही काळ बगदाद आणि अनबार प्रांतातील हिंसेच्या अतिरेकाला आळा घातला आणि मग दक्षिणेत शिया गटांची परस्परांशी युद्धे सुरू झाली आणि कुर्दांच्या महत्त्वाकांक्षेच्या विरोधात किर्कूक धमसू लागले आणि तुर्क अधूनमधून सीमेवरून येऊन के.के.पी. (कुर्दिस्तान कामगार पक्ष) वर बॉंबफेक करू लागले आणि दूरवरच्या प्रदेशात पंथांच्या अनाकलनीय अशा कत्तली होऊ लागल्या किंवा वर वर्णन केल्याप्रमाणे थोड्या फार फरकाने झाले. अहवालांची लांबी कमी झाली. पाश्चात्त्य पत्रकारांना संरक्षणाशिवाय फिरणे अशक्य झाले आणि इराकी पत्रकारांच्या बाबतीत डझनावारी खून पडू लागले. हिंसाचार होतच राहिला.

२००७च्या उन्हाळ्यात जेव्हा मी दमास्कस आणि अम्मानमधे इराकी लोकांबरोबर बोलायचे तेव्हा मी नेहमी सचेत कुटुंबीयांबद्दल विचारायचे. वेगवेगळ्या अफवा होत्या. ओमर, अली, अहमद आणि बहुतेक मुस्तफाचासुद्धा बंडामधे सहभाग आहे, असे माझे मत झाले होते. अखेरीस ते त्यांच्या वडिलांचेच बेटे होते : धार्मिक, सरळमार्गी, अभिमानी आणि शूर. इराक व्यापणे यशस्वी होऊ शकणार नाही. उदाहरणार्थ, मला आठवते की २००३मध्ये जेव्हा अमेरिकनांनी आक्रमण केले आणि त्यांचे रणगाडे हायवेवरून जाऊ लागले, तेव्हा आपण सैदिया मशिदीत लपून बसलेल्या सिरियन फिदायींना (अमेरिकनांच्या विरुद्ध शहरी भागात गनिमी युद्धात सामील झालेले सिरियन स्वयंसेवक) अन्न आणि पाणी कसे पुरविले, हे अलीने मला सांगितले होते. त्या अफवा आणि ज्या काही छोट्या-मोठ्या बातम्या कळायच्या त्यामुळे माझ्या अंदाजाला पुष्टी मिळाली. सैदिया हे शिया आणि सुन्नी यांच्यातील लढाईचे बगदादमधील सर्वांत आघाडीचे रणांगण झाले होते. तो भाग राहण्यासाठी अशक्य झाला होता आणि सचेतांचे घर जाळून टाकल्यामुळे ते सैदिया सोडून गेल्याचे अनेकदा माझ्या कानावर आले. बंडखोरांचे आश्रयस्थान झालेल्या कमेल सचेतच्या सादिक मशिदीवर शिया सशस्त्र गटांनी बाँबहल्ले केले आणि ती सोडून देण्यात आली. सचेतांच्या दमास्कसमधील काही नातेवाइकांकडून मला भेटण्यासाठी बगदादहून सुलेमानियाला आलेल्या त्यांच्या एका जुन्या अंगरक्षकाकडून पूर्वी मुखबरातमधे असलेल्या जनाबींकडून मी ऐकले की दोघा सचेत भावांना, नक्की कोणत्या ते कोणालाही माहीत नव्हते, अमेरिकनांनी अटक केली आणि काही महिन्यांनी त्यांना सोडून दिले. काहीजणांच्या मते, ते अजून तुरुंगातच होते. मला असे समजले की धाकट्या मुलींपैकी एकीने इराकच्या नेमबाजी संघातील एकाशी लग्न केले होते. ती दुबईला राहायला गेली होती आणि इतर कुटुंबीय अजून बगदादमधेच दुसऱ्या भागात राहात होते. काहींच्या मते, ते दमास्कसला स्थलांतरित झाले होते.

बंडखोरांमधे वेगवेगळ्या छटांचे गट होते. १९२० क्रांती ब्रिगेड, इस्लामिक कॉंक्वेस्ट, मेसेपोटेमियातील जिहाद बेस ऑर्गनायझेशन, इराकी हमस, इस्लामिक स्टेट इन इराक, नाईट्स ऑफ द लॉर्ड्स ऑफ द टू रिव्हर्स, अनबार सेव्हियर्स, मोहम्मदस् आर्मी, सलाहुद्दिन ब्रिजेस, हिरोज ऑफ इराक. यांपैकी काही गट अल् कायदाच्या छत्राखाली लढले, काही अल् कायदाशी लढले. काही गट अल् कायदाच्या विरोधात गेले आणि आपल्या प्रदेशात आपले वर्चस्व प्रस्थापित करण्यासाठी अमेरिकनांबरोबर गेले. परिस्थिती अस्थिर होती, बदलती, लपवाछपवीची. उन्हाळ्यात अल् कायदाचे पाठीराखे आणि स्थानिक असंतुष्ट बंडखोर यांच्यात आणि अमेरिकनांमधे अल्बु हसूनच्या आदिवासी भागात जोरदार लढाई होणार अशी बातमी पसरली. वाऱ्यावरची अफवा. जेव्हा जेव्हा मी सचेतांच्या नातेवाइकांचा शोध घ्यायला जायचे

तेव्हा तेव्हा दरवाजे बंद व्हायचे. कमेल सचेतना अनेक भाऊ होते, त्यातील कमीत-कमी दोघे दमास्कसमधे राहात होते. लोक सावध आणि घाबरलेले होते. माझ्या मित्रांनी किंवा दुभाष्याने माझ्यावतीने फोन केला तर लोक शिव्या देऊन फोन ठेवून द्यायचे. ते जिथे असतील तिथे असोत; पण सचेत कुटुंबीयांना त्यांचा ठावठिकाणा लागू द्यायचा नव्हता.

त्यानंतरच्या हिवाळ्यात अनबार प्रांतापासून बगदादच्या पश्चिम उपनगरांपर्यंत आणि खाली बगदादच्या दक्षिणेला जनाबी आदिवासी प्रदेशांत पसरलेल्या अल् कायदा गटांपासून आपल्या वस्त्यांचे रक्षण करण्यासाठी स्थानिक सुन्नी गटांना शस्त्रसज्ज करायचे धोरण अमेरिकेने अवलंबले; पण येणाऱ्या बातम्या त्रोटक असत. त्या भागाशी टेलिफोन संपर्क नव्हता; रात्री टोळीयुद्ध सुरू झाले की प्रत्येकजण आपापले तपासणी नाके उभे करीत, प्रवास जवळजवळ अशक्य होता. एका जमातीच्या गटाच्या नेत्याला मी एका मध्यस्थामार्फत बगदादमधे भेटणार होते. त्या नेत्याची त्या भागात नेहमी ये-जा असायची; त्याला त्याच्या आवारातच अडकवून ठेवले होते. त्याने स्थानिक अल् कायदा गटाशी संबंध तोडून टाकले आणि तो अमेरिकनांबरोबर असलेल्या गटाला जाऊन मिळाला. माझ्या दमास्कस आणि अम्मानमधील काही ओळखीच्या लोकांनी ही गोष्ट मला सांगितली. काही जणांनी मी हेर असेन तर अशी शंका येऊन ही गोष्ट मला सांगितली नाही. सचेत कुटुंबातील स्त्रियांची – उम ओमर, शादवान, अमानी – तर काहीच बातमी नव्हती. पुरुषांनी स्त्रियांविषयी विचारणे प्रशस्त समजले जात नव्हते.

उन्हाळ्यातील लढायांच्या नंतर माझा एक धाडसी आणि निग्रही इराकी पत्रकार मित्र अनेकदा अल्बू हसून जमातीचे मुख्य शहर जुर्फा सक्र इथे नव्या घडामोडींची माहिती काढण्यासाठी गेला. त्याने जमातीचे नेते आणि बंडखोरांच्या नेत्यांना सचेत भावांबद्दल विचारले. त्यांपैकी एकाने सांगितले की एका स्थानिक बंडखोर गटाचा इस्लामिक आर्मी-कमांडर ओमर सचेत असून तो २००४मध्ये बंडखोरांना सामील झाला होता आणि कमांडरपदाला पोहोचला होता. तो सैदिया आणि दोरा यांच्या सीमेवर शियांच्या विरुद्ध निकराच्या लढाया करीत होता. तो अतिशय संतप्त मनःस्थितीत असे. त्याचे वडील हिरो होते; पण याने त्यांचे नाव खराब केले होते.

एक स्थानिक शेख जास्त स्पष्टपणे बोलला, मला ओमर सचेत दिसला तर मी त्याला जागच्या जागी गोळी घालीन. असे दिसते की काही काळ ओमर आणि त्याचे भाऊ परागंदा झाले होते, पण मग एक बातमी आली की ओमर आणि त्याचा एक भाऊ – कोण ते माहीत नाही – यांना इराक सरकारने अटक केली होती. अलीच्या बाबतीत आणखी काही काळाने जमातीमधील गप्पांमधून तीन-चार थरांतून झिरपून बातमी आली की तो सलाहुद्दिनमधे मारला गेला.

अमेरिकेच्या आक्रमणानंतरच्या काही महिन्यांतील सचेत कुटुंब मला आठवले– आता वेगवेगळ्या घटनांमुळे फुटलेले, संपर्क नसलेले, हरवलेले, मृत, बंदिवासात. मला ओमरचे उंच, भरदार शरीर आठवले. वडिलांइतकी उंची, वडिलांसारखाच अबोलपणा. त्याने माझ्या एकटीबरोबर बसून बोलणे नेहमी टाळले. कामात आहे, बाहेर गेला आहे, त्याने नमस्कार सांगितला आहे, अशी अनेक कारणे असायची. त्याचे कारण मला आता उमगले. मला अली आठवला, माझ्या प्रत्येक भेटीत तो जास्त लठ्ठ झालेला असायचा, त्यावरून मी त्याला चिडवत असे. त्याच्या नव्या नवरीसाठी सजवलेली खोली मला दाखवताना तो किती लाजत होता! दिव्यांवर लपेटलेले गुलाबी जाळीचे कापड, पलंगावरची गुलाबी चादर, कापडाच्या फुलांच्या फुलदाण्या वगैरे दाखविताना तो कसा लाजत होता! 'तिला आवडेल असं तुम्हाला वाटतं?' त्याने मला विचारलं. मला त्यांच्या वडिलांची आठवण झाली. हे लिहिताना मी त्यांचा फोटो समोर ठेवत असे – ठेवला आहे. माझ्या या प्रयत्नांवर नजर ठेवण्यासाठी आणि शादवान – तिच्याबद्दल तर काहीच बातमी नाही आणि अलीचा लहान मुलगा आठवला – त्याला आजोबांचेच नाव ठेवले होते – कमेल. त्याला युद्ध, संताप, सूड, अभिमान यांचा वारसा मिळाला होता.

या शेवटच्या परिच्छेदांनी मी अपूर्ण असा शेवट करीत आहे. इतके अहेतुक परिणाम. सद्दामच्या इराकचे पुत्र त्यांच्या देशाची शकले करायला, कुटुंबाचे उच्चाटन करायला, शेजाऱ्यांचे खून करायला उद्युक्त कसे झाले? त्याच्यामागे काय कारण होते? पुन्हा बगदादला जाणे; ओरबाडलेल्या, खपली धरलेल्या आणि पुन्हा जखमी झालेल्या वस्तीतून फिरणे, सचेतांना आणि जिवंत राहिलेल्या इतर मित्रांना भेटून 'इथे काय घडले?' असे विचारणे केव्हा शक्य होईल कोणास ठाऊक!

◆